தளபதி Vs தளபத

தளபதி Vs தளபதி

சி. சரவணகார்த்திகேயன்

ZDP
SPECIFICS

Title: Thalapathy Vs Thalapathy
Author's Name: C. Saravanakarthikeyan

Published by ZDP Specifics

ZDP SPECIFICS

ZDP Specifics
(An imprint of Zero Degree Publishing)
No. 55(7), R Block, 6th Avenue,
Anna Nagar,
Chennai - 600 040

Website: www.zerodegreepublishing.com
E Mail id: zerodegreepublishing@gmail.com
Phone: 89250 61999

ZDP Specifics First Edition: January 2024

ISBN :978-93-484-3914-7

TITLE NO ZDPS:108

Rs. 290/-

Layout: G.Selva kumar
Cover Design: Vijayan, Creative Studio
Printed at Rathna Offset, Chennai, India.

சமர்ப்பணம்

நண்பன்
எஸ்கே செந்தில்நாதனுக்கு...

பொருளடக்கம்

தரம் பிரித்தல்

“சிங்கப்பூர்ல செட்டிலாகலாமே, ப்ரோ?”

“நமக்கு செட்டாகாதுங்க.”

“ஏன் அப்படிச் சொல்றீங்க?”

“கவர்மெண்ட்டைத் திட்டக்கூடாதாமே!”

சில ஆண்டுகள் முன் சிங்கப்பூர் போனபோது கேட்ட நண்பருக்குச் சொன்ன பதில்.

ஆம். எழுத்தாளன் எப்போதும் எதிர்க்கட்சிதான் என்பதே என் நம்பிக்கை. அதனால் அரசியல் பேசிக்கொண்டேதான் இருந்திருக்கிறேன். எப்போதும் ஆளும் அரசின் போதாமைகளைச் சுட்டி இருப்பதில் குறைந்த குறைகள் கொண்டது என நான் நம்பும் ஒரு கட்சியை ஆதரித்து வந்திருக்கிறேன். அதனால்தான் நான் இன்ன கட்சிக்கு ஆதரவு எனத் தெளிவாக ஒரு நிறத்தை எனக்குப் பூசி விட முடியாது. அதனால் இழந்தவை உண்டு. முறிந்தவை கணிசம். ஆனால் அது பற்றிய வருத்தங்கள் இல்லை. அது என் இயல்பு. அதற்கு மாறாகச் சமரசம் செய்து கொண்டு ஓரிடத்தில் ஒட்டிக் கொண்டிருத்தல் எனக்குச் சாத்தியமில்லை. *After all,* அரசியல் எனக்குத் தொழில் இல்லை. எனவே என் மனதைப் பேச முடியும். இதில் எனக்கு *tenet* என்றும் ஒன்றுதான்: நாட்டுக்கு எது நல்லது?

எழுத்தாளன் ஏன் அரசியல் பேசவேண்டும்? இந்தியா ஒரு ஜனநாயக நாடு. அதாவது மக்களே இந்நாட்டின் மன்னர்கள்.

எனவே அவர்கள் விழிப்புணர்வு பெற வேண்டியது அவசியம். அதனால் இந்நாட்டில் எழுத்தாளர்களுக்கு மக்களை அரசியல்மயப்படுத்தும் ஒரு குறைந்தபட்சக் கடமை இருக்கிறது. ஆனால் எழுத்தாளன் எவ்வளவு உழைத்தாலும், எவ்வளவு எளிமையாக விஷயங்களைக் கொண்டு போய்ச் சேர்த்தாலும் 1% மாற்றம் வந்தால் அதிசயம்! ஆனாலும் தளராமல் எழுத்தாளன் உழைக்கத்தான் வேண்டியுள்ளது.

ஜனநாயகம் என்பது என்ன? அடி முட்டாளுடன் பைத்தியகாரி கொண்ட கள்ள உறவில் உருவான கருவிலிருந்து குறைப் பிரசவத்தில் ஜனித்த ஜந்துவுக்கு அதிகாரமளித்து, அது வாந்தியெடுக்கும் உளறல்களைச் செய்தி ஆக்குவதும் அதற்கு நேர்மையாக, தர்க்கப் பூர்வமாக எதிர்வினையாற்றும் எளிய குடிமகனை க்ரிமினல் என முத்திரை குத்துவதும்.

இப்படியான சூழலில்தான் எழுத்தாளர்கள் மாற்றத்தை உத்தேசித்து இயங்குகிறோம்.

★

எழுத்தாளன் இதை ஏன் இவ்வளவு சிக்கலாக்கிக்கொள்ள வேண்டும்? சுலபமாக ஒரே நல்ல கட்சியை ஆதரிக்காமல் ஏன் நடுநிலை அல்லது நியாயநிலை எடுக்கவேண்டும்?

இரு காரணங்கள் இருக்கின்றன:

1) ஒரு கட்சியின் கொள்கை மட்டும்தான் எப்போதும் சரி என்று நம்புவது சராசரிக்கும் கீழான அறிவுடையோருக்கு மட்டுமே சரிப்பட்டு வரும். சுய அறிவு கொண்டோருக்கு ஒவ்வொன்றிலும் எது சரி, எது தவறு என்று யோசித்தே முடிவெடுக்க முடியும். ஆக, அவரவர் அறிவுக்கேற்ப ஏதோ ஒரு கட்சியை கண் மூடி ஆதரிப்பது அல்லது சுயமாய் யோசித்து முடிவெடுப்பது இவற்றில் ஒரு பாதையைத் தேர்ந்தெடுக்கலாம்.

2) சில கட்சிகளின் கொள்கை நமக்குப் பெருமளவு ஒத்து வந்தாலும் இன்று நடைமுறையில் எந்தக் கட்சியும் உண்மையில் தாம் சொன்ன கொள்கைப்படி செயல்படுவதில்லை. அதனால் எழுதி எங்கோ பரணில் எறிந்து விட்ட கொள்கைகளை ஆதரிக்கிறேன் என்ற பெயரில் அதற்குத் தொடர்பற்ற ஒரு கட்சியை ஆதரிக்க முடியாது.

அதனால் ஒவ்வொரு விஷயத்திலுமே ஆய்ந்துதான் நிலைப்பாடு எடுக்கவேண்டும். அந்த வகையில் இறுதியில் எல்லாக் கட்சிகளையுமே பகைத்துக்கொள்வதே நடக்கும்.

என் நிலைப்பாடுகளை எடுத்துக் கொள்வோம்:

நான் இணையத்தில் எழுத வந்த கால கட்டத்தில் ஈழ இறுதி யுத்த விவாகாரம், 2ஜி அலைக்கற்றை ஊழல் குற்றச்சாட்டு, நில அபகரிப்பு உள்ளிட்ட குறுநில மன்னர்களின் அராஜகம் காரணமாக திமுகவின் மீது ஓர் எதிர்மறை பிம்பம் இருந்தது. அதனால் அதை ஆதரிப்பதில் எனக்குப் பெரும் தயக்கம் இருந்தது. 1996 முதல் நான் கலைஞர் ரசிகன் என்றாலும் அச்சமயம் விலகியே நின்றேன். 2014ல் திமுக, அதிமுக, பாஜக, காங்கிரஸ் அல்லாத மூன்றாம் அணியை ஆதரித்தேன். 2016 முதல் 2021ல் ஆட்சிக்கு வரும் வரை திமுகவை மிகத் தீவிரமாகவே ஆதரித்தேன். இப்போது மறுபடி தமிழகத்தில் ஓர் அரசியல் மாற்று சக்தி அவசியம் எனக் கருதுகிறேன். அன்று முதல் இன்று வரை நான் மாறாமல் இருப்பது பாஜக எதிர்ப்பு ஒன்றில் மட்டுமே!

2018ல் நண்பரின் கேள்வி:

“திமுக சார்புடைய நீங்கள் ஏன் கட்சியில் இணையவில்லை?”

அதற்கு எனது பதில்:

1) நான் திமுக ஆதரவாளன் என்று ஒற்றைப்படையாய்ச் சொல்ல முடியவில்லை.

2) தமிழக அரசியலில் நான் கலைஞரின் பெரும் ரசிகன். அதனால் இயல்பாகவே திமுக மீது மென்முனை உண்டு.

3) கலைஞருக்குப் பிந்தைய ஸ்டாலினின் திமுகவை ஆதரிப்பதா என்று தீர்மானிக்க இன்னும் அவகாசம் - சில ஆண்டுகளேனும் - தேவை.

4) இருக்கும் கட்சிகளில் இப்போதைக்கு திமுகவை ஆதரிப்பதைத் தவிர வேறு வழியில்லை என்பதே உண்மை. தமிழகத்தில் கடந்த மூன்றாண்டுகளாகவே இதுதான் நிலை. இது பிரச்சனை அடிப்படையிலான ஆதரவுதான் (*issue based support*).

5) கொள்கை அடிப்படையிலும் சரி, பொருட்படுத்தத்தகுந்த

ஆளுமைகளைக் கொண்டிருப்பதிலும் சரி, திமுகவை மட்டுமே தமிழகத்தில் மதிக்க முடிகிறது என்பதும் அதன் மீதான மனச்சாய்வுக்குக் காரணம்.

6) மற்றபடி, எக்கட்சியிலும் எந்த அமைப்பிலும் எந்தக் குழுவிலும் என்னை இணைத்துக்கொள்ள மாட்டேன் என்பதைப் பொதுவான கொள்கை முடிவாக வைத்திருக்கிறேன். காரணம் அது என் கருத்துச் சுதந்திரத்தைப் பாதிக்கும். (விஷ்ணுபுரம் வாசகர் வட்டம் போன்றவற்றில் கூட இணையாதது அதனால்தான்.)

ஏழாண்டுகள் ஓடிவிட்டன. திமுக ஆதரவு இடத்திருந்து நிறைய நகர்ந்து வந்துவிட்டேன். ஆனால் மாறாமல் இருப்பது ஒன்று - எந்தக் கட்சியிலும் சேரக்கூடாது என்பது. இன்று நான் விஜய்யின் தவெகவை ஆதரித்து எழுதுவதால் அவர் பக்கம் என்பது போல் தோற்ற மயக்கம் உண்டாகிறது. இதேபோன்ற பிம்பம்தான் திமுககாரன் என சில ஆண்டுகள் முன் இருந்தது. ஆனால் அது என் ஆதரவின் உறுதிப்பாட்டை மட்டுமே பிரதிபலிக்கிறது.

கட்சியை ஆதரித்துப் பேசினால் புனித எழுத்தாள பிம்பம் நொறுங்கி விடுமோ என ஒருபோதும் தயக்கம் இருந்ததே இல்லை. ஏனெனில் எந்தக் கட்சியிடமிருந்தும் எந்த அனுகூலமும் நான் வாங்குவதில்லை. எழுத்தாளன் கொடுக்குமிடத்தில் இருப்பவன்!

★

இந்தியக் குடியாக என் வாக்குரிமை பெங்களூர் தெற்கு நாடாளுமன்றத் தொகுதியில் / பிடிஎம் லேஅவுட் சட்டமன்றத் தொகுதியில் இருக்கிறது. அது பற்றி மே 2018ல் எழுதியது:

“*My* மை கை படத்தில் போயேறி என்று என்னைப் பகடி பகர்ந்திருந்தார் நண்பர். ஆனால் இங்கே நான் வந்தேறி. ஏன் என் வாக்குரிமையை இங்கே மாற்றிக் கொண்டேன்?

நான் பெங்களூரில் குடியேறி பத்தாண்டுகளுக்கு மேலாகிறது. ஆண்டின் 95% நாட்கள் இங்கே இருக்கும் அடுக்ககத்தில்தான் வசிக்கிறேன். வீட்டு வரி, தண்ணீர் வரி கட்டுகிறேன். இங்கு தான் இரு சக்கர, நான்கு சக்கர வாகனங்கள் ஓட்டுகிறேன். சாலை வரி கட்டுகிறேன். இங்கே கிடைக்கும் அரிசி, பருப்பு, காய்கறி, கறியையே உண்கிறேன். மின்சாரம் நுகர்கிறேன். என் குடும்பத்தில் இங்கு

தான் மருத்துவ சிகிழ்ச்சை எடுத்துக்கொள்கிறோம். இங்கு தான் என் குழந்தைகள் படிக்கிறார்கள். எனக்குச் சோறிடும் அலுவலகம் இங்கேதான் நம்பிக்கையாய் வீற்றிருக்கிறது. இங்கே என்னைச் சுற்றி ஓர் இணக்கமான சமூகம் வேண்டியுள்ளது. என் தினசரிப் பிரச்சனைகளுக்குத் தீர்வு இங்குள்ள மாநில அரசிடமிருந்தோ உள்ளாட்சி அமைப்புகளிடமிருந்தோ தான் கிடைக்கும். எனக்குக் கிட்டும் நல்லவைகட்கும் அவர்களே பொறுப்பு.

அதனால் ஜனநாயக முறைப்படி அவர்களைத் தீர்மானிக்கும் பணியில் பங்கேற்க விரும்புகிறேன். அதனாலேயே வாக்குரிமையைத் தமிழகத்தில் ரத்து செய்துவிட்டு இங்கே மாற்றிக்கொண்டேன். இங்கே ஒரு பாராளுமன்றத் தேர்தல், ஓர் உள்ளாட்சித் தேர்தல், ஒரு சட்டமன்றத் தேர்தல் என ஒரு முழுவட்டமும் பூர்த்தியாயிற்று."

நான் தமிழகத்திலிருந்து கர்நாடகத்துக்குப் புலம் பெயர்ந்து பதினேழு ஆண்டுகளாகி விட்டது என்றாலும் என் மனம் தமிழக அரசியலைக் குறித்தே சிந்தித்துக் கிடக்கிறது.

★

இந்நூல் சமகால அரசியல் கட்டுரைகளின் தொகுப்பு. ஸ்டாலின், திருமா, விஜய் என மும்முனைகளைப் பற்றிப் பேசுறது. அது போக, சாதி அரசியல், இட ஒதுக்கீடு, கலப்பு மணங்கள், நீட் தேர்வு போன்ற முக்கியப் பிரச்சனைகளை விரிவாக விவாதிக்கிறது.

இந்நூல் ஒரு கட்சிக்கு ஆதரவான அல்லது இன்னொரு கட்சிக்கு எதிரான பரப்புரை முயற்சி அல்ல. இதில் சாய்வுகள் இருந்தால் அது மேற்சொன்னது போல் நாட்டுக்கும் மக்களுக்கும் நல்லது என்ன என என் தர்க்கத்தில் வந்தடைந்ததாக மட்டுமே இருக்கும்.

இந்நூலின் தலைப்பான தளபதி *Vs* தளபதி என்பது இரு வேறு நபர்களையும் குறிக்கலாம் அல்லது விஜய் தன் போதாமைகளுடன் மோதி ஜெயித்து மேலேறுவது பற்றியதாகவும் கருத இடமுண்டு. இதற்கு நான் யோசித்த இன்னொரு தலைப்பு விஜய் *Vs* வெற்றி என்பது. பரிசீலித்த இன்னுமிரு தலைப்புகள்: ஸ்டாலின் - திருமா - விஜய், திமுக - விசிக - தவெக.

இந்நூலில் ஒரு கட்டுரை தமிழினி மின்னிதழில் வந்தது, இன்னொன்று குமுதம் இதழில் வெளியானது. மீதமெல்லாம்

எனது வளைதளத்திலோ ஃபேஸ்புக்கிலோ எழுதியவை.

கிண்டி பொறியியல் கல்லூரியில் எனக்கு முதன்முதலாக சினேகிதனானது எஸ்கே செந்தில்நாதன்தான். கணக்குப் பார்த்தால் 22 ஆண்டுகளுக்கு மேல் வருகிறது. என் பரத்தை கூற்று நூல் வெளியீட்டுக்காக ஊர் விட்டு ஊர் வந்து வாழ்த்தியிருக்கிறான். சமீப காலமாக அவ்வளவாகத் தொடர்பில் இல்லை. அவன் அந்தக் காலத்திலிருந்தே விஜய் ரசிகன். கொஞ்சம் அரசியலும் நிறைய சினிமாவும் அதைவிட அதிகமாகப் பெண்களும் பேசி மாய்ந்திருக்கிறோம். ஒன்றாகத் திரிந்திருக்கிறோம். கணிசமாகச் சண்டையிட்டிருக்கிறோம். இந்நூல் பேசும் அரசியல் அவனுக்கு உவப்பானது என அறிவேன். இதை அவனுக்குச் சமர்ப்பிப்பது எனக்கு மகிழ்ச்சி. அவனும் மகிழ்வான்.

என் எல்லா நூல்களையும் போல் இதன் ஆக்கத்திலும் உதவிய சௌம்யாவுக்கு அன்பு. புத்தகமாக்கும் ஸீரோ டிகிரி பதிப்பக ராம்ஜீ நரசிம்மனுக்கும் ஆர் காயத்ரிக்கும் நன்றி.

இக்கட்டுரைகள் செய்ய முனைவது மோசமான அரசியலையும் நல்ல அரசியலையும் தரம் பிரித்துக் காட்டும் வேலையைத்தான். சிந்தனையால் உரசித் தரம் பிரிப்போம்!

சி.சரவணகார்த்திகேயன்

எம்.ஜி.ஆர். நினைவு நாள், 2024

பகுதி – 1
ஸ்டாலின்

1. திமுகவை ஏன் ஆதரிக்க வேண்டும்?

திருமாவளவனை அல்லது நல்லகண்ணுவை (நலமாய் இருக்கிறாரா?) முதல்வர் வேட்பாளராக்கி சந்தர்ப்பவாத மதிமுகவைக் கூட்டணியிலிருந்து வெளியேற்றினால் மக்கள் நலக் கூட்டணியை 2016 சட்டசபைத் தேர்தலில் ஆதரிக்கலாம்தான். போலவே விஜய்காந்த், ஜிகே வாசன் போன்றோரையும் கூட்டணிக்குள் அனுமதிக்கக்கூடாது. பச்சை தமிழகம் போன்ற உதிரிகளை இணைத்துக் கொள்ளலாம். ஆம் ஆத்மி என ஒரு கட்சி மிஞ்சி இருந்தால் அதனையும்.

இன்று தமிழகத்தில் ஒரு கட்சி மாற்று அரசியல் என்பது சாத்தியமில்லை. அதனால் இந்தக் கூட்டணி அணுகுமுறையே வழி. இதில் ஆட்சியின் ஸ்திரத்தன்மை பற்றிய கேள்விகளுக்கு என்னிடம் பதிலில்லை தான். ஆனால் எல்லாக் கேள்விகளுக்கும் திருப்தியான பதில்கள் தரும் ஆளோ கட்சியோ கூட்டணியோ வரும் வரை ஜனநாயகத்தில் காத்திருக்க முடியுமா என்ன!

இவர்கள் நிலைமையைத் தலைகீழாக மாற்றுவார்கள் என்று சொல்லவில்லை. ஆனால் இதுவரை நாம் வாய்ப்பளிக்காதவர்கள் இவர்கள் மட்டுமே. ஒருவேளை இவர்கள் நேர்மையானவர்களாகவும் திறமைக்காரர்களாகவும் இருந்து விட்டால் என்ற நப்பாசை தான். ஆனால் 2001ல் இப்படி விஜய்காந்த்தை நம்பியதை விட இது மோசமாகாது என்றே தோன்றுகிறது. ஏனெனில் அவர் போல் இவர்கள் கத்துக்குட்டி அல்ல; களத்தில் நெடுங்காலமாய் இருப்பவர்கள். குறைந்தபட்சம் தொகுதிவாரியாக இவர்கள் நிறுத்தும் வேட்பாளர்களை தகுதி அடிப்படையில் அணுகி ஆதரிப்பதைத் தீர்மானிக்கலாம்.

இதுபோல ஒரு கூட்டணி உருவாகவில்லை எனில் திமுகவை ஆதரிப்பதைத் தவிர வேறு வழியில்லை.

(பிப்ரவரி 1, 2016)

★

திமுகவை வீழ்த்துவது என்ற தன் நோக்கம் நிறைவேறியது என தேர்தல் முடிவுகளுக்குப் பின் வைகோவே பொதுவில் அறிவித்திருக்கிறார். அப்படி அவர் சந்தோஷப்பட்டபோது அதிமுக வென்றது பற்றிய சிறுவருத்தமோ குற்றவுணர்வோ இல்லை. அதாவது அவர் நோக்கம் அதிமுக, திமுக இரண்டுக்கும் மாற்றாக இருப்பதல்ல; அதிமுக எதிர்ப்பு வாக்குகளைப் பிரித்து திமுகவைத் தோற்கச் செய்வது. விஜய்காந்த்தைத் திமுகவுடன் சேரவிடாமல் செய்தது அதன் முக்கிய வேலை. அதற்காக போயஸ் தோட்டத்தில் காசு வாங்கினாரா இல்லையா என்பதை எல்லாம் அறியேன். ஆனால் மக்கள் மீது அவருக்கு எந்தக் கரிசனமும் இல்லை. திமுக வரக்கூடாது என்பது மட்டும்தான் நோக்கம். அவர் நேர்மையானவராக இருந்திருந்தால் அதைத் தேர்தலின் போதே சொல்லி இருக்க வேண்டும். ஆனால் திமுக, அதிமுகவிற்கு மாற்று என்று சொல்லி ஏமாற்றினார். அதில் ஏமாந்த ஒருவர் திருமாவளவன். பல முற்போக்காளர்கள் ஏமாந்தனர். அப்படி வேடம் போட்ட ஒருவருக்கு எந்த மதிப்பும் இல்லை. அவர் அயோக்கியர். நம்பிக்கை துரோகி.

(ஜூன் 19, 2017)

★

நாக்கைக் குறி வைத்த ஃபாசிஸ ஆட்சி நம் தேசத்தில் நடந்து கொண்டிருக்கிறது. தனி மனிதன் என்ன மொழி பேச வேண்டும் என்றும், என்ன உணவு உண்ண வேண்டும் என்றும் சர்க்கார் தீர்மானிக்கிறது. இஸ்லாமியர்களும், தலித்களும் நேரடியாகவும் மறைமுகமாகவும் ஒடுக்கப்படுகின்றனர். ஒரு நூற்றாண்டாய்த் தயங்கி ஒலித்த இந்துத்துவக் குரல்கள் இன்று எக்காளமிடுகின்றன. உயர்நீதிமன்ற நீதிபதிகள் கூட தம் மதச்சார்பை, முட்டாள்தனத்தைப் பொதுவெளியில் வெளிப்படுத்தத் தயங்குவதில்லை. ஆதரிப்பவன் தேச பக்தன், எதிர்ப்பவன் தேசத் துரோகி என்ற இருமத்துள் அடைக்க முனைகிறார்கள். சிதறியுள்ள மதச் சார்பற்ற மற்றும்

முற்போக்கு அரசியல் சக்திகள் ஒன்றிணைய வேண்டிய தருணம் இது. நினைவு கொள்ளுங்கள்: அயோத்தி ஆலயம் செல்லும் ஒவ்வொருவர் கையிலும் பாபர் மசூதியை இடித்த கடப்பாறை இருக்கிறது. பாஜவுக்கு ஓட்டுப் போடும் ஒவ்வொருவர் கையிலும் இருப்பது கோட்ஸேவின் துப்பாக்கி!

(ஜூன் 20, 2017)

★

திமுகவை தற்போது விமர்சித்துக் கொண்டிருக்கும் நடுநிலையாளர்களுக்கு,

உங்கள் எல்லோரையும் போல் எங்களுக்கும் - அதாவது திமுகவை இத்தேர்தலில் ஆதரிக்கும், மக்களை ஆதரிக்கக் கோரும் எங்களுக்கும் - திமுக மீது விமர்சனங்கள் உண்டு. அதை முன்பே பேசியும் இருக்கிறோம். இனியும் பேசுவோம். ஆனால் இப்போது அதைப் பற்றிப் பேச மாட்டோம். அது மிக ப்ரக்ஞைப்பூர்வமாக எடுத்த முடிவுதான்.

இப்போது பாஜக தமிழகத்தில் தனித்து இல்லை. அதிமுகவோடு சேர்ந்து நிற்கிறது. இப்போது இங்கே சமூக வலைதளங்களில் திமுகவை விமர்சித்து எழுதும் ஒவ்வொன்றும் அதிமுகவுக்கு (அதாவது பாஜகவுக்கு) சாதகமாக மாறும். நீங்கள் நினைக்கலாம், அது மய்யம், நாம் தமிழர் போன்ற கட்சிகளுக்குத் தானே ஓட்டாக மாற வாய்ப்பதிகம் என்று. ஆனால் இறுதியில் அதுவும் வாக்குப் பிரிதலின் காரணமாக அதிமுகவுக்கே சாதகமாக முடியும் என்பது தேர்தல் கணக்குகளின் எளிய அடிப்படைங்களை விளங்கிக் கொண்ட எவருக்கும் புரியும். ஆனால் துரதிர்ஷ்டவசமாய் அறிவுடையோருக்குக் கூட அதையெல்லாம் இங்கே விளக்க வேண்டியிருப்பது பெரும் ஆயாசம் தருகிறது.

அதனால் தேர்தல் வரை திமுகவை விமர்சிக்காமல் இருப்பதே பாஜகவை எதிர்க்கும் ஒரே வழி. நீங்கள் ஆதரிக்காவிடினும் பரவாயில்லை, வாயை மூடிக் கொண்டிருங்கள். இல்லை, திமுகவை கேள்வி கேட்டே ஆவேன் என்றால் தாராளமாய் சம்மந்தப்பட்ட திமுக உறுப்பினர்கள், தலைவர்களின் செல்பேசி, மின்னஞ்சல் அல்லது அப்பாயிண்ட்மெண்ட் வாங்கி உங்கள் கருத்துக்களை உடனே பகிர்ந்து கொள்ளுங்கள். அவர்கள் கவனித்து நடவடிக்கை எடுத்தால் மகிழ்ச்சி.

காரணம், இங்கே நீங்கள் எழுதுவது பொதுமக்களுக்குத்தான் போய்ச் சேரும்; திமுக கட்சியினருக்கு அல்ல. அதனால் திமுகவைத் திருத்துகிறேன் பேர்வழி என இங்கே ஃபேஸ்புக் பதிவுகளில் பினாத்திக் கொண்டிருப்பதால் பலனடையப் போவது மோடியும் எடப்பாடியும்தான். நீங்கள் என்ன நினைக்கிறீர்கள்? இங்கே திமுகவை கேலி செய்து எழுதினால் மோடியின் ஆட்சி வீழும், திமுகவும் திருந்தும், இரண்டும் ஒரே கல்லில் இரு மாங்காயாக நிகழும் என்றா? எவ்வளவு அபத்தமாக இருக்கிறது! (தவிர, நீங்களும் இத்தனை காலமாகச் சும்மா இருந்து விட்டு இப்போது திடீரென தேர்தல் வந்ததும் திமுக திருந்த வேண்டும் என அக்கறை கொண்டிருப்பது பற்றிக் கிளறுவதில் ஆர்வமில்லை.)

மோடி மீண்டும் ஆட்சிக்கு வரவேண்டும் என்றெண்ணும் சாடிஸ்டாகவோ யார் வந்தால் என்ன என டைம்பாஸுக்கு எழுதுபவராகவோ நீங்கள் இருந்தால் நான் ஒன்றும் சொல்வதற்கில்லை. ஆனால் மோடி மீண்டும் வரக்கூடாது என உளப்பூர்வமாக நீங்கள் எண்ணுவீர்கள் எனில் நீங்கள் மௌனம் காப்பதே சிறந்தது. ஏனெனில் மோடியை நீக்குவதா திமுகவைத் திருத்துவதா எது முக்கியம் எனக் கேட்டால் நான் முதலாவதைத்தான் தேர்ந்தெடுப்பேன். அறிவுள்ள எவனும் அதைத்தான் செய்வான்.

“அதிமுக பற்றியோ பாஜக பற்றியோ ஏதும் பேச மாட்டோம். ஏனெனில் அதெல்லாம் திருந்தாத கேஸ். திமுக மட்டும்தான் விமர்சனமாவது செய்ய முடியும்” என்று நீங்கள் சொல்லக்கூடும். காலங்காலமாய் திமுகவைத் திட்ட சொல்லப்படும் உத்திதான். ஆனால் இம்முறை இதில் உங்கள் நேர்மையை நம்புகிறேன். ஆனால் உங்கள் செயலின் பலன் என்ன என யோசியுங்கள். ஒரு சாதாரணக் குடிமகனின் பார்வையில் நோக்குங்கள். தொடர்ந்து திமுகவின் எதிர்மறைகள் பேசப்பட்டுக் கொண்டே இருக்கும். அதிமுக / பாஜக பற்றி எந்த எதிர்மறையும் இராது (அதாவது பேச்சே இராது). ஆக, இயல்பாகவே அவன் திமுக மீது வெறுப்புக் கொள்வான். அவன் ஓட்டு மாறும்.

திமுகவைப் பாராட்டி எழுதும் போது திமுகவின் குறைகளையும் எழுத வேண்டும் என்கிறார்கள். நான் தற்சமயம் திமுகவைப் பற்றி எழுதக் காரணம் தேர்தல் பரப்புரை. மத்தியில் ஆட்சி

மாற்றம் வர தமிழகத்தில் திமுக கூட்டணிதான் ஒரே ஆயுதம் என நம்புகிறேன். அதனால் அதைச் சிலாகித்து எழுதுவதே ஜனநாயக தேர்தல் பிரச்சாரத்தின் இயல்பு. எவனாவது “இக்கட்சி இந்த நல்லவை எல்லாம் செய்திருக்கிறது. இந்தக் கெட்டவை எல்லாம் செய்திருக்கிறது. அதனால் ஓட்டுப் போடுங்கள்.” என்று கேட்பானா? நல்ல விஷயங்களை மட்டும்தான் முன்னிலைப்படுத்த முடியும். அதுவே யதார்த்தம். அடிப்படையாய் மூளை வேலை செய்தால் கூட இதெல்லாம் புரிந்து விடும்.

ஜனநாயகத்தில் எப்போது எதைப் பேச வேண்டும் என்பது முக்கியம். அதை விடுத்து நான் நேர்மையாகப் பேசுவேன், நீ ஏன் பேசவில்லை எனக் கேட்டு தையத்தக்க எனக் குதித்தால் உங்களை அறியாமல் எதிரிகளுக்கு நீங்கள் உதவிக் கொண்டிருக்கிறீர்கள் என்றர்த்தம். திமுக பற்றி நீங்கள் சொல்லும் குற்றச்சாட்டுகள் ஏதும் புதியவையும் அல்ல; அதில் பலவற்றை யாரும் மறுக்கவும் இல்லை. பேச இது நேரமில்லை என்பது மட்டும் அல்ல; இது பேசுவதற்கு தவறான நேரம் என்று சொல்கிறேன். ஆனால் அதைத் திரும்பத் திரும்பச் சொல்லி இணையத்தில் புழங்கும் வெகுஜன உளவியலை மாற்றுகிறீர்கள்.

இன்று இணையத்தை நோக்கி மக்கள் திரள் வந்து கொண்டே இருக்கிறது. இங்கே கணிசமான வாசகர்களுடன் எழுதுபவர்கள் பொறுப்பாக எழுத வேண்டும் என்பதே என் கருத்து. நீங்கள் வறட்டு நேர்மையுடன் எழுதிக் குவித்து எதிராளிக்கு சாதகமாவதை விட சும்மா இருக்கலாம் என்பதே நான் சொல்ல வருவது.

(மார்ச் 20, 2019)

★

சென்ற ஆண்டு திமுகவின் நாடாளுமன்றத் தேர்தல் அறிக்கைக்குப் பொதுமக்களிடம் ஆலோசனை கோரிய போது நான் அனுப்பியவை இவை. இவற்றை மாநில அரசும் சட்டசபையில் சட்டங்கள் நிறைவேற்றிச் செயல்படுத்த முடியும். ஆக, இது 2021க்காக.

1) தமிழகத்தில் மனிதக் கழிவுகளை மனிதர்களே அகற்றும் கொடுமைக்கு முழுமையாய் முற்றுப்புள்ளி வைக்க வேண்டும். அதைச் சாத்தியப்படுத்த இருக்கும் தொடர்புடைய சட்டங்களை *(The Prohibition of Employment as Manual Scavengers and their*

Rehabilitation Act, 2013) இறுக்கமாக்கவும், அக்கழிவுகளை அகற்ற தானியங்கி *(Automated)* இயந்திரங்களை உருவாக்கிப் பயன்படுத்த ஆவன செய்யவும், சம்மந்தப்பட்டவர்கள் மறுவாழ்வுக்கு யதார்த்தத் தீர்வளிக்கவும் வழிவகைகளை மேற்கொள்ள வேண்டும்.

2) சாதி / மத கலப்புத் திருமணப் பாதுகாப்புச் சட்டம் கொண்டு வரப்பட வேண்டும். உச்சநீதிமன்றமே இதை 2018ல் சிபாரிசு செய்துள்ளது. கலப்பு மணம் செய்தவர்களுக்கு நடைமுறைச் சிக்கல்கள் களைந்து உரிய பாதுகாப்பு அளிக்கவும், ஆணவக் கொலை வழக்குகளை விரைந்து விசாரிக்கவும், கொலை செய்த, தூண்டிய அனைவருக்கும் கடுமையான தண்டனை அளிக்கவும் வழிவகை செய்ய வேண்டும். கலப்பு மணம் பற்றிய சமூகப் புரிதல் ஏற்படுத்தத் திட்டங்கள் கொண்டுவரப்பட வேண்டும்.

3) எழுத்தாளர்கள் / சிந்தனையாளர் பாதுகாப்புச் சட்டம் கொண்டு வரப்பட வேண்டும். எழுத்து, திரைப்படம், பிற கலைகள் என எல்லா வடிவங்களிலும், அச்சு, ஒலி, ஒளி, இணையம் என அனைத்து ஊடகங்களிலும் குழப்பமின்றிக் கருத்துரிமையை நிலை நாட்டவும், அவர்களின் பாதுகாப்பை உறுதி செய்யவும், அதைக் குலைக்கும் வகையில் செயல்படும் நபர்கள் / அமைப்புகளின் குற்றங்களைத் துரிதமாக விசாரிக்கவும், கடுமையாகத் தண்டிக்கவும் இச்சட்டம் வழிவகை செய்ய வேண்டும்.

(அக்டோபர் 17, 2020)

★★★

2. திமுகவின் பிரச்சனைகள் என்ன?

அன்புள்ள உடன்பிறப்புகளே,

எந்தக் கேள்வி எழுப்பினாலும் அதிமுகவை விட நாங்கள் பெட்டர் என்று சொல்வது என்ன மாதிரியான மனநிலை? அதிமுகவோடு திமுகவை ஒப்பிட்டுக் கொள்வதே அவமானமாக இல்லையா? அதிமுக எந்த வகையிலும் சமூக அக்கறையே இல்லாத கட்சி. அவர்களோடு ஒப்பிட்டால் நாளை தொடங்கப்பட இருக்கும் ரஜினி கட்சி கூட மேலானதாகத்தான் இருக்க முடியும். அண்ணாவும் கலைஞரும் உருவாக்கிய பிரம்மாண்ட கழகம், தேர்தலில் தனக்குச் சமமான வாக்கு வங்கி கொண்டது என்ற அற்ப காரணத்துக்காக அதிமுகவை தனக்கிணையாகப் பாவிப்பது எவ்வளவு கேவலம்!

பெயரில் திராவிடம் இருப்பதால் அதிமுக, தேமுதிக எல்லாம் திராவிடக் கட்சிகள் ஆகி விட முடியாது. விட்டால் த்ரிஷாவை அமித்ஷா மகள் என்று சொல்வார்கள் போல!

நான் அதிமுகவுக்கு என்றும் ஓட்டுப் போட்டவன் அல்லன். அதனால் அதை நான் எதிர்ப்பேன், திட்டுவேனே ஒழிய, ஒருபோதும் கேள்வி கேட்க மாட்டேன். அதற்கு பதிலளிக்கும் திராணி கொண்டோர் அங்கே ஒருவரும் இல்லை. ஆனால் திமுக அப்படி இல்லை. இன்றும் ஆ.ராசா, திருச்சி சிவா போன்ற நாயகர்களை முன் வரிசையில் கொண்டிருக்கும் கட்சி. சில விஷயங்களில் தெரிந்தே அக்கட்சி பிறழ்கையில் கேட்கவேண்டியது என் அரசியல் கடமை. பெரியாரின் மாணவனாக அதற்கு எனக்கு முழு உரிமையும் உண்டு என்றும் நம்புகிறேன்.

நாங்கள் திமுகவின் மீது விமர்சனம் வைப்பதைக் கேட்டு திமுக ஆதரவாளர் எவரும் அதிமுகவுக்கு மாற்றி ஓட்டுக் குத்தப்

போவதில்லை. அதிமுகவுக்கு ஓட்டுப் போடும் முட்டாள்கள் நாங்கள் இந்த விமர்சனங்களைப் பேசினாலும் பேசாமல் திமுகவைப் புகழ்ந்தாலும் மாறாமல் இரட்டை இலைக்குத்தான் ஓட்டுப் போட்டுக் கொண்டே இருப்பார்கள். அதனால் எங்களை மாதிரி நியாயமான கேள்விகளை எழுப்புபவர்களிடம் முஷ்டி முறுக்குவதை விட்டு விட்டு அதிமுகவுக்கு ஓட்டுப் போடும் மக்களை திமுகவின் பக்கம் திருப்புவது எப்படி என்று யோசிப்பதே சாலச் சிறந்தது.

மறுபடி சொல்கிறேன். என் போன்றோர் திமுகவின் மீது வைக்கும் விமர்சனங்கள் எந்த வகையிலும் திமுகவின் தேர்தல் அரசியலை எதிர்மறையாகப் பாதிக்காது. இன்னொருபுறம் அந்த விமர்சனங்கள் பொருட்படுத்தப்பட்டால் ஒடுக்கப்பட்டோரின் ஆதரவு திமுகவின் மீது குவியமுறும் வாய்ப்பே அதிகம். அதனால் பதில் இருந்தால் சொல்லுங்கள். அல்லது பதற்றம் அடையாமல் எங்கள் கேள்விகளை நிராகரித்து வேலையைப் பாருங்கள். கேள்விக்கு நியாயத்தின் பலமும், கட்சிக்கு அறத்தின் நிர்ப்பந்தமும் இருந்தால் பதில் தானாய் வரும்.

(ஏப்ரல் 15, 2018)

★

இதைச் சொல்ல எனக்கு எந்த உரிமையும் இல்லை என உணர்ந்தே இருக்கிறேன். ஏனெனில் இது பரிசுத்தமாய் ஓர் உட்கட்சி விவகாரம். ஆனாலும் நெடுநாள் திமுக அனுதாபியாக இதைச் சொல்வது என் கடமை எனக் கருதுகிறேன்.

வாரிசு அரசியல் என்பதை நான் பெரிய பாவமாகக் கருதவில்லை. காரணம் அதனால் மக்களுக்கு மற்றும் தேசத்துக்கு நேரடி பாதிப்பு ஏதுமில்லை. தவிர, மக்கள் ஏற்றால்தான் அரசியலில் ஒரு வாரிசு நிலைக்கவும் முடியும். சொல்லப்போனால் வாரிசு அரசியல் இந்தியாவில் கொழிப்பதற்கு சம்மந்தப்பட்ட கட்சிகள் மட்டுமின்றி பெருவாரியான மக்களின் செண்டிமெண்ட்டும் ஒரு காரணம். அதனால் கமல் மாதிரி ஆஃபாயில் தனமாய் அதை இன்றைய தேசத்தின் தலையாயப் பிரச்சனை என்று பேச மாட்டேன்.

ஆனால் வாரிசு அரசியலால் கட்சிக்குச் சில பாதிப்புகள் உண்டு. ஒரு கட்சிக்கான அடுத்த தலைமை என்பது இருப்பதிலேயே

சிறந்த ஒருவரைத் தேர்ந்தெடுப்பதாகவே அமைய வேண்டும். வாரிசு என்பதே ஒருவர் தலைவராகத் தகுதியாகி விடாது. இன்று இந்தியாவில் ஜனநாயக அரசியல் நடத்தப் பணம் முக்கியத் தேவை என்பதால் அது ஒரு வாரிசிடம் நிறைய இருக்க வாய்ப்புண்டு என்பது தாண்டி அவர் கட்சியை வழிநடத்தும் தன் அறிவை, திறமையை ஐயந்திரிபற நிரூபிக்க வேண்டும்.

திமுகவில் முக ஸ்டாலின் எமெர்ஜென்ஸி காலத்திலிருந்து இருக்கிறார் என்பதால் ஓரளவு அவர் இன்று தலைவராக ஆகியிருக்கும் வளர்ச்சியை ஒப்புக்கொள்ள முடிகிறது. ஆனால் அவர் மட்டுமே கலைஞருக்கு அடுத்து திமுகவில் உருவான சிறந்த தலைவர் என்று நாம் அடித்துச் சொல்லிவிட முடியுமா? ஆனால் அவர் பெரும்பாலும் குறைகள் குறைந்தவர்; இத்தனை ஆண்டுகளில் கட்சியிலும் மக்கள் மத்தியிலும் ஏற்கப்பட்டுவிட்டவர் என்ற அடிப்படையில் திமுக தலைவராகக் கொண்டிருப்பது நல்லதே.

ஆனால் அவருக்கு அடுத்து கலைஞர் குடும்பத்திலிருந்து ஒருவர் (உதா: உதயநிதி) கட்சிக்குத் தலைவராக வராமல் இருப்பதே நல்லது. அப்படித் தவிர்ப்பது மக்களிடம் கட்சியின் நன்மதிப்பை உயர்த்தவே செய்யும். ஸ்டாலின் எப்படியும் இன்னும் நான்கு தேர்தலாவது போட்டியிடுவார். இப்போதே அவர் தன் அரசியல் வாரிசை உருவாக்கத் தொடங்குவது நல்லது. இப்போதைக்கு ஆ. ராசா கண்ணுக்குத் தெரிகிறார். அவரையோ, அவரை விட இளைஞர் ஒருவரையோ (உதயநிதி வயதில், ஆனால் வேறொருவர்) அடுத்த தலைவராக அடையாளங்காட்டத் தொடங்க வேண்டும். அது கட்சித் தொண்டர்களிடமும் உற்சாகத்தை ஊட்டும் என நம்புகிறேன்.

இதில் இன்னொரு லாபம் கட்சியின் தலைமைப் பதவிக்கே வாரிசு வர வேண்டாம் என்ற விதியைப் பின்பற்றினால் தகுதியே இல்லாமல் வாரிசு என்ற காரணத்தாலேயே உள்ளே நுழையும், எடுத்த எடுப்பில் எம்எல்ஏ, எம்பி சீட் வாங்கி விடும் இரண்டாம் மட்டத் தலைவர்களின் வாரிசுகளையும் தடுக்கலாம். திமுக இன்று மக்கள் மத்தியில் பலவீனமாகிக் கொண்டிருப்பதற்கு இந்த வாரிசுகளும் ஒரு முக்கியக் காரணம் என நினைக்கிறேன். தகுதி உள்ளவனுக்கே வாய்ப்பு என்ற நிலை உருவாகும் போது கட்சியில் தன்னை இணைத்துக் கொள்ள பல தகுதியுள்ளவர்களுக்கு ஆர்வம்

வரும். அது திமுகவை மிக வலுவாய் மற்றவர்களிடமிருந்து தனித்துவப்படுத்தும்.

(ஏப்ரல் 22, 2019)

★

திமுகவின் மீதான பொதுவான விமர்சனங்கள் என்னென்ன? பட்டியலிடுவோம்.

1) ஊழல் *(கலைஞர் முதல் ஆ.ராசா வரை - எதுவும் நிரூபணமாகவில்லை எனினும்)*

2) அராஜகம் *(கட்டப் பஞ்சாயத்து, நில அபகரிப்பு, ரவுடியிஸம் முதலானவை)*

3) சாதியம் *(வேட்பாளர் தேர்வு, மாவட்டச் செயலாளர் தேர்வு, சாதிய அக்கிரமங்களுக்கு எதிரான குரலும் செயலும் குறைவாயிருப்பது, தாமிரபரணி முதலான நிகழ்வுகள், வாக்கு வங்கிக்காக சாதியத் தலைவர்களுக்கு மரியாதை செய்வது, பாமக முதலிய சாதி வெறி உமிழும் கட்சிகளுடன் கூட்டணிக்குத் தயாராய் இருப்பது முதலியன)*

4) *Hypocrisy* *(ஒருபக்கம் மதுவிலக்கு கோரிக் கொண்டே இன்னொரு பக்கம் கட்சிக்காரர்கள் மது ஆலைகளை நடத்துதல் முதலானவை)*

5) வாரிசு அரசியல் *(ஸ்டாலினை ஏற்றுக் கொண்டார்கள்; லேசாய்க் கனிமொழியையும். ஆனால் உதயநிதி, தயாநிதி, சபரீசன் பிரச்சனை. மற்ற தலைவர்களின் வாரிசுகளும்.)*

6) கொள்கைச் சமரசம் *(ஆட்சிக்காக, பதவிக்காக திராவிடக் கொள்கைகளில் சமரசம்)*

7) ஓட்டுக்குக் காசு *(நேரடி negative. காசு கொடுக்க கொள்ளை அடித்திருக்க வேண்டும்.)*

திமுகவின் இப்பிம்பங்கள் நிஜமாகவே நடுநிலை கொண்ட எழுத்தாளர்கள் மற்றும் சிந்தனையாளர்களை திமுகவுக்கு ஆதரவாகப் பேசாமல் தடுக்கின்றன. (மக்களுக்கும் இவற்றில் பெரும்பாலானவை உவப்பற்றவையே.) தமிழகத்தில் திருமாவளவன் தவிர்த்துப் பார்த்தால் அறிவுஜீவிகள் மத்தியிலான செல்வாக்கில்

வேறெந்தக் கட்சியும் திமுகவுக்கு அருகில் கூட இல்லை. ஆனால் அவர்கள் ரகசியமாகவோ தயங்கியபடியோ ஆதரிக்க அல்லது வருத்தத்துடன் ஒதுங்கிச் செல்லக் காரணங்கள் இவைதாம்.

அக்கறையுள்ள திமுக நண்பர்கள் இவற்றைக் களையெடுக்கவே முயல வேண்டும்.

(அக்டோபர் 23, 2019)

★

பிஏ கிருஷ்ணன், ஜெயமோகன் உள்ளிட்டோர் திருமாவளவனைப் பாராட்டிப் பேசி விசிகவை திமுகவிடமிருந்து பிரிக்கச் சதி செய்கின்றனர் என திமுக அன்பர்கள் கோபப்படுகின்றனர். ஒருவர் பாராட்டினால் இன்னொருவரை விட்டு ஏன் பிரிந்து போகிறார்கள் என்ற தர்க்கம் எனக்குப் புரியவில்லை. சரி, அது ஒரு பக்கம் இருக்கட்டும். அவர்களுடையது நியாயமான கவலை. அமைச்சரவையில் இடம் கொடுத்தால் யார் பாராட்டினாலும் எக்கட்சியும் பிரிந்து செல்ல மாட்டார்கள் என்றே நினைக்கிறேன்.

அதிகாரப் பகிர்வு என்பதும் சமூக நீதிதான். திமுக சமூக நீதிக் கொள்கையை உளமாறப் போற்றிப் பாதுகாக்கும் கட்சி என்றால் இதைச் செய்வதில் அதற்குத் தயக்கம் இருக்காது.

(அக்டோபர் 4, 2020)

★

இந்திய மாநிலங்களுள் பொதுவான வளர்ச்சியில் மட்டுமல்ல, அனைவருக்குமான வளர்ச்சியிலும் *(inclusive growth)* தமிழ்நாடு முதன்மை மாநிலமாகத் திகழ்வதற்குக் காரணம் ஐம்பதாண்டு கால திராவிட ஆட்சிதான். அதே சமயம் இன்று இங்கே நிலவும் கீழ்மட்டம் முதல் மேல்மட்டம் வரையிலான ஊழலுக்கும் அவர்களே பொறுப்பு. மிக மோசமான சாதி வெறியை அறுத்தெறிய அவர்கள் பெரிதாய் ஏதும் செய்யவில்லை (சில வகைகளில் அதை மேலும் வளர்க்க உதவியும் இருக்கிறார்கள்). ஆனால் எந்தத் தரப்புமே இந்த இரண்டையும் ஒருசேரச் சொல்ல மாட்டார்கள். ஒன்று தமிழகம் இருண்டு கிடக்கிறது என்பார்கள், அல்லது நேர் மாறாக பாலும் தேனும் ஓடுகிறது என்பார்கள்.

(ஜனவரி 14, 2021)

★

"வேற வழி? உங்களத்தானே நம்பியாகனும்!"

ஸ்டாலினைப் பார்க்கும் போதெல்லாம் இந்த தேவர் மகன் வசனம் நினைவுக்கு வரும்.

நாற்பதாண்டுகளில் வாரிசாக நுழைந்தவர் என்ற அடையாளத்தைத் துடைத்து விட்டார் என்றே நம்புகிறேன். ஆனால் திமுக தலைவர் என்ற ஸ்தானத்துக்குச் சரியானவர் என்பதை நிரூபிக்க அவகாசம் எடுக்கும். கலைஞர் மறைவுக்குப் பின் கட்சியைச் சிதறாமல் பார்த்துக் கொண்டது, 2019 நாடாளுமன்றத் தேர்தல் வெற்றி (அது திமுகவுக்கான ஓட்டு என்பதை விட பாஜகவுக்கு எதிரான ஓட்டு என்பது சட்டமன்ற இடைத்தேர்தல் மூலம் துலங்கியது என்றாலும் அதைச் சிந்தாமல் அறுவடை செய்த கட்டுக்கோப்பு), தொடர்ந்து நாத்திகன் என்ற பிம்பத்தை அடிக்கோடிடுவது (வேல் வாங்கியது தவிர) ஆகியவை அவரது இதுவரையிலான முக்கிய நிரூபணங்கள்.

இனிதான் அவர் முன் ஏராளச் சவால்கள் இருக்கின்றன:

1) அனுபவமோ முதிர்ச்சியோ மக்களின் மீது அக்கறையோ இல்லாதவர்கள் தன் சொந்த மகனே என்றாலும் கட்சியில் பதவியோ அதிகாரமோ சீட்டோ அளிக்காமல் ஒதுக்கி வைப்பது.

2) கிச்சன் கேபினெட்டை ஒழித்து உண்மையில் சரக்குள்ளோருக்கு ஈகோ பாராமல் கட்சியில் உரிய இடமளிப்பது.

3) கட்சியில் தகுதியற்ற வாரிசு அரசியலை அறவே ஒழிப்பது.

4) கூட்டணிக் கட்சிகளை மதித்து இணக்கமாக நடப்பது, அவர்களுக்கு அதிகாரத்தில் பங்களிப்பது.

5) இந்தத் தமிழ் மண்ணுக்குத் தொடர்பற்ற கார்ப்பரேட் கிறுக்கர்களின் தரவுசார் ஆலோசனைகளைக் கண்மூடித்தனமாய்ப் பின்பற்றாமல் இருப்பது.

6) மத, சாதிரீதியான *polarisation*-களுக்குக் கொஞ்சமும் இடமளிக்காமல் இருப்பது.

7) ரவுடித்தனம், கட்டப்பஞ்சாயத்து, மிரட்டல், அபகரிப்பு போன்ற செயல்களில் ஈடுபடுவோரை கட்சியிலிருந்து நீக்குவது.

8) 2021 சட்டமன்றத் தேர்தலை வெல்வது.

(மார்ச் 1, 2021)

★★★

3. ஊழல் தவறு இல்லையா?

சமீப காலங்களில் ஊழல் தவறில்லை என்ற கருத்தாக்கம் திரும்பத் திரும்ப திராவிட நண்பர்களால் முன்வைக்கப்படுகிறது. இன்னும் சிலர் ஊழல் நல்லது என்று கூடச் சொல்ல ஆரம்பித்து விட்டார்கள். 1967 வரை பிராமணர்கள் மட்டும் செய்து வந்த ஊழல் அதற்குப் பின் எல்லாச் சாதியினரும் செய்யும்படி சமூக நீதியைக் கொணர்ந்தது திராவிட ஆட்சி என்பது அவர்களின் வாதம்.

ஊழல் என்றால் என்ன? மக்களின் வரிப் பணத்தில் செய்ய வேண்டிய ஒரு திட்டத்தில் கொள்ளையிடுவதன் மூலமாகவும் அதிகார துஷ்பிரயோகம் செய்வதன் மூலமாகவும் மோசமான குளறுபடிகள் செய்வது. ஒரு திட்டத்துக்கு எவ்வளவு செலவாகுமோ அதை விட அதிகப் பணத்தைக் கணக்குக் காட்டி, அந்தப் பணத்தைச் சுருட்டுவது. இதன் மூலம் பல மோசமான விளைவுகள் நடக்கும்:

1) திட்டத்தின் தரத்தில் சமரசம் செய்யவேண்டி இருக்கும். உதாரணமாய் நூறு கோடி ரூபாய் கணக்குக் காட்டி பாலம் கட்டுகிறார்கள், அதில் முப்பது கோடி ரூபாயைக் கொள்ளையடித்து விட்டு எழுபது கோடி ரூபாய்க்கு மட்டும் பாலம் கட்டுகிறார்கள் எனக் கொள்வோம். அப்போது நூறாண்டு நிற்க வேண்டிய பாலம் எழுபதாண்டுதான் நிற்கும். அல்லது ஓராண்டில் முடிய வேண்டிய பணி பல ஆண்டுகள் நீடித்து மக்களுக்குப் பலன் வருவது தாமதமாகும். அல்லது பாலத்தின் பரிமாணங்கள் குறுகும்.

2) அல்லது திட்டங்களின் எண்ணிக்கை குறையும். ஒரு பாலமும் ஒரு ஐடி பார்க்கும் கட்ட வேண்டிய தொகையில் பாலம் மட்டும் கட்டுவார்கள். மக்கள் ஐடி பார்க்கின் மூலம் வரவேண்டிய பலன்களை இழப்பார்கள்.

3) மக்கள் தமக்கு வேண்டியதற்கு உரியதைவிட அதிக விலை கொடுக்க வேண்டியதாகும். ஒரு பொருள் வாங்க ஒரு ரூபாய் வித்தியாசத்தை முன்வைத்து இந்தக் கடையா அந்தக் கடையா என முடிவெடுக்கும் ஒரு சாதாரண ஆள் செலுத்தும் வரிப் பணத்தை ஆயிரக்கணக்கில் எளிதாகத் திருடி விடுகிறார்கள்.

4) வரி ஏய்ப்பும் அதன் வழி கருப்புப்பணமும் பெருகும். கருப்புப்பணம் பெருகுதல் என்பது ஒரு நாட்டின் பொருளாதார இடத்தைச் சீர்குலைக்கும். இந்தியா பொருளாதார வரிசையில் பிச்சைக்கார நாடாகவே தொடரும். ஆனால் உண்மையில் சில ஆயிரம் பேர் மட்டும் மக்கள் பணத்தைக் கொள்ளையிட்டு ராஜவாழ்க்கை நடத்திக் கொண்டிருப்பார்கள்.

5) தகுதிப்படி டெண்டர் விடாமல் தனக்குத் தெரிந்தவருக்கு விடுவதன் மூலம் அல்லது லஞ்சம் வாங்கிக் கொண்டு வாய்ப்பளிப்பதன் வழி தகுதி வாய்ந்த ஒரு நிறுவனத்தின் வயிற்றில் அடிப்பது. அப்படி நிறுவனம் நடத்துபவர்கள் அழிவார்கள். அல்லது பிற்பாடு சுதாரித்து லஞ்சம் கொடுக்க ஆரம்பிப்பார்கள். இது எல்லா மட்டங்களிலும் நிகழும். தகுதி என்பது பின்னுக்குத் தள்ளப்பட்டு காசு கொடுக்க முடிந்தவன் வாய்ப்புப் பெறுவான்.

6) அப்படி தான் மட்டும் கெடாமல் கீழ்மட்டம் முதல் மேல் மட்டம் வரை ஊழலையும் லஞ்சத்தையும் இயல்பாக்கி விட்டார்கள். இன்று அரசு தொடர்புடைய எந்தக் காரியமும் லஞ்சமின்றி நடப்பதில்லை. அதன் தொடக்கம் மேல்மட்டத்தில் நடந்த ஊழல்கள்தாம். ஏன் லஞ்சம் வாங்குகிறாய் என் அமைச்சர் கேட்டால் நீ மட்டும் ஒழுங்கா என ப்யூன் மனதிற்குள் கேட்பான். லஞ்சம் கொடுக்க லஞ்சம் வாங்குகிறான். லஞ்சம் கொடுத்தவன், கொடுத்ததை எடுக்க லஞ்சம் வாங்குவான். அப்படி ஒட்டுமொத்த தேசத்தின் ஆன்மாவையும் சிதைத்து ஊழலும் லஞ்சமும் தவறில்லை என எண்ண வைத்து விட்டார்கள். இந்த எண்ணத்துடன் கரன்ஸியை நாம் தொடும் ஒவ்வொரு முறையும் காந்திக்குத் தீட்டு.

7) இந்த எண்ணத்தின் இறுதி நீட்சிதான் வாக்குக்குக் காசு. அதாவது ஒவ்வொரு பிரஜையையும் ஊழலில் பங்குதாரர் ஆக்குகிறார்கள். இது ஏதோ மேலோட்டமாய் ராபின்ஹூட் சமாச்சாரம் போல் மறைமுகச் சமத்துவமாக்கல் போல் தோன்றினாலும் அப்படி இல்லை. இது பிச்சையிடுவது, நாய்க்கு இடும் எலும்புத்துண்டு.

லட்சம் பொதுமக்களிடம் ஆயிரம் கோடி ரூபாயை நூறு பேர் கொள்ளையிட்டு விட்டு திரும்ப அதே மக்களுக்கு ஒரு கோடி ரூபாயைப் பிரித்து எடுத்துக் கொள்ளுங்கள் எனத் தருவது. இதில் எங்கே சமத்துவம் வந்தது?

இன்னொரு வாதம் திராவிட ஆட்சிகள்தாம் ஊழல் செய்தனவா, ப்ரிட்டிஷ் காலத்தில், காங்கிரஸ் காலத்திலும் ஊழல் இருக்கவே செய்தது என்பது. இருந்ததுதான். நல்லாட்சி என்பது அதை நீக்குவதில்தான் இருக்கிறதே ஒழிய அதைக்காட்டி தாமும் ஊழலைத் தொடர்வதில் அல்ல. அப்படி ஊழல் தவறில்லை என்றால் ஏன் 2ஜியில் ஊழல் நடக்கவில்லை என நிரூபிக்க மெனக்கெட வேண்டும்? ஜெயலலிதா ஊழல்வாதி என்று இனிமேல் குற்றம் சொல்லவும் முடியாதே!

வரிப்பணம் செலுத்துபவன் எவனும் ஊழலை அங்கீகரிக்க மாட்டான். நான் வரிப்பணம் தருவது நாட்டில் முன்னேற்றத் திட்டங்கள் நடக்க, எவனோ ஓர் அரசியல்வாதி தன் பையில் போட்டு எடுத்துக் கொண்டு போய் தன் பொண்டாட்டி, வைப்பாட்டி, கூத்தியாள், பிள்ளைகளுக்குச் சொத்து சேர்க்க அல்ல. என்னைக் கொள்ளையடிப்பவன் பிராமணனா, பிற்படுத்தப்பட்டவனா, தலித்தா, பழங்குடியா என்பது எப்படி ஐயா எனக்கு வித்தியாசத்தை ஏற்படுத்தும்? கொள்ளையை எவன் நிகழ்த்தினாலும் கொள்ளைதான். ஊழலில் சமூக நீதி என்பதே அபத்தமானது.

வலதுசாரிக் கூமுட்டைகள்தாம் ஊழலை ஆதரித்துப் பேச முடியும். ஏனெனில் அது பணக்காரர்களுக்கும், மேல்தட்டு வர்க்கத்துக்கும், அதிகாரம் படைத்தோருக்கும் சாதகமானது. கீழிருப்போரைச் சுரண்டி நிகழ்வது. நடுத்தர வர்க்கத்தை, ஏழைகளை, ஒடுக்கப்பட்டோரை அழிப்பது. மாறாக திராவிட நண்பர்களும் அப்படி ஊழலை ஆதரித்துப் பேசுவது ஆச்சரியம் அளிக்கிறது. ஊழல் செய்யவில்லை என்று மறைத்ததிலிருந்து மெல்ல ஊழல் தவறில்லை என்ற இடத்துக்கு இன்று இறங்கி வந்திருக்கிறார்கள். என்னவொரு மகத்தான வீழ்ச்சி!

(ஜனவரி 15, 2021)

★★★

4. தேர்தலுக்கு முந்தைய கடைசிச் சொற்கள்

2021 தமிழக சட்டமன்றத் தேர்தல் - சில கணிப்புகள்:

1) திமுக கூட்டணி 150+ தொகுதிகள் வெல்லும். தனிப்பெரும்பான்மை வரும்.

2) தமிழகத்தைப் பொருத்தவரை மற்ற மாநிலங்கள் போல் பிஜேபி உடனடியாக எம்எல்ஏ விலைக்கு வாங்கலில் இறங்க மாட்டார்கள். (அது சிரமமும் கூட.) திமுகவை விட்டுப் பிடிக்கவே விரும்புவார்கள்.

3) இதில் புதிய கண்டுபிடிப்பு ஏதுமில்லை - கூட்டணிக் கட்சிகளுக்கு அமைச்சரவையில் திமுக இடம் தர மாட்டார்கள். உதயநிதி உடனடியாக அமைச்சர் ஆக மாட்டார். இரண்டாண்டுகள் கழித்து நடக்கலாம்.

4) ஸ்டாலின், துரைமுருகன், உதயநிதி வேல் தூக்கிக் கோமாளித்தனங்கள் செய்தும் திமுக இந்து விரோதக் கட்சி என்கிற பிரச்சாரம் கொஞ்சம் எடுபடுகிறது. நீண்ட கால திமுக வாக்காளர்கள் கூடத் திடீரெனத் தம்மை இந்துக்களாக உணரத் தொடங்கியுள்ளனர். ஆனால் அதற்காக அவர்கள் அதிமுக கூட்டணிக்கு வாக்களிக்கப் போவதில்லை என்பதுதான் சுவாரஸ்ய முரண்.

5) கொங்கு பெல்ட் இம்முறையும் அதிமுகவுக்கே. சுப்புலட்சுமி ஜெகதீசனே சிரமப்பட்டு ஜெயிக்க வேண்டியிருக்கும். கார்த்திகேய சிவசேனாபதியும் பிழைப்பதரிது.

6) 10.5% இட ஒதுக்கீடு அதிமுக கூட்டணிக்குச் சாதகம். தேவேந்திர குல வேளாளர் பெயர் மாற்றம் பாதகம். சாதிய அரசியலைக் கையிலெடுத்ததில் ஒட்டுமொத்தமாக இம்முறை அதிமுக

கூட்டணிக்கு லாபம்தான். எதிர்காலத் தேர்தல்களில் இது ஒரு ஃபார்முலாவாகும்.

7) உத்தேசமாய் அதிமுக 1000 ரூபாயும் திமுக 500 ரூபாயும் ஓட்டுக்குக் கொடுக்கின்றனர் எனச் சொல்கிறார்கள். அதிமுகவின் அந்தக் கூடுதல் காசு வேலை செய்யும். அதனால் எப்படியும் திமுக தரும் 500 ரூபாய் வீண்தான். அவர்கள் அதைத் தருவதை நிறுத்தலாம். (மற்றபடி இரு கட்சிகளின் தேர்தல் அறிக்கை இலவசங்கள் இம்முறை இரண்டாம்பட்சம்.)

8) பாஜகவுடனான கூட்டணி அதிமுகவுக்குப் பாதகம் என நாம் இங்கே சொல்லிக் கொண்டிருந்தாலும் உண்மையில் அது அவ்வளவு மோசமில்லை என்பதே நிஜம். இந்து வெறியர்கள், பார்ப்பனீய வெறியர்கள் மகிழ்ச்சியாக அதிமுகவை ஆதரிக்கின்றனர். இந்தப் பக்கம் பாஜகவுடன் இருப்பதால் அதிமுகவுக்கு வாக்களிக்க மாட்டேன் எனச் சொல்வோர் மிக மிக மிகக் குறைவு.

9) முதல் முறை வாக்காளர்களில் கணிசம் கமலுக்கும் சிலர் சீமானுக்கும் போடுவார்கள். இது வழக்கமான ஒன்றுதான். ஒவ்வொரு முறையும் ஏதேனும் ஒரு மண்குதிரை நம் இளைஞர்களுக்குச் சிக்கும். அடுத்த முறை அக்கட்சி இராது, அவர்களும் திருந்தி யிருப்பர். ஆனால் புதிய இளைஞர்களும் புதிய கட்சிகளும் அவ்விடத்தில் இருப்பார்கள்.

10) மய்யத்தில் கமல் மட்டும் வெல்லும் வாய்ப்பிருக்கிறது. மய்யம் கூட்டணி 5% வாக்குகள் வாங்கக்கூடும். நாம் தமிழரில் சீமான் உட்பட எல்லோரும் தோல்வி. தேமுதிகவா? அது இம்முறை தேர்தலில் நிற்கிறதா?

11) அமமுக கூட்டணியின் வெற்றி பற்றி எனக்குச் சரியாய்த் தெரியவில்லை. தனக்கு ஒரு வாக்கு சதவிகிதம் இருப்பதை அதிமுகவுக்கு நிரூபித்து நல்ல கட்சிப் பொறுப்புடன் அவர்களுடன் மீண்டும் சேர்வதே டிடிவிக்கு இலக்கு எனக் கணிக்கிறேன்.

12) பாஜக ஒரு தொகுதி கூட ஜெயிக்காது.

(ஏப்ரல் 1, 2021)

★

இன்று மாலை 7 மணியுடன் தமிழகத்தில் தேர்தல் பரப்புரைக் காலம் முடிவதால் ஃபேஸ்புக் உள்ளிட்ட சமூக வலைதளங்களிலும் அதன் பின் பிரச்சாரம் செய்யக்கூடாது என இன்று காலை அறிவித்திருக்கிறார் தமிழகத் தலைமை ஆணையர் சத்யப்ரதா சாஹூ. தேசத்தின் நல்ல குடிமகனாக அதைப் பின்பற்றத் தீர்மானம். ஆக, இதுவே 2021 சட்டசபைத் தேர்தலை உத்தேசித்த என் கடைசிப் பரப்புரைப் பதிவாக இருக்கும்.

இது தமிழக அரசைத் தேர்ந்தெடுப்பதற்கான மிக முக்கியமான தேர்தல். ஜெயலலிதா மறைவுக்குப் பின் அடகு வைக்கப்பட்ட மாநில உரிமைகளை மீட்பதற்கான தேர்தல்.

ஏன் மாநில உரிமைகள் முக்கியம்? தமிழக நலனுக்கெதிரான மைய அரசின் எந்தச் செயலையும் கேள்வி கேட்க முடியாத ஒரு வக்கற்ற அரசு தமிழகத்தில் இது வரை நடக்கிறது. கட்டாய நீட், புதிய கல்விக் கொள்கை முதலிய கல்வி உரிமைப் பிரச்சனைகளாகட்டும், தேசியக் குடியுரிமைச் சட்டம் போன்ற மதரீதியான அத்துமீறல்களாகட்டும், பொருளாதார இட ஒதுக்கீடு உள்ளிட்ட சமூக நீதி அழிப்பாகட்டும், எட்டு வழிச்சாலை, மீத்தேன், ஸ்டெர்லைட் உள்ளிட்ட மக்களைப் பாதிக்கும் தொழிற்சாலை அல்லது உட்கட்டமைப்புத் திட்டங்களாகட்டும், வசூலித்த ஜிஎஸ்டியில் தமிழகத்துக்குத் தர வேண்டிய பங்காகட்டும், புயல் முதலிய இயற்கைச் சீற்றங்களின் போதெல்லாம் தமிழகம் பெற வேண்டிய நியாயமான நிவாரணத் தொகையாகட்டும், எதையுமே எடப்பாடி தலையிலான அதிமுக அரசு ஒழுக்கமாகப் பெற முடியவில்லை, எதிர்க்க முடியவில்லை. எல்லாவற்றுக்கும் தலையாட்டும் பொம்மையாக, ரத்தமற்ற அடிமையாக, சுயமரியாதையற்று இருக்கிறார்கள்.

அதிமுகவை இன்னுமொரு முறை ஆள அனுமதித்தால் ஒரு தலைமுறையே தமிழகத்தில் வாய்ப்பற்று, வசதியற்று, இரண்டாம் தரக் குடிமக்களாக ஆகி விடுவார்கள். இன்னும் கால் நூற்றாண்டு தமிழகத்தைப் பின்னுக்கு இழுத்து உத்திரப் பிரதேசம், பிஹார் போல் தமிழகத்தைப் பின் தங்கிய ஒரு மாநிலமாக்கி விடுவார்கள். பாஜகவின் திட்டமும் அதுவே. அப்படி ஆக்கினால்தான் வடக்கில் சாதித்ததைப் போல் இங்கும் மதச்சண்டை மூட்டிவிட முடியும், பிரித்தாளும் சூழ்ச்சியின் மூலம் வெறுப்பு அரசியலை விதைத்து

மதத் துவேஷ வாக்கு அறுவடை நிகழ்த்த முடியும்.

ரஜினி 1996 தேர்தலின் போது சொன்னார்: இன்னுமொரு முறை இந்த அரசு ஆட்சிக்கு வந்தால் அந்த ஆண்டவனால் கூட தமிழகத்தைக் காப்பாற்ற முடியாது. அதே நிலையில்தான் இன்று தமிழகம் இருக்கிறது. அதனால் அதிமுக ஆட்சி முடிய வேண்டும்.

ஆக, இந்தத் தேர்தல் தமிழகம் மத்திய அரசின் ஏதேச்சதிகாரத்திலிருந்து விடுதலை பெறுவதற்கான தேர்தல். இதன் ஒரே நோக்கம் அதுதான். நம் முன் உள்ள மற்ற எல்லாப் பிரச்சனைகளையும் சந்தேகங்களையும் நாம் பின்னுக்குத் தள்ளி வைத்துவிட்டு அதை நோக்கி மட்டும் கடிவாளமிட்டாற் போல் கட்டுக்கோப்பாய்ச் சிந்திக்க வேண்டிய வேளை இது. ஆக, மின்னனு இயந்திரத்தில் பதியப்படும் உங்கள் வாக்கு பாஜகவையும், அதன் அடிமை அதிமுக அரசையும் நோக்கி நடுவிரல் நீட்டுவதற்காகவே இருக்க வேண்டும்.

அதைச் செய்து முடிக்க இன்று இருக்கும் ஒரே வழி திமுக தலைமையிலான கூட்டணிக்கு வாக்களிப்பது மட்டுமே. அவர்களுக்கு மட்டுமே இந்த ஃபாசிஸ அரசை வீழ்த்தும் திராணியும் திறனும் இருக்கிறது. அதனால் மாற்று அரசியல் போன்ற வழக்கமான மாய்மாலங்களுக்கு மயங்காமல் இந்த முறை மக்கள் மிகுந்த சுதாரிப்புடன் இருக்க வேண்டும். சுயமரியாதையை விரும்பும் தமிழக மக்கள் அனைவரும் சிந்தாமல் சிதறாமல் திமுக கூட்டணிக் கட்சிகளின் சின்னங்களில் வாக்களிக்க வேண்டும். அது மட்டுமே மாநிலச் சுதந்திரத்திறான ஒரே யதார்த்த மார்க்கம்.

இதைச் செய்யத் தவறினால் நாம் வரலாற்றுப் பிழை செய்தவராவோம். நம் வருங்காலச் சந்ததியினருக்குத் துரோகம் செய்தவர்கள் ஆவோம். அவர்கள் முன் பின் எப்போதும் தலைநிமிர்ந்து நடக்கவே முடியாது. சுருக்கமாகச் சொன்னால் திமுக கூட்டணி தவிர்த்து வேறெந்தக் கூட்டணிக்கும் போடப்படும் ஒவ்வொரு ஓட்டும் தற்கொலைக்குச் சமானம்.

முடிவு உங்கள் கையில். மறவாதீர்! சூரியன் உதயமாகட்டும். முடியட்டும். விடியட்டும்.

(ஏப்ரல் 4, 2021)

★★★

5. தேர்தலுக்குப் பின்...

தமிழகத் தேர்தல் முடிந்துவிட்டது. திமுக ஆட்சியமைக்கும் என்பதில் சந்தேகமில்லை. சாதாரண மெஜாரிட்டியா, அசுர பலமா என்பதே பதிலறியக் காத்திருக்கும் கேள்வி.

இப்போது திமுக மீது எனக்கிருக்கும் மனக் குறைகளை, ஐயங்களை மிகச் சுருக்கமாகச் சொல்லி விடுகிறேன். (இதை விரிவான கட்டுரையாகவே எழுதினேன். ஆனால் தீவிர மறுசிந்தனையில் மிக ஆழமாகப் போனால் சங்கடமே மிஞ்சும் எனத் தவிர்க்கிறேன்.)

1) மிகக் கொடுமையான வாரிசு அரசியல்

2) ஏராள ஊழல் மற்றும் கருப்புப் பணம்

3) அராஜகம், ரவுடித்தனம், அபகரிப்புகள்

4) சாதி அரசியல் மற்றும் மென் இந்துத்துவா

5) தேர்தலில் ஓட்டுக்குப் பணம் கொடுப்பது

இவை எல்லாம் வெறும் அவதூறுகள், பொய்ப் புகார்கள் என்றோ நீதிமன்றமே விடுவித்து விட்டது என்றோ சொல்லிக் கடக்க முடியாது - குறிப்பாக திமுக உறுப்பினநராக அல்லாத ஆனால் திமுக அனுதாபியாக இருப்போர். இந்த ஐந்தும் வரவிருக்கும் திமுக ஆட்சியில் நடக்காது என்பதற்கு எந்தச் சிறுஅறிகுறியும் அக்கட்சியின் செயல்பாடுகளில் எனக்குத் தென்படவில்லை. அதையும் மீறி ஃபாசிஸ பாஜக அரசிடமிருந்து தமிழகத்தை விடுவிக்க பிரச்சனை அடிப்படையில் திமுகவை நான் ஆதரித்தேன். மற்றவர்களிடமும் பரப்பினேன். (தேர்தலுக்கு முந்தைய கடைசிச் சொற்கள் பதிவில் இக்கோணம் தெரியும்.)

ஆனால் உள்ளே உறுத்திக்கொண்டேதான் இருந்தது. மேற்சொன்னவற்றில் ஏதும் நாளை நடந்தால் என் எழுத்தை

வாசித்து மனம் மாறி வாக்களித்த ஒருவர் வந்து என் சட்டையைப் பிடித்தால் சொல்வதற்குப் பதிலில்லை. இன்று கண்மூடித்தனமாக ஆதரித்த ஒருவர் கூட அப்போது அதற்குப் பொறுப்பேற்க மாட்டார்கள் என்பதை நான் நன்கறிவேன். ஆனால் நான் கடுமையான குற்றவுணர்வுக்கு ஆளாவேன்.

இப்படியே தொடர்ந்தால் அண்ணா, கலைஞர் கட்டிக் காத்த கட்சி அழிவதை எவராலும் தடுக்க முடியாது. (தேர்தல் காலப் பரப்புரைப் புற்றீசல்களுக்கு இது பற்றிய எந்த விரிந்த பார்வையும் இராது.) அப்புறம் அடுத்த முறை ஃபாசஸ பாஜகவை எதிர்க்க இருந்த ஒரே ஆயுதத்தையும் தமிழகம் தொலைத்து நிற்கும். இன்றைய நிலையில் தமிழகத்துக்கு திமுகவின் ஆரோக்கியமான இருப்பு அவசியம். அதனாலும் அழுத்திச் சொல்கிறேன்.

நம்பித்தான் ஆதரித்தோம். பழையவை மாறி நல்லதே நடக்கும் என எதிர்பார்க்கிறோம்.

(ஏப்ரல் 7, 2021)

★

தமிழக சட்டப்பேரவைத் தேர்தல் முடிவுகள் தெளிவாகிவிட்டன. என் கருத்துக்கள்.

1) நான் முன்பே கணித்தது போல் ஆதரவு அல்லது எதிர்ப்பு அலை என்று ஏதுமில்லை. திமுக 150+ தொட்டு நிற்கும் எனத் தெரிகிறது. அதனால் 200+ என்ற உணர்ச்சிவயப்பட்ட திமுக அனுதாபிகளின் கணிப்புகளைப் புன்னகையுடனே கடந்து வந்தேன். (ஆனால் எக்ஸிட் போல் முடிவுகள் வந்த போது கொஞ்சம் ஜெர்க் ஆனேன் என்பது உண்மைதான்.)

2) Marginal-ஆகத் தனிப்பெரும்பான்மை பெற்று ஆட்சியமைக்கும் திமுகவுக்கு வாழ்த்து. எம்எல்ஏக்களைத் தக்க வைக்கும் தலைவலி ஐந்தாண்டுகளுக்கும் ஸ்டாலினுக்கு உண்டு. (இந்த விஷயத்தில் ஸ்டாலினைப் போல் பொறுமைசாலியாக அமித் ஷா இருப்பார் என எதிர்பார்க்க முடியாது.) அதையும் எதிர்கொண்டு ஸ்டாலின் வெல்வார் என நம்புகிறேன். ஸ்டாலின் (அல்லது பிரஷாந்த் கிஷோர்) இம்முடிவைக் கணித்ததால்தான் கூட்டணிக் கட்சிகளுக்கு சீட் ஒதுக்கக்

கஞ்சத்தனம் காட்டினார்கள் எனத் தோன்றுகிறது.

3) 1991 முதல் தமிழக வாக்காளர்களின் *thumb-rule* இதுதான்: அதிமுக பெரிய பிழைகள் செய்தால் ஐந்தாண்டு வனவாசம்; ஆனால் திமுக பெரிய பிழைகள் செய்தால் பத்தாண்டுகள் தண்டனை. இதை ஸ்டாலின் புரிந்து கொள்ள வேண்டும். ஆக திமுக ஆட்சி ஐந்தாண்டுகள் நீடிக்குமா, பத்தாண்டுகள் நீடிக்குமா என்பது ஸ்டாலின் தன் குடும்பத்தையும், கட்சியினரையும் கட்டுப்படுத்தி வைப்பதில்தான் இருக்கிறது. (அடுத்த 2026 தேர்தலுக்கு திமுகவினர் எந்தத் தொகுதியிலும் வாக்குக்குக் காசு தராத நிலைமை உருவாக வேண்டும். இரண்டு விதங்களில்:

அ) கொடுக்க பணம் அவர்களிடம் இருக்கக்கூடாது

ஆ) பணம் கொடுக்க அவசியம் இருக்கக்கூடாது.)

4) இத்தேர்தலின் நீதி என்ன? மக்கள் சொல்லியிருக்கும் ஒன்லைன்: தமிழர்களுக்குச் சுயமரியாதை முக்கியம். அதிமுக பாஜகவுடன் கூட்டணி வைத்ததெல்லாம் தமிழக மக்களுக்கு ஒரு பொருட்டே இல்லை. (ஏனெனில் மக்களே மெல்ல மதத்தின் மீது ஈர்ப்பு கொண்டுதான் இருக்கிறார்கள்.) ஆனால் அதிமுக பாஜகவுக்குக் கொத்தடிமையாக இருப்பதை மக்கள் விரும்பவில்லை. நீட், ஸ்டெர்லைட், புதிய கல்விக் கொள்கை, விவசாயச் சட்ட மசோதா, குடியுரிமைத் திருத்தச் சட்டம், எட்டுவழிச் சாலை, 10% உயர்சாதி இட ஒதுக்கீடு எல்லாவற்றிலும் எடப்பாடி அரசு தலையாட்டும் பொம்மையாக இருந்தது என்பது மக்களுக்குப் புரிந்திருக்கிறது. அதற்கு முன் ஜெயலலிதா எதிர்த்து வந்த விஷயங்களைக் கூட இப்போது விட்டுக் கொடுத்து விட்டார்கள் என்பதையும் உணர்ந்திருந்தார்கள். அதனாலேயே ஆட்சியிலிருந்து அகற்றி இருக்கிறார்கள்.

5) இந்த சுயமரியாதை விஷயத்தை காட்பாடியில் துரைமுருகன் வெற்றிக்குப் போராடிக் கொண்டிருக்கும் விஷயத்துக்கும் போட்டுப் பார்க்கலாம். “உதயநிதியின் ஆட்சியிலும் அமைச்சராக இருப்பேன்” என்று கட்சியின் இரண்டாம் இடத்திலிருக்கும் தலைவர் சொன்னால் மக்கள் அதைச் சுயமரியாதையற்ற அடிமைத்தனமாகவே பார்ப்பார்கள். (உதயநிதி வெற்றி ஆச்சரியமில்லை. அதன் பொருள் அவரை

திமுகவின் அடுத்த தலைவராக மக்கள் ஏற்றுக் கொண்டார்கள் என்பதல்ல.)

6) இது எடப்பாடி மற்றும் ஓபிஎஸ்ஸுக்கு வெற்றிதான். ஜெயலலிதா இல்லாமல் அழியும் என கருதப்பட்ட கட்சியை கௌரவமான எதிர்க்கட்சி என்ற அளவில் உட்கார வைத்து விட்டார்கள். எடப்பாடி முதல்வரான போது உண்மையில் அவர் நான்காண்டுகளைப் பூர்த்தி செய்வார் என நம்பவில்லை. அது ஸ்டாலினின் சாத்வீகம் அல்லது இயலாமை எதுவாகவும் இருக்கலாம். இத்தனைக்கும் 2019ல் 18 தொகுதிகளில் இடைத்தேர்தல் என்ற வாய்ப்பும் இருந்தது. ஆனாலும் ஆட்சியை அகற்ற முடியவில்லை. அப்படி விட்டு வைத்தது பெரும் பிழையாக முடிந்து விட்டது திமுகவுக்கு. காரணம் மக்களுக்கு எடப்பாடி ஆட்சி மீது தினசரி வாழ்வில் பெரிய புகார் இருந்ததாகத் தெரியவில்லை. அவர்கள் பாஜகவின் கைப்பாவையாக இருந்து கொள்கைரீதியாகத் தமிழகத்தைப் பாதிக்கும் திட்டங்களை எதிர்க்கவில்லை என்பது மட்டுமே அதிருப்திக்குக் காரணம்.

7) அமமுகவின் போட்டி அதிமுகவின் வெற்றியைப் பெரிதாகப் பாதிக்கவில்லை என்பதும் எடப்பாடி, ஓபிஎஸ்ஸுக்கான வெற்றிதான். அதிகாரப்பூர்வமான அதிமுக இவர்களே எனக் கட்சியினரும், மக்களும் இணைந்து தீர்ப்பளித்திருக்கிறார்கள். (இன்னொரு கோணம் அமமுக லேசாய் வாக்குகளைப் பிரித்ததால்தான் அதிமுக தோல்வியைத் தழுவியது என்பது. இதிலும் திமுக எடுத்துக் கொள்ள விஷயமிருக்கிறது.)

8) எடப்பாடி பின்வாசலில் அதிகாரத்துக்கு வந்தவர், அதிர்ஷ்டத்தில் / விபத்தில் முதல்வரானவர் என்கிற திமுகவின் பிரச்சாரமெல்லாம் எடுபடவில்லை. அது பற்றி மக்களுக்குக் கவலையில்லை. உதயநிதி மட்டும் எப்படி உள்ளே வந்தாராம் என்று மனதிற்குள் கேட்டுச் சிரித்துக் கொள்கிறார்கள். மக்களாட்சி அரசியலில் ஊழல், வாரிசு அரசியல் என எந்த விமர்சனமும் இருபுறமும் கூரான கத்திதான்.

9) எனக்கு மிகுந்த உளைச்சல் தருவது பாஜக சில தொகுதிகளில் ஜெயிப்பதுதான். 2001ல் திமுகவின் முதுகிலேறி கணக்குத் தொடக்கினார்கள்; இப்போது இருபதாண்டு கழித்து

அதிமுகவின் முதுகிலேறி மீண்டும் சட்டமன்றம் நுழைகிறார்கள். அது மாநிலத்துக்கு நல்லதல்ல. (இதில் ஒரே ஆறுதல் ஹெச். ராஜா, அண்ணமலை ஜெயிக்கவில்லை.)

10) கொங்கு பெல்ட் தமிழகத்தில் ஓர் உத்திரப் பிரதேசம்தான் என மீண்டும் நிரூபணம் ஆகியிருக்கிறது. 2016ல் அதிமுக ஆட்சிக்கு வந்ததற்கும் ஒரே காரணம் இவர்கள்தான்.

11) வட மாவட்டங்களில் 10.5% இட ஒதுக்கீடு என்ற பாவனை ஆணை சாதித்திருக்கிறது. அது ஒரு தேர்தல் அரசியல் strategy-யாக தமிழகத்தில் நிலைபெறும் அபாயமிருக்கிறது. இவ்வளவு இடங்களை இப்போது பாமக வெல்வது சமூக நல்லிணக்கத்துக்குக் கேடு.

12) கலைஞர் 2016ல் வருந்தியதற்குப் பதிலீடாக கம்யூனிஸ்ட்கள் மீண்டும் சட்டமன்றத்தில் நுழைகிறார்கள். மகிழ்ச்சி. அளூர் ஷா நவாஸ் உள்ளிட்ட சிறுத்தைகள் பானைச் சின்னத்தில் நின்று கிட்டத்தட்ட 5 சீட்கள் வென்றிருப்பது சாதனையே. திருமாவளவனுக்கு வாழ்த்துக்கள்! (இவர்களை இணைத்து கூட்டணி அமைச்சரவை தமிழகத்தில் அமைந்தால் அது பலம் என்ற அடிப்படையில் திமுகவுக்குமே நல்லது.)

13) அமமுக, மநீம, நோட்டா மூன்றையும் தாண்டி பல இடங்களில் நாம் தமிழர் மூன்றாமிடம் என்பது எனக்கு வியப்பே. (வாட்ஸாப் பயனர்கள் அதிகரித்து விட்டனர்.) கமலின் வெற்றிக்கு வாழ்த்துச் சொல்வதா பரிதாபப்படுவதா!

14) காங்கிரஸுக்கும் இது நல்ல எண்ணிக்கை. அவர்கள் இனியாவது கட்சியை வளர்ப்பது முக்கியம் என்பதை உணர்ந்து திருந்த வேண்டும்.

15) மறுபடியும் ஒரு முறை சமூக வலைதளக் கணிப்புகள் பொய்த்திருக்கின்றன. அது மகிழ்ச்சியளிக்கிறது. இது கள நிலவர *reality* பற்றி நமக்கு மீண்டுமொரு பாடம்.

(மே 2, 2021)

★★★

6. திராவிட மாடல்

ஓர் ஊழல் குற்றச்சாட்டு எழுந்தால் நாம் அதை அப்படியே நம்ப விரும்புகிறோம். திமுகவா அதிமுகவா காங்கிரஸா பிஜேபியா என்பதெல்லாம் பொருட்டில்லை. ஏனெனில் நம்மை அப்பாவிகளாக, ஏமாற்றப்படுபவர்களாக சுரண்டப்படுபவர்களாக பாவித்துக் கொள்வதில் நமக்கு ஒரு நிம்மதி இருக்கிறது. நமக்கு இந்தியா முன்னேறாமல் இருக்க நாம் சம்மந்தப்படாத ஒரு காரணம் தேவை. அது அரசியல்வாதிகள். இந்திய பொதுஜன உளவியல் இது. அதனால்தான் நம்மைப் பொறுத்த வரை ஆ. ராசா ஊழல் வழக்கிலிருந்து ஆதாரமே இல்லை என விடுதலையானாலும், ஜெயலலிதா பல நீதிமன்றங்களில் தண்டிக்கப்பட்டாலும் இருவரும் ஊழல் அரசியல்வாதிகள் என்ற ஒரே குடையின் கீழ்தான் வருவார்கள். (இருவரையும் கைவிடவும் மாட்டோம். அது தனி.)

(மார்ச் 10, 2019)

★

உண்மையில் ஓர் எழுத்தாளனுக்கு அரசியலில் பங்கொன்றுமில்லை என்று என் முன்னோடிகள் என்னிடம் பல முறை சுட்டி இருக்கிறார்கள். நான்தான் சொல்பேச்சு கேளாமல் சமூகத்தை மாற்றும் ஆர்வத்தில் நான் நம்பும் அரசியல் ஒன்றை, அதை முன்வைக்கும் கட்சி ஒன்றை ஆதரித்துப் பேசிக் கொண்டிருந்தேன்.

ஆனால் இங்கே எல்லாமே பைனரிதான். நீ எங்கள் பக்கமா, எதிரியின் பக்கமா எனக் கேட்கிறார்கள். சிறுவிமர்சனமும் இல்லாமல்தான் இங்கே ஒரு தரப்பை நீங்கள் ஆதரிக்க முடியும். கணம் தவறாமல் உங்கள் அரசியல் கற்பையும்

விசுவாசத்தையும் நிரூபித்துக் கொண்டே இருக்க வேண்டும். அதற்காகத் தயங்காமல் உண்மைகளை மறுதலிக்க வேண்டும். கட்சி எது செய்தாலும் அதற்கேற்பத் தர்க்கங்களை வளைக்கக் கற்க வேண்டும். மனசாட்சியைக் கழற்றி எறிந்து விட வேண்டும். சற்றே முணுமுணுத்தாலும் நீங்கள் துரோகி, எதிர்கட்சிக்கு அஞ்சுபவர், எதிர்தரப்பின் அடிவருடி என உடனடியாக முத்திரை குத்தப்படும். அதுவரையிலான உங்கள் கட்சி ஆதரவுப்பேச்சு எல்லாம் ஒரு விநாடியில் ரத்து செய்யப்பட்டு விடும். அடிப்படை அரசியல் கூடத் தெரியாதவன் எனக் கொஞ்சமும் கூசாமல் சொல்லி விடுவார்கள். கும்பல் கூடி உங்களை ஜென்மவைரியாகப் பாவித்து மூர்க்கமாகத் தாக்கத் துவங்குவார்கள்.

கட்சிக்கு ஆதரவு என்பது வேறு, கட்சிக்கு அடிமை என்பது வேறு. என்னால் ஒருபோதும் அடிமையாய் இருக்க முடியாது. அதற்குரிய நெளிவுசுளிவும் நாசூக்கும் சமர்த்தும் எனக்குப் போதாது. அத்திறமைகள் நிரம்பக் கொண்டோர் கோலோச்சும் மைதானத்தில் நான் வெளியே நின்று ஆட்டத்தை வேடிக்கை பார்க்கக்கூடத் தகுதியற்றவன்.

(ஜனவரி 15, 2021)

★

எந்த ஒரு பிரபலம் பாஜகவை எதிர்த்துக் கருத்துக்கள் சொல்லத் தொடங்கினாலும், வசை வாங்கும் பாஜகவுக்கும் முன்னதாக முதலில் பதற்றமுறுவது உடன்பிறப்புக்களே!

எவர் மக்கள் மத்தியில் கொஞ்சம் செல்வாக்கு பெற்றாலும் அதற்கு ஒரு கான்ஸ்பிரசி தியரி உருவாக்கி அவர்களை எதிர்க்கிறார்கள். கமல், சூர்யா, சித்தார்த் எனப் பல உதாரணங்கள். தம் தலைமையின் வாரிசுகளுக்கு அவர்கள் போட்டியாக வந்து விடக்கூடாது என்ற பயம் உள்ளூர அவர்களுக்கு இருந்து கொண்டே இருக்கிறது! அதனால் எல்லோரையும் தோலுரிக்க முயன்றபடியேதான் இருக்கிறார்கள். ஆனால் ஒட்டுமொத்தக் கணக்கில் பார்த்தால் இது கட்சி பற்றிய எதிர்மறை எண்ணத்தையே பார்ப்போரிடம் விதைக்கும். காராணம் இவர்களின் கதைகள் நம்பும்படியாக இல்லை. "நல்லதுதானே சொல்றான், இவுங்க ஏன் எதிர்க்கறாங்க?" என்ற குழப்பம் எரிச்சலூட்டும். (மாறாக, கண்டுகொள்ளாமல்

கடக்கலாம்.) வைகோ காலத்திலிருந்தே இதுதான் கதை.

ஆனால் அதில் ஒரு நியாயமும் இருக்கிறது. எம்ஜிஆரின் நினைவு எளிதில் மறக்குமா!

(மே 1, 2021)

★

“இன்றைய திமுக கலைஞர் காலத்துக் கட்சி இல்லை” என்கிறார் அப்துல்லா. அதாவது விமர்சனம் (அவர்கள் மொழியில் அவதூறு) வைப்போரைச் சாத்வீகமாகக் கையாள மாட்டோம், தமிழகமெங்கும் வழக்குப் போட்டு அலைய விடுவோம் என்ற பொருளில்.

சரி, இந்த வழக்கை யார் மீது போடுகிறார்கள்? அதிமுகவில், பாஜகவில் பெரிய பொறுப்பில் இருப்பவர்கள் மீதா? இல்லை. ஃபேஸ்புக்கில் பதிவு எழுதிய ஒருவர் மீது. அதில் கண்ணியக் குறைவான சொற்கள் ஏதும் இல்லை. தான் கேட்ட ஒரு விஷயத்தைப் பகிர்ந்திருக்கிறார். அதுவும் நடந்த குற்றம் பற்றியதல்ல. ஓர் அச்ச உணர்வைப் பற்றி. (அதுவும் இது ஏதோ புதிய குற்றச்சாட்டும் இல்லை. பலரும் கடந்த 15 ஆண்டுகளாகச் சொன்னதே. சவுக்கு சங்கர் உள்ளிட்ட பலரும் தொடர்ந்து எழுதி வருவதே.)

ஆனால் எழுதியவர் மீது திமுகவினர் வழக்கு போடுகிறார்கள். மௌனமாக்குகிறார்கள்; கீழ்ப்படிய வைக்கிறார்கள். மேலே சொன்னது போல் அதை ஒருவித வெற்றியாகவும் பார்க்கிறார்கள். (இத்தனைக்கும் அவர் 2021 தேர்தலில் திமுகவை ஆதரித்து எழுதியவர்.)

இது மிரட்டல்தான். இனி எவரும் திமுகவை விமர்சிக்க அஞ்சுவார்கள். இது பாஜகவின் பாணி. கருத்துச் சுதந்திர குரல்வளை நெரிப்பு. எந்த ஃபாசிஸத்தை எதிர்த்து திமுகவை ஆதரித்தோமோ அதே ஃபாசிஸத்தை இன்று திமுக கையில் எடுத்திருக்கிறது. பிரமாதம்.

விரைவில் “திமுக கலைஞர் கட்சி இல்லை” என்று சொல்லவும் வாழ்த்துக்கள்!

(மே 3, 2021)

★

உண்மையில் ஒன்றியம் என்ற சொல்லில் சங்கிகள் ஏன் இத்தனை புண்படுகிறார்கள் என்றே புரியவில்லை. ‘மத்திய’ என்பதற்குப் பதில் ‘ஒன்றிய’ என்று அழைப்பது ஒரு துல்லியப்படுத்தல்தான். 256 பக்கங்கள் கொண்ட இந்திய அரசமைப்புச் சட்டப் புத்தகத்தில் Union என்ற சொல் 430 முறை வருகிறது. சாசனத்தின் முதல் வரியே இதுதான்: “India, that is Bharat, shall be a Union of States.” அதாவது “இந்தியா என்பது மாநிலங்களின் ஒன்றியம்.” என்கிறது அரசியல் சாசனம். (Union என்பதற்கு ஒன்றியம் என்பதே என் புரிதலில் சரியான மொழிபெயர்ப்பு.) Central என்ற சொல் சாசனத்தில் வருவது பெரும்பாலும் சட்ட திருத்தங்களின் வழியான பிற்சேர்க்கைகளில் மட்டுமே.

இப்படி இருக்கும் போது இந்திய அரசை ஒன்றிய அரசு என ஏன் அழைக்கக்கூடாது? முதலில் ஒன்றிய அரசு என்பதில் என்ன அவமதிப்பு இருக்கிறது? ஒன்று அவர்கள் அரசியல் சட்டம் அறியாதவர்களாய் இருக்க வேண்டும் அல்லது தமிழ் மொழியை அறியாதவர்களாக. இல்லை, ’ஒன்றிய’ எதிர்ப்புக்கு வேறு தர்க்கம் இருக்கிறதா?

அரைகுறைகளின் அதிகார வெறியை விட அபத்தமானதும் ஆபத்தானதும் வேறில்லை.

(ஜூலை 12, 2021)

★

மிகவும் பிற்படுத்தப்பட்டவர்களுக்கான மொத்த 20 சதவிகித இட ஒதுக்கீட்டையும் அதிமுக அரசு அப்படியே வன்னியர்களுக்குத் தூக்கிக் கொடுத்திருந்தாலும் இதேபோல் திமுக அரசு மண்டையாட்டி அதை அங்கீகரித்திருக்குமா?

ரவுடித்தனம் மூலமாக அரசையே மிரட்டி எதையும் சாதித்து விடலாம் என்ற தவறான முன்னுதாரணத்தையே இது ஏற்படுத்துகிறது. 10.5 சதவிகிதத்துக்கு என்னதான் தர்க்கம்? கணக்கெடுப்பு எடுக்கப்பட்டதா? அல்லது வேறேதும் ஆய்வுகள்? அல்லது வல்லுனர் குழு சிபாரிசு? ஓய்வு பெற்ற ஒரு நீதிபதியைக் கொண்டு கண்துடைப்பு ஆணையம் கூட அமைக்கப்படவில்லை. அதிமுக அரசு தேர்தலுக்காக இதை அவசர அவசரமாகக் கொணர்ந்த போது அதை எதிர்த்து வாய் கிழியக் களமாடிய

வீரர்களைத் தேடுகிறேன்.

புதிய அரசின் முதல் மிகப் பெரிய சறுக்கல்.

(ஜூலை 28, 2021)

★

முதல்வர் உடன் இருக்கிறார் என்ற அடையாள நகர்வாகப் பொது மக்களுக்கு நம்பிக்கையும் ஆசுவாசமும் ஏற்படுத்த ஓரிரு இடங்கள் போவது வரை சரி. அதை ஊடகங்களில் வரச் செய்தால் போதும். எல்லோருக்கும் புரியும்.

ஆனால் அதையே ஒரு முதல்வர் முழு நேரமும் செய்வதன் லாஜிக் எனக்கும் புரியவில்லை. அப்போதுதான் அரசு ஊழியர்கள் பயந்து சரியாக வேலை செய்வார்கள் என்பதாலா? அதற்கு இதுவா வழி? *How scalable is this?*

சோஷியல் மீடியா வியக்கும் ஆட்சியாக இருக்கவே ஸ்டாலினும் அவருக்கு ஆலோசனை சொல்வோரும் பிரயத்தனப்படுகிறார்கள். சோஷியல் மீடியா தினமும் அசுர வளர்ச்சி பெறுகிறது என்பதையும் இன்னும் சில ஆண்டுகளில் மொத்தத் தமிழகமும் இதில் இருக்கும் என்பதையும் மறுக்கவில்லை. ஆனால் அதற்காக அதிலேயே *obsessed*-ஆக இருப்பது அபத்தம். ப்ரஷாந்த் கிஷோர் கடித்து வைத்ததால் வந்த வினை என நினைக்கிறேன்.

ஆரம்பம் முதலே - கடந்த ஆறு மாதங்களாக - இப்படிப் பல நடவடிக்கைகள் சோஷியல் மீடியாவை உத்தேசித்த ஒரு பாசாங்காகவே தோன்றிக் கொண்டிருக்கிறது. வேலை செய்யாமல் இருப்பவன்தான் பாசாங்கு செய்ய வேண்டும். ஒழுங்காக வேலை செய்யும் ஸ்டாலினுக்கு எதற்கு அதெல்லாம்? தவிர இது எதிர்மறையான விளைவுகள் ஏற்படுத்தவும் வாய்ப்பு உண்டு என்பதையும் யோசிக்கலாம்.

அல்லது என்ன வேலை செய்தாலும் இந்த ஜிகினா காட்டல்தான் வெற்றிக்கு வழி என ஐடி சர்வீசஸ் கம்பெனி மாதிரி யோசிக்கிறாரா?

(நவம்பர் 11, 2021)

★

நான் ஸ்டாலினுக்கு ஆலோசனை சொல்லும் இடத்தில்

இருந்திருந்தால் அணிவகுப்பு பற்றி இந்த யோசனையை முன்வைத்திருப்பேன்:

நிராகரிக்கப்பட்ட தமிழ்நாட்டு வாகனத்தை உடனடியாக இருபதுக்கும் மேற்பட்ட பிரதிகள் செய்து பாஜக (மற்றும் அதன் கூட்டணிக் கட்சிகள்) ஆளாத அத்தனை மாநில முதல்வர்களுடனும் பேசி அவரவர் தலை நகரில் நடக்கும் குடியரசு தின அணிவகுப்பில் சிறப்பு அனுமதியாக ஒன்றிய அரசு 'நிராகரித்த' தமிழ்நாட்டு வாகனம் இடம் பெறச் செய்யலாம். மாநில சுயாட்சியை உறுதி செய்ய மாநில அரசுகள் இடையேயான ஒற்றுமை மற்றும் மாநில அரசுகளை அவமதிக்கும் ஒன்றிய அரசின் திமிர்ப் போக்கிற்கு எதிரான மாநிலங்களின் எதிர்ப்பு என்பனவற்றின் வலுவான குறியீடாக அது அமைந்து தேசிய ஊடகங்களை ஈர்த்து national sensation ஆகும்.

(ஜனவரி 19, 2022)

★

இன்று தன் சுயசரிதையின் முதற்பாகத்தை வெளியிடும் முக ஸ்டாலினுக்கு வாழ்த்து.

BTW, உங்களில் ஒருவன் என்பது மிக மொக்கையான தலைப்பு. பொருத்தமற்ற தலைப்பும் கூட. நம்மில் ஒருவராக இருப்பதுதான் உண்மையில் ஸ்டாலினின் தனித்துவ அடையாளமா என்ன! அல்லது அதுதான் அவரது வாழ்வின் தாத்பர்யமா! போலி அவையடக்கத்தின் சொற்கள் அவை. ஏதோ தேர்தல் பிரச்சாரத்தின் போது பயன்படும் பஞ்ச் வசனம் போல் சப்பையாக ஒலிக்கிறது. யார் இப்படிப் பிழையாக வழிநடத்துவது!

(ஃபிப்ரவரி 28, 2022)

★

ஒரு தேசத்தில் சிறுபான்மையினர் - அது எந்த மதம் / இனம் ஆனாலும், சரி - எப்போதும் ஒரு விதப் பதற்றத்தில்தான் இருப்பார்கள். அதுவே இயல்பு. அதன் விளைவால் அவர்கள் தம் மத / இன அடிப்படையில் ஒன்று கூடவே செய்வார்கள். பெரும்பான்மையினர் அதைப் பிழையாகவோ threat-ஆகவோ பார்க்க அவசியமில்லை. இன்னொன்று அதைக் காரணம் காட்டி

பெரும்பான்மையினர் தாமும் இன / மத அடிப்படையில் அணி சேரலாகாது. அது சிறுபான்மையினரை மேலும் பதற்றத்துக்கும் அச்சத்துக்கும் உள்ளாக்கும். அது சமூக நல்லிணக்கத்தை, அமைதியைச் சீர்குலைக்கும். எனவே அதைப் பெரும்பான்மையினர் செய்யாமல் தவிர்த்துப் பெருந்தன்மையுடன் நடந்து கொள்ள வேண்டும். இதுவே சார்பற்ற தன்மையின் (Secular) அறம். சார்பற்ற நாட்டில் தலைவர்கள் சிறுபான்மையினர் பண்டிகைக்கு மட்டும் வாழ்த்துச் சொல்லுதல் தவறில்லை என்பதும் இந்த அடிப்படையில்தான். *Expression of compassion* என்ற *gesture*.

(ஏப்ரல் 13, 2023)

★

ஏற்கெனவே 2022 ஜூலையிலேயே மத்திய அரசு நிறைவேற்றிய சட்டம்தான் வாரத்தில் 3 நாள் விடுமுறை என்ற ஆசை காட்டி தினம் 12 மணி நேர வேலை என்ற தொழிலாளர் சட்ட திருத்தம். எனவே ஒன்றிய அரசின் அதிகாரத்தின் கீழ் வரும் நிறுவனங்களில் இது ஏற்கெனவே அமலில் இருக்கும் சட்டம்தான். இப்போது தமிழக அரசின் அதிகாரத்தின் கீழ் வரும் நிறுவனங்களும் இதைப் பயன்படுத்தலாம் என்பதுதான் புதிய முடிவு.

8 மணி நேரம் வேலை, 8 மணி நேரம் உறக்கம், 8 மணி நேரம் வாழ்க்கை என்பதுதான் மனித உடலுக்கும் மனதுக்குமான சரிவிகிதச் சுமை / சுகம். ஆனால் உண்மையில் அதெல்லாம் நமக்குச் சாத்தியப்படுவதில்லை. நாம் வாழ்கிற நேரம் என்று ஒன்று இருக்கிறதா என்றே தெரியவில்லை. கூடுதல் வேலை நேரம், கூடுதல் அலைச்சல், கூடுதல் நெரிசல், கூடுதல் காத்திருப்பு எனத் தூக்கம் கெட்டு, கடமைக்கு வாழ்கிறோம். எல்லாவற்றிலும் மிகக் கடுமையான போட்டி. துரோகம், ஏமாற்று வேலைகளுக்குக் குறைவே இல்லை. எல்லோரும் ஒருவித எரிச்சல் மனநிலையிலேயே இருக்கிறோம்.

இன்று உயிர் வாழும் எந்த இந்தியனை அழைத்து மருத்துவப் பரிசோதனை செய்தாலும் அவர் *depression, anxiety* கொண்டிருப்பார். இதில் எனக்குச் சந்தேகமே இல்லை. வீடு, அலுவலகம், சமூகம், சமூக ஊடகம், அரசு இயந்திரம் என இந்த ஐந்தும் ஒரு மனிதனை எவ்வளவு மோசமான மன அழுத்தத்துக்கு

உள்ளாக்க முடியுமோ அவ்வளவு செய்து கொண்டிருக்கின்றன. இதில் வேலை நேரத்தையும் இப்படி *50%* அதிகரித்தால் இள வயது மரணங்கள் அதிகரிக்கும். சந்தேகமே வேண்டாம்.

மே *1*ம் தேதிக்கு இன்னும் *10* நாட்கள்தாம் இருக்கின்றன.

(ஏப்ரல் 21, 2023)

★

சில மாதங்கள் முன்பு நடந்த சனாதன தர்ம சர்ச்சையின் போது "சனாதனத்தை ஒழிக்க வேண்டும் என்று சொல்லும் ஆ.ராசா திமுக தலைவராக ஆக முடியுமா?" எனக் கேட்டார்கள் சனாதனிகள். பிராமணர் அல்லாதோர் ஒன்று கூடுவதை நேக்காகத் தடுக்கும் எத்தனம்தான் அது. அவர்கள் கேட்பது சரிதான். ஆனால் அது உண்மையில் அவர்களுக்குப் பாதகமான வாதமாக இருப்பதை அவர்கள் உணரவில்லை. ஆ.ராசா திமுக தலைவராக ஆக முடியாமல் இருப்பதற்குக் காரணம் குடும்ப அரசியல் மட்டுமா என்ன? அதற்கும் காரணம் சனாதனம்தான். அதாவது குடும்ப அரசியலே திமுகவில் ஒழிந்தாலும் அக்கட்சியில் நிலவும் சனாதனத்தின் பாதிப்பு காரணமாக ஆ.ராசா அதன் தலைவராக முடியாது. எனவே எப்படிப் பார்த்தாலும் சனாதனம் எதிர்ப்புக்குரியதே.

BTW, ஸ்டாலினை விட ஆ. ராசா மேலான தகுதியானவர் என்று சொல்லிச் சொல்லி கட்சியில் அவரது இடத்தைக் காலி செய்து விடாதீர்கள் - அது உண்மையெனினும்...

(மார்ச் 27, 2024)

★★★

7. வாரிசு அரசியல் ஏன் ஆபத்தானது?

(இக்கட்டுரையை ஒரு கட்சிக்கு எதிரான பரப்புரையாகவோ, ஒரு குறிப்பிட்ட அரசியல் தலைவரை உத்தேசித்த எதிர்ப்பாகவோ காணுதல் குறைபார்வை மட்டுமே. கிட்டத்தட்ட இந்தியாவில் இருக்கும் அத்தனை அரசியல் கட்சிகளும் வாரிசு அரசியலை சிறிதும் பெரிதுமாக மேற்கொண்டுதான் வருகின்றன. அப்படியான அனைத்துக் கட்சிகளையும் தலைவர்களையும் நோக்கிய ஒரு குரல்தான் இது. ஒருவேளை, உங்கள் கட்சியையோ தலைவர்களையோ இது குறிப்பதாகக் குத்தினால் நிச்சயம் உங்களுக்குமானதே!)

★

இந்திய அரசியலையும் வாரிசு அரசியலையும் பிரிக்கவே முடியாது. அரசியல் சாசனச் சட்டப்படி இந்தியாவில் நடப்பது மக்களாட்சி ஜனநாயகம் எனினும் அச்சட்டகத்துக்குள் நின்று கொண்டு வாரிசு அரசியலின் வழியே இங்கே நடப்பது மன்னராட்சி முறைதான்.

வாரிசு அரசியல் ஒழிக்கப்பட வேண்டும் என ஓர் உயர்நீதிமன்ற நீதிபதியே (கிருபாகரன், 2018) தீர்ப்பின் ஒரு பகுதியில் விமர்சனம் வைக்கும் சூழல்தான் நம் நாட்டில் நிலவுகிறது. இன்று, நேற்றல்ல; நூற்றாண்டுக்கு மேலாக இதுவே இங்கு நிலை. கவனித்தால் உதயநிதி ஸ்டாலினின் நுழைவும் உயர்வும் மட்டுமல்ல; ஜவஹர்லால் நேருவின் வரவே கூட வாரிசு அரசியல்தான். (நேருவுக்குத் தகுதி இருந்தது எனினும் அவர் மேலே உயர்ந்தது அதனால் மட்டும் அல்ல.) நம் நாட்டின் அத்தனை தேசியக் கட்சிகளிலும், எல்லா மாநிலங்களிலும் உள்ள பிராந்தியக் கட்சிகளிலும் வாரிசு அரசியல் நிறைந்து கிடக்கிறது (ஒப்பீட்டளவில் கம்யூனிஸ்ட்களிடம் சற்றுக் குறைவாக இருக்கலாம்). கட்சியினரிடமும் மக்களிடமும்

வாரிசு அரசியல் இயல்பாக்கம் *(normalise)* செய்யப்பட்டு அரை நூற்றாண்டு ஆகி விட்டது.

இன்றைய பாராளுமன்ற லோக் சபாவில் 23% பேர் வாரிசு அரசியலில் நுழைந்தவர்கள். நாற்பது வயதுக்குக் குறைந்த எம்பிக்களில் மூன்றில் இரண்டு பங்கு வாரிசுகள். பெண் எம்பிக்களில் 40% பேர் குடும்ப அரசியல் தொடர்புடையவர்கள். நாடு முழுக்க மாநிலச் சட்டசபைகளிலும் இதேதான் நிலைமை. எங்கும் எதிலும் வாரிசுகளே நிறைந்துள்ளனர்.

இந்தியா மட்டுமல்ல பாகிஸ்தான், இலங்கை, பங்களாதேஷ், நேபால், மியன்மார் எனத் தென் கிழக்காசிய நாடுகள் பலவற்றிலும் வாரிசு அரசியல் கொடி கட்டிப் பறக்கிறது.

★

அரசியல் என்றில்லை, எத்துறையிலும் எத்தொழிலிலும் எல்லோரும் தெரிந்தவர்களை உடன் வைத்துக் கொள்வது சகஜம்தான். அது நம்பிக்கை சம்மந்தப்பட்டது. ஆனால் லாபமீட்டும் பொறுப்புகளை அறிந்தே ஒருவரின் தகுதியைக் கண்டுகொள்ளாமல் நெருக்கமான இன்னொருவருக்கு அளிக்கும் போதுதான் இதில் சிக்கல் எழுகிறது.

வாரிசு அரசியலுக்கு *Favoritism, Cronyism, Nepotism, Dynastic Politics* என்று பல முகங்கள் இருக்கின்றன. சுருக்கமாகச் சொன்னால் திறமை, அனுபவம் உள்ளிட்ட தகுதிகளைப் பொருட்படுத்தாமல் குறுகிய காலத்தில் அதிகாரத்தில் உள்ள ஒருவர் தன் வாரிசுக்குப் பதவி அல்லது வாய்ப்பு வழங்குதல். பொதுவாக மூன்று துறைகளில் வாரிசு அரசியல் நடக்கும். ஒன்று வியாபாரம், அடுத்தது திரைத் துறை, கடைசியாக அரசியல். இதில் வியாபாரத்தில் வாரிசுகள் இறங்குவதைத் தவிர்க்க முடியாது. ஏனெனில் அது தனிநபர் சொத்து. வாரிசுக்குத்தான் போய்ச் சேரும். மற்ற இரண்டிலும் நடப்பதுதான் மோசம்.

“வைப்பாட்டி அரசியலுக்கு வாரிசு அரசியல் மேல்” என்று சிலர் சொல்வார்கள். ஆனால் உண்மையில் வாரிசு அரசியல் என்பது மகன், மகள், பேரன், பேத்தி இவர்களை மட்டும் குறிப்பதல்ல; சகோதரன், சகலை, மாமன், மைத்துனன், மருமகன், இவை அனைத்தின் பெண் பால் உறவுகள், மனைவி, துணைவி, காதலி, கள்ளக்காதலி, தோழி எனத் தெரிந்த எவருக்குக் கட்சியில் பதவியோ

வாய்ப்போ வழங்கப்பட்டாலும் வாரிசு அரசியல்தான்.

கட்சியில் மட்டுமல்ல, திரைத்துறையிலும் கூட வாரிசு அரசியல் தவறுதான். அதனால் பாதிக்கப்படுவோர் ஏராளம். கமலின் மகள்கள் சினிமாவில் நாயகிகளாக நிற்பது கூட வாரிசு அரசியலின் நிறம்தான். என்ன என்னவோ சமரசங்கள் செய்து கொண்டுதான் சாதாரணர்கள் சினிமாவில் நாயகியாக முடிகிறது. அதனால் மனமுடைந்து தற்கொலை செய்தோர் உண்டு. ஷ்ருதி ஹாசனும் அக்ஷரா ஹாசனும் அப்படியா உள்ளே வந்தார்கள்? திறமையும் அழகும் இருக்கிறது என்றே வைத்துக் கொள்வோம், ஆனால் கமலின் மகள் என்ற லேபிள் இல்லை என்றால் அவர்கள் இவ்வளவு சுத்தமாகவும் இத்தனை எளிதாகவும் வாய்ப்புப் பெற்றிருக்கும் சாத்தியம் குறைவுதானே? அவர் யாரிடமும் போய்க் கேட்க வில்லை என்றாலும் கமலின் செல்வாக்கு மறைமுகமாக அங்கே பயன்பட்டதுதானே? அது வாரிசு அரசியல்தானே? இன்னொரு நடிகையின் வாய்ப்பு பறிக்கப்பட்டதுதானே?

வாரிசுகளைப் பார்த்து அவர் மூக்கு அப்படியே இருக்கு, அவரது மூக்குச் சளி அப்படியே வந்திருக்கு என்றெல்லாம் உணர்ச்சிவயப்படுவதும் அந்தந்தத் துறையில் வாரிசுகளின் ஆதிக்கத்துக்கும் அரசியலுக்கும் காரணமாகிறது. அது பொது மக்களின் பலவீனம்தான். பெற்றவரைப் போல் பிள்ளை இருப்பதில் என்னதான் வியப்பு இருக்க முடியும்? அதில் சிலாகிக்கவும் அதற்காகவே ஒருவரைப் பிடித்துப் போவதும் என்ன தர்க்கம்? தமக்கென ஓர் அடையாளத்தை வாரிசுகள் உண்டாக்கிக் கொண்டு தகுதி பெறும் வரை ஊடகங்கள் அவர்களுக்கு முக்கியத்துவம் தந்து அவர்கள் படத்தைப் பகிர்வது, கட்டுரை எழுதுவது, காவியம் எழுதுவது என்றெல்லாம் இறங்கலாகாது. இக்குறைந்தபட்ச பொறுப்புணர்வு கூட எவருக்கும் இருப்பதில்லை. வாரிசு அரசியலுக்கு ஊடகங்களும் முக்கியக் காரணம்.

★

சினிமாவைக் காட்டிலும் அதிகக் கவலை அளிப்பது கட்சிகளில் உள்ள வாரிசு அரசியல். கட்சியில் வாரிசு அரசியல் என்பது என்ன? கட்சியில் தலைமையின் வாரிசை விடவும் தகுதி வாய்ந்தவர்கள் இருக்கும் போது வாரிசுக்குக் கட்சியின் பலம் மிக்க பதவிகளை வழங்குவது, உள்ளாட்சி, சட்டமன்ற, நாடாளுமன்றத்

தேர்தல்களில் நிற்கும் வாய்ப்பு வழங்குவது, ஜெயித்து எம்எல்ஏ, எம்பி ஆன பிறகு அமைச்சர் பதவியை வழங்குவது, இறுதியில் கட்சித் தலைவர், முதல்வர், பிரதமர் ஆகிய உச்சப் பதவிகளை அளிப்பது.

வாரிசு அரசியலின் நடைமுறைப் பிரச்சனைகள் என்ன? அதைப் பேசும் முன் சூழலைப் புரிந்து கொள்வோம். இன்று இந்தியாவின் தேர்தல் அரசியலின் நிலைமை என்ன? இங்கு ஒரு வேட்பாளரின் தகுதி என்பது என்ன? என்பார்வையில் மூன்று விஷயங்கள்: ஒன்று அவரது செலவு செய்யும் திறன் (பிரச்சாரம், ஓட்டுக்குக் காசு), அடுத்து அவர் நிற்கும் கட்சியின் செல்வாக்கு, கடைசியாக பொதுமக்கள் மத்தியில் அவரது பிரபல்யம். அறிவு, திறமை, நேர்மை, அனுபவம் உள்ளிட்ட அவரது தகுதி என்பது இங்கே கணக்கிலேயே கொள்ளப்படவில்லை எனக் கவனிக்கலாம். வாரிசு அரசியலின் ஊற்றுமுகம் இதுவே.

காசு இருந்தால் போதும், தேர்தலில் ஜெயிக்கலாம் என்ற நிலையில் பண்ணையார்கள், தொழிலதிபர்கள், நடிகர்கள் எல்லோரும் ஏதாவது பெரிய கட்சியில் சேர்ந்து சீட் வாங்கி எம்எல்ஏ, எம்பி என்றாகி விடுகிறார்கள். இதன் அடுத்த கட்டம்தான் வாரிசு அரசியல்.

காசு இருப்பவனுக்குத்தான் கட்சியில் பதவியும் வாய்ப்பும் என்றாகி விட்ட போது பணம் என்பதே அதிகாரமாகி விடுகிறது. கட்சியில் ஏற்கெனவே தலைமையில் இருப்பவரின் குடும்பத்தினரிடம் அதிகார துஷ்பிரயோகத்தில் செய்த ஊழல்கள் வழி பணம் குவிந்து கிடப்பதே இயல்பு. ஆக, அவர்களின் வாரிசுகளிடம் அதீதப் பணமும், அதன் வழியாக இயற்கையாகவே கட்சியில் அதிகாரமும் வந்து விடுகிறது. பலமான எதிரிகளிடமிருந்து கட்சியைக் காப்பாற்றி எடுத்துச் செல்ல நிறையப் பணமும், அதிகாரமும் கொண்ட ஒருவர் அவசியம் என்ற பிம்பம் உண்டாக்கப்பட்டு அதைச் சர்வ வல்லமை பொருந்திய வாரிசுகளே சரியாகச் செய்ய முடியும் எனக் கட்சியினரை நம்ப வைக்கின்றனர்.

பணத்தைக் குவித்து வைக்க இயலாத கட்சித் தலைமையும், அவர் வாரிசுகளும் அந்தக் கட்சியில் வாரிசு அரசியல் செய்வதில்லை அல்லது செய்ய முடிவதில்லை என்பதையும் கவனிக்கலாம். அதே போல் ஆட்சிக்கு வரவே வாய்ப்பு இல்லாத கட்சிகளிலும் வாரிசு

அரசியல் இராது. போராட்டத்தை முதன்மை நோக்கமாகக் கொண்ட இடங்களிலும் கூட இது இருக்காது. (கம்யூனிஸ்ட் கட்சிகளில் வாரிசு அரசியல் குறைவாகவே இருக்கிறது.)

சரி, ஒரு வாரிசு அரசியலுக்குள் வர விரும்ப என்ன நோக்கம் இருக்கும்? தேச சேவையா? நிச்சயம் இல்லை. ஏற்கெனவே இருக்கும் பணத்தைப் பன்மடங்காகப் பெருக்குவதுதான் முதன்மை நோக்கமாக இருக்கும். அதற்கு அவர் அதிகாரத்துக்கு வர வேண்டும். தந்தை அதிகாரத்தில் இருந்தால் மட்டும் போதாது. அவரது காலத்துக்குப் பிறகு தன்னிடமும் அதிகாரம் இருக்க வேண்டும். எனவே கட்சிக்குள் நுழைந்து வாய்ப்பும் பதவியும் பெற வேண்டும். இன்னொரு விஷயம், மேலே சொன்னது போல் தேர்தல்களைச் சந்திக்கவும் வெல்லவும் பணம் அத்தியாவசியம் என்றாகி விட்ட பிறகு களமிறங்கும் வாரிசுக்கு வேறு வழியும் இல்லை. தொடர்ந்து பதவியிலிருந்து பணம் சம்பாதிக்க வேண்டும் என்பது புலி வாலைப் பிடித்த கதையாகி விடும். ஆக, வாரிசு அரசியலில் எந்தப் பொது நல நோக்கும் இல்லை. அதிகாரத்தைப் பயன்படுத்திப் பணம் சம்பாதிப்பது மட்டுமே ஒரே இலக்கு. ஒரு வேளை வாரிசால் நாட்டுக்கு ஏதேனும் நன்மை நடந்தால் அது பக்க விளைவு மட்டுமே.

ஆக, வாரிசு அரசியலால் நாட்டில் ஊழலும் அதிகாரத் துஷ்பிரயோகமும் அதிகரிக்கும்.

மக்கள் நலத் திட்டங்களில் கொள்ளையடிப்பதுதான் ஊழல். இதனால் ஒன்று மக்கள் வரிப்பணம் வீணாகும் அல்லது தரமற்ற திட்டங்கள் அமல்படுத்தப்படும். அதிகாரத் துஷ்பிரயோகம் என்பது சினிமா, ரியல் எஸ்டேட், பொதுப் பணி போன்ற சாத்தியமான இடங்களில் எல்லாம் அதிகாரத்தைக் காட்டி வியாபார ஆதிக்கம் செலுத்திப் பணம் சம்பாதிப்பது. இதனால் அங்கே ஏற்கெனவே இருப்பவன் தொழில் நசிந்து நீங்குவான்.

இவை யாவுமே தனி மனிதனை மட்டும் அல்லாது, அத்துறையை பாதிக்கும். சமூகத்தில் கேடு உண்டு பண்ணும். நீண்ட கால நோக்கில் தேச முன்னேற்றத்தைப் பின்னிழுக்கும்.

இன்னொன்று இத்தனை ஊழல்கள், குற்றங்கள் செய்து செல்வம் சேர்த்திருக்கும் போது சிபிஐ, ஐடி, ஈடி எனப் பல துறைகளிலிருந்து

தம்மையும் பணத்தையும் பாதுகாத்து வைக்கவும் அதிகாரத்தில் ஒட்டிக் கொண்டிருப்பது அவசியமாகிறது. எனவே இந்தக் கணம் ஓர் அரசியல்வாதி இனி நான் ஊழல் செய்ய மாட்டேன் என்று முடிவெடுத்தாலும் இது வரை செய்தவற்றுக்குச் சிறை செல்லாமல் இருக்க அரசியல், ஆட்சி அவசியம்.

இந்தப் பின்னணியில் யோசியுங்கள். ஊழல் செய்த வாரிசுகளைக் கொண்ட ஒரு மாநில கட்சி மத்திய அரசின் அராஜகங்களை வலுவாக எதிர்க்க முடியுமா? பெயருக்கு ஈயம் பூசல் எதிர்ப்பாகவே அமையும். அதுவே வாரிசாக அல்லாத மற்றவர்கள் கட்சியில் தவறு செய்து வசமாகச் சிக்கிக் கொண்டால் ஒரு கட்டத்தில் அவர்களைக் கை கழுவக் கட்சி தயாராகி விடும். அங்கே கட்சியின் நலன் முன்னுக்கு வந்து விடும். ஆனால் வாரிசைக் காப்பாற்ற கட்சி எந்த எல்லைக்கும் செல்லும், கட்சியை அடகு வைப்பதாக இருந்தாலும்.

கட்சிகளின் குற்றச் செயல்களுக்கு மக்கள் நல முலாம் பூசி நியாயம் கற்பிப்பது மூட நம்பிக்கைகளுக்கு விஞ்ஞான விளக்கம் கொடுப்பது போன்ற விஷமச் செயலே. முன்பு ஊழலே சமூக நீதிதான் என்றார்கள்; இன்று பார்ப்பனியச் சதியை முறியடிக்க வாரிசு அரசியல் அத்தியாவசியம் என்கிறார்கள். இப்படித் தம் குற்றங்களுக்குப் பொழிப்புரை எழுதும் தொண்டர்கள் உள்ளவரை கட்சித் தலைவர்களுக்குக் கொண்டாட்டம்தான்!

★

பலரும் வாரிசு அரசியலை ஆதரித்துப் பேசும் போது சொல்லும் விளக்கம் அது உட்கட்சி விவகாரம். கட்சிக்காரர்களுக்கு அதில் ஒரு பிரச்சனையும் இல்லை எனும் போது வெளி ஆட்களுக்கு என்ன வந்தது என்று கேட்பார்கள். உண்மையில் அது அபத்தமான வாதம்.

கட்சியில் யாருக்கு வாய்ப்பு, யாருக்குப் பதவி என்பது உட்கட்சி விஷயம்தான். ஆனால் நேர்மையான உட்கட்சி ஜனநாயகம் பேணப்படுகிறதா அதில்? கட்சியில் எவரும் அதை விமர்சிக்கவோ எதிர்க்கவோ இல்லைதான். ஆனால் அதன் பொருள் வாரிசு அரசியலில் அவர்களுக்கு எல்லாம் உடன்பாடு இருக்கிறது என்று அர்த்தமா? அவர்கள் சுதந்திரமாகப் பேசக்கூடிய சூழல் ஒரு

கட்சியில் இருக்குமா? கட்சியின் இரண்டாவது அதிக அதிகாரம் கொண்ட தலைவர் கூட கட்சித் தலைமையின் வாரிசு அரசியலைக் கேள்வி கேட்க முடியாது என்பதுதான் நிலைமை. கேட்டால் இயல்பாகவே ஓரங்கட்டப்படுவார்கள். ஒன்று வைகோ போல் உணர்ச்சி வசத்தில் கட்சியை உடைத்து வெளியேற வேண்டும். அல்லது அன்பழகன் போல் இரண்டாம் இடத்தைத் தக்க வைத்துக் கொண்டு வாரிசு அரசியல் பற்றி மௌனமாக இருக்க வேண்டும். அவ்வளவுதான் அனுமதிக்கப்பட்டது.

இதெல்லாம் தாண்டி கட்சிக்கே வாரிசு அரசியல் பெருத்த சேதாரத்தை விளைவிக்கும். வாரிசு அரசியலினால் தகுதியுடைய சிலர் ஓரங்கட்டப்படுவர். கட்சி உடையவும் கூடும்.

வாரிசு அரசியலால் தகுதி வாய்ந்த கட்சி உறுப்பினர்கள் அக்கட்சியில் செயல்படுகிற ஆர்வத்தை இழப்பார்கள். என்ன செய்தாலும் இறுதியில் வாரிசுகளுக்குத்தான் பதவி எனும் போது எப்படி ஒரு கட்சிக்காரன் உழைப்பான்? எல்லோருமா கட்சித் தலைமைக்கு வர ஆசைப்படுவார்கள் என நீங்கள் கேட்கலாம். அது விஷயத்தின் தீவிரத்தன்மையை உணராத மொண்ணைக் கேள்வி. காரணம் பொதுவாகக் கட்சிகளில் தலைமை தனது வாரிசைக் கொண்டு வரும் போது அதை கட்சியில் செல்வாக்கு மிக்க இரண்டாம் மட்டத் தலைவர்கள் எதிர்க்கக்கூடாது, அதனால் கட்சி உடையக்கூடாது என்ற கவனத்தில் அந்த இரண்டாம் மட்டத் தலைவர்களின் வாரிசுகளுக்கும் வாய்ப்பும் பதவியும் வழங்கப்படும்.

உதாரணமாக கட்சித் தலைவரின் வாரிசுக்கு எம்எல்ஏ சீட் தரப்பட்டதை நியாயப்படுத்த, கட்சியில் அதை எதிர்த்து வரக்கூடிய குரல்களை அமுக்க சுமார் 25 முக்கியஸ்தர்களின் வாரிசுகளுக்கு எம்எல்ஏ சீட் தர வேண்டியிருக்கும். ஆக, எம்எல்ஏ, எம்பி சீட்கள், மேயர், அமைச்சர் பதவிகள், கட்சியின் முக்கியப் பதவிகள், மாவட்டச் செயலாளர் பொறுப்புகள் என எல்லாவற்றிலும் வாரிசுகளே நிரம்புவார்கள். ஆக, எந்த இடத்திலும் ஒரு சாதாரணப் பின்புலத்தில் இருந்து வந்த ஒருவன் கட்சியில் மேலே ஏற முடியாது. கட்சித் தொண்டன் கடைசி வரை "வாழ்க! வாழ்க!" கோஷம் போட்டுக் கொண்டே இருக்க வேண்டியதுதான்.

பொன்னியின் செல்வனில் பெரிய பழுவேட்டரையர் சோழ

நாட்டின் சிற்றரசர்களிடம் சொல்வதாக ஒரு வசனம் வரும்: "[ஆதித்த கரிகாலருக்கு] இளவரசுப் பட்டம் கட்டுவதற்கு முன்னால் நம்மில் யாருடைய யோசனையாவது கேட்கப்பட்டதா என்று தெரிந்து கொள்ள விரும்புகிறேன். இங்கே கூடியுள்ள நாம் ஒவ்வொருவரும் நூறு ஆண்டுக்கு மேலாக, நாலு தலைமுறையாக, சோழ ராஜ்யத்தின் மேன்மைக்காகப் பாடுபட்ட பழங்குடியைச் சேர்ந்தவர்கள். என் பாட்டனாருக்குத் தந்தை திருப்புறம்பியம் போரில் இறந்தார். என் பாட்டனார் வேளூரில் நடந்த போரில் உயிர் விட்டார். என் தந்தை தக்கோலத்தில் உயிர்த் தியாகம் செய்தார். அம்மாதிரியே உங்கள் ஒவ்வொருவரின் மூதாதையரும் இந்தச் சோழ நாட்டின் மேன்மையை நிலைநாட்டுவதற்காக உயிரைக் கொடுத்திருக்கிறார்கள். நம் ஒவ்வொருவருடைய குடும்பத்திலும் இளம் பிள்ளைகள் யுத்தகளத்தில் செத்திருக்கிறார்கள். இன்றைக்கும் ஈழ நாட்டில் நம்முடைய குலத்தையும் குடும்பத்தையும் சேர்ந்த பிள்ளைகள் போர் செய்து வருகிறார்கள். ஆனால் அடுத்தபடியாகப் பட்டத்துக்கு வரவேண்டியவர் யார் என்பது பற்றித் தீர்மானிப்பதில் நம்முடைய அபிப்பிராயத்தை மகாராஜா கேட்கவில்லை. தசரதர்கூட இராமருக்குப் பட்டம் கட்டுவது பற்றி மந்திராலோசனை சபை கூட்டி யோசனை செய்தார். மந்திரிகளையும், சாமந்தகர்களையும், சேனைத் தலைவர்களையும், சிற்றரசர்களையும் ஆலோசனை கேட்டார். ஆனால் சுந்தர சோழ மகாராஜா யாருடைய யோசனையையும் கேட்பது அவசியம் என்று கருதவில்லை." இத்தனைக்கும் கதை நடப்பது மன்னர்களின் வாரிசுகளே அரசர்களாக அரியணை ஏறி வந்த முடியாட்சிக் காலம். அதற்கே அந்த மனிதர் இவ்வளவு கொதித்துப் பேசியிருக்கிறார். இந்தியாவில் பெரும்பாலும் வாரிசு அரசியல் நடக்கும் கட்சிகளில் அதை எதிர்த்து சிறுமுணுமுணுப்பும் எழாது. ஆனால் மனதில் அது குறித்து மேற்சொன்னது போலவே புழுங்கிக் கொண்டுதான் இருப்பர்.

சமீபத்தில் ஒரு கட்சியின் தலைவருக்கு - அவர் ஒரு வாரிசு - 'பிறவித் தலைவர்' எனப் போஸ்டர் அடித்திருந்தனர். வாரிசு அரசியல் குறித்து எவ்வளவு நுட்பமான விமர்சனம்! பாதிக்கப்பட்ட சிலரால் தெரிந்தே அப்போஸ்டர் அடிக்கப்பட்டிருக்க வாய்ப்பு உண்டு.

வாரிசுகளுக்குத்தான் வாய்ப்பு ஒரு கட்சியில் எனும் போது சிந்தனையும், திறமையும் கொண்ட யார் அக்கட்சியில் சேருவார்கள்? அப்படியே சேர்ந்தாலும் மேலே வர முடியாது. அமைச்சர் மகன் அமைச்சர்; சுவரொட்டி ஒட்டுகிறவன் மகன் சுவரொட்டி ஒட்டு என்பது மனு நீதி இல்லையா? வலதுசாரி, பார்ப்பனியக் கட்சிகள் இதைச் செய்தால் கூட ஒரு தர்க்கம் இருக்கிறது. ஆனால் பெரியாரியமும், சமூக நீதியும் பேசும் கட்சிகள் இதைச் செய்வதில் என்ன நியாயம் உள்ளது? கொள்கை என்பது எவ்வளவு போலித்தனமானது!

★

அடுத்த வாதம் மக்கள் வாரிசுகளை ஏற்றுக்கொள்கிறார்கள், மற்றவர்க்கு என்ன என்பது.

மக்கள் ஏற்றால்தான் அரசியலில் ஒரு வாரிசு நிலைக்க முடியும் என்பது ஏதோ பெரிய *checkpoint* போல் தோன்றலாம். உண்மையில் வாரிசு அரசியல் இந்தியாவில் கொழிக்க சம்மந்தப்பட்ட கட்சிகள் மட்டுமின்றி பெரும்பான்மை மக்களின் *sentiment*-ம் காரணம்.

பொது மக்களில் பலர் ப்ரியங்கா காந்தியை இந்திராவோடு ஒப்பிட்டுப் பேசுகிறார்கள். இத்தனைக்கும் இப்போதைக்கு உள்ளது வெறும் தோற்ற ஒற்றுமை. சராசரி இந்தியர்கள் ஆழ்மனதில் வாரிசு அரசியல் மீதான மாபெரும் வசீகரம் படிந்து கிடக்கிறது. அது தவறு என்றே அவர்களுக்குத் தோன்றுவதில்லை. அவர்கள் அதை ஓர் உட்கட்சி விவகாரமாகக் கருதுகிறார்கள். வாரிசு அரசியல் என்பதற்காக அவர்கள் எவரையும் நிராகரித்ததாகச் சரித்திரம் இல்லை. ஆனால் வெகுமக்களின் ஆதரவு ஒரு பிழையைச் சரியாக்கி விடுமா?

ஜெயலலிதாவின் ஊழல் குற்றச்சாட்டு நிரூபிக்கப்பட்டு சிறை சென்று வந்த பின்பும் மக்கள் அவரைப் பெருவாரியாக ஆதரித்து முதல்வர் ஆக்கினார்கள். அதனால் அவரது ஊழல் குற்றம் சரியென்று ஆகி விடுமா? அதேதான் வாரிசு அரசியலிலும். மக்கள் ஒரு வாரிசைத் தேர்தலில் வெற்றி பெற வைத்து விட்டதாலேயே கண்ணை மூடிக் கொண்டு அவரை ஆதரிக்க முடியாது. நம் மக்கள் நாயக நடிகர்களை அரசியலுக்கு வரச் சொல்லி இன்னும் அழைத்துக்கொண்டிருக்கும் பாமரர்கள்தாம்.

அவர்களின் ஏற்பு என்னளவில் ஒரு விஷயமே இல்லை. ஞாபகம் இருக்கட்டும், சில மாதம் கூட நீடிக்க மாட்டார் என்ற நிலையில் இருந்த எடப்பாடி பழநிச்சாமி தலைமையிலான அதிமுகவுக்குக் கணிசமாக வாக்களித்து எம்எல்ஏக்களை அள்ளி வழங்கியவர்கள் நம் ஆட்கள். நல்லவர்களையோ, திறமையானவர்களையோதான் தேர்ந்தெடுக்க வேண்டும் என்ற வரையறை எல்லாம் அவர்கள் வைத்துக் கொள்வதில்லை. அது ஒரு லாட்டரி மாதிரிதான். அவர்கள் ஆதரவை வைத்தெல்லாம் ஒருவரை ஆளுமை என்றோ அவர்கள் செய்வது தவறில்லை என்றோ தீர்மானிக்கலாகாது. அது ஒருவிதமான அசட்டுச் சுயசமாதானப்படுத்தல் மட்டுமே.

இன்னொரு கேள்வி வாரிசு என்பதாலேயே தகுதியற்றவர்கள் ஆகி விடுகிறார்களா?

கார்த்தி சிதம்பரத்துக்கு எம்பி சீட் வழங்கப்பட்ட போது இதே கேள்வியை அவர் ஒரு பேட்டியில் எழுப்பினார் (*"Being my father's son should not qualify me to get the ticket, but nor should it automatically disqualify me either"*). இதுவும் அபத்தமான சமாளிப்பு வேலைதான். யாரும் வாரிசுகள் அரசியலுக்கு வருவதை எதிர்க்கவில்லை. வாரிசு அரசியல் என்பது அதுவல்ல. ஒருவர் கட்சியில் அடிப்படை உறுப்பினராகச் சேர்ந்து, அனுபவம் பெற்று, பல ஆண்டுகள் படிப்படியாக முன்னேறி, கட்சிப் பொறுப்பு, வேட்பாளர் வாய்ப்பு, அமைச்சர் பதவியைப் பெற்றால் யாருக்கும் எந்த வித ஆட்சேபணையும் இல்லை. ஆனால்தான் இன்னாரின் வாரிசு என்பதால் இவற்றை எல்லாம் கட்சியில் சேர்ந்த குறுகிய காலத்தில் பெறுவதுதான் வாரிசு அரசியல் என வரையறுக்கிறோம். அதைத்தான் எதிர்க்கிறோம்.

இன்னொரு விஷயம் வாரிசு குறிப்பிட்ட பதவிக்குத் தகுதியானவரா என்பது மட்டுமே இங்கே கேள்வி அல்ல. கட்சியில் இருக்கும் எல்லோருடனும் ஒப்பிட்டால் அவர்தான் அதிக தகுதி கொண்டவரா என்பதும் மிக மிக முக்கியமானது. ஆக, ஒரு வாரிசு தகுதியற்றவர் என்பதல்ல வாரிசு அரசியல் விமர்சனத்தை முன்வைப்பவர்களின் கருத்து; அவர்களை விடத் தகுதியானவர் இருக்கையில் அவர்களுக்கு வாய்ப்பளிக்கப்படுகிறதே என்பதே. அதிகத் தகுதி கொண்டோருக்கு இழைக்கப்படும் அநீதிக்கு என்ன பதில் என்பதே வினா.

கட்சிக்கான அடுத்த தலைமை இருப்பதிலேயே சிறந்தவரைத் தேர்ந்தெடுப்பதாகவே அமைய வேண்டும். வாரிசு என்பதே ஒருவர் தலைவராகத் தகுதியாகி விடாது. இன்று இந்தியாவில் ஜனநாயக அரசியல் நடத்தப் பணம் முக்கியத் தேவை என்பதால் அது ஒரு வாரிசிடம் நிறைய இருக்க வாய்ப்புண்டு என்பது தாண்டி அவர் கட்சியை வழிநடத்தும் தன் அறிவை, திறமையை ஐயந்திரிபற நிரூபிக்க வேண்டும். ஆண்டுகளின் அனுபவம் ஓரளவு செல்லுபடியாகும். பேச்சிலும் செயல்பாட்டிலும் *consistent*-ஆக அதை நிரூபித்துக் கொண்டே இருக்க வேண்டும். குறைந்தபட்சத் தகுதியோடு திருப்தியாகி விடலாகாது.

வாரிசு அரசியல் இருந்தாலும் வக்குள்ள தலைவன் அதை மீறி மேலே வருவான் என்ற பொருளில் எகத்தாளம் பேசுகிறார்கள் சிலர். ஆனால் இது நடைமுறையில் சாத்தியமா?

சிலர் வாரிசு அரசியல் இருப்பதால்தான் பெண்களுக்கு ஓரளவுக்கு பெரிய பதவிகளை எட்ட முடிந்திருக்கிறது என்று சொல்கிறார்கள். ஒரு குற்றத்தின் பக்க விளைவாக ஒரு நன்மை விளைந்தால் அதனாலேயே குற்றத்தை நியாயப்படுத்தி விட முடியாது. வாரிசு அரசியலால் மட்டுமே கட்சி பலமாக இருக்கும், இந்துத்துவம் உள்ளிட்ட ஆபத்துகளை எதிர்கொள்ள முடியும் போன்ற வாதங்களையும் இதே திசையில்தான் பார்க்கிறேன்.

இன்னொரு சப்பைக்கட்டு வாரிசு அரசியல் கூடாது என்பது ஓர் ஊடோபியன் கனவு, அது நடைமுறையில் சாத்தியமில்லை என்பது. அப்படிப் பார்த்தால் சமூக நீதி உள்ளிட்ட நல்ல விஷயங்கள் யாவுமே இந்த அழுக்கு உலகைப் பொறுத்த வரை ஊடோபியன் கனவுகளே. எல்லாவற்றையும் கை விட்டு விடலாமா? என்ன மாதிரியான இரட்டை நிலைப்பாடு இது?

★

உண்மையில் தன்முனைப்பும், கட்சி மீது அக்கறையும் கொண்ட பெரும்பான்மையான கட்சிக்காரர்கள் வாரிசு அரசியலை விரும்ப வாய்ப்பு இல்லை. மீறி வாரிசு அரசியலை ஆதரிப்பவர்கள் இந்த ஐந்து வகையில் அடக்கி விடலாம்:

1) அந்த வாரிசு அதிகாரத்துக்கு வருவதால் நேரடியாக லாபம் அடையப் போகிறவர்கள்

2) லாபம் இல்லாவிடிலும் பயந்து கொண்டு வேறு வழியின்றி கட்சியில் தனக்கு இருக்கும் நடப்பு இடத்தையாவது காத்துக் கொள்ளலாம் எனப் பல்லைக் கடித்துக் கொண்டு ஆதரிப்போர்.

3) சுயமரியாதையும் சுயசிந்தனையும் இல்லாமல் கட்சித் தலைமை என்ன செய்தாலும் கண்மூடித்தனமாய் அதை ஆதரிக்கும் அடிமைகள். (அதற்கேற்ப மனசாட்சி இல்லாமல் தமது வாதத்தின் தர்க்கத்தைத் தினம் தினம் வளைப்பவர்கள்.)

4) கூலி வாங்கிக் கொண்டு அக்கட்சிக்கு ஆதரவாய்ப் பேசுவோர்.

5) முக்கியமாக அடுத்து தம் வாரிசைக் களமிறக்கப் போவோர்.

வாரிசு அரசியலானது கட்சியை அழிக்கும், அக்கட்சியை நம்பியிருக்கும் மாநிலத்தை அழிக்கும். சரி, அதைப் பற்றி வாரிசு அரசியல் செய்யும் குடும்பத்துக்கு அக்கறை இராது. இருந்திருந்தால்தான் வாரிசு அரசியலே செய்திருக்க மாட்டார்களே! சரி, அவர்களுக்குப் புரியும் பாஷையிலேயே வாரிசு அரசியலின் மோசமான விளைவைப் பற்றிப் பேசலாம்.

இறுதியில் வாரிசு அரசியலின் வழி பலன்கள் பெற்ற அந்தக் குடும்பத்தையே அழிக்கும்.

எப்படி? இன்று ஓர் அரசியல் குடும்பத்துக்கு வணக்கம் போடும் அடிமைகள், காசுக்குக் குரைக்கும் கூலிகள் அப்படிச் செய்வதெல்லாம் மனம் விரும்பியோ மரியாதையாலோ அல்ல, அச்சத்திலும் ஆசையிலும்தான். அந்தப் போலிகள் நிரந்தரமாக அக்குடும்பத்தின் பக்கமே இருப்பார்கள் என்று எந்த உறுதியும் இல்லை. உண்மையில் அவர்கள் மனதில் வன்மத்துடன் அக்குடும்பத்தின் வீழ்ச்சிக்காகக் காத்திருக்கிறார்கள், ஏனெனில் வேறு எவரையும் விட அவர்களுக்கு நன்கு தெரியும் அந்த வாரிசுகளின் தகுதி என்ன என்று, அவர்கள் சுலபத்தில் வந்த சுருக்கு வழி என்ன என்று, அதன் பொருட்டு தகுதியான எவர் எவர் கட்சியில் பலி தரப்பட்டார்கள் என்று. அவர்கள் அடிமைகள் அல்லர்; அடிமைகளாக நடித்துக் கொண்டிருப்பவர்கள் மட்டுமே. ஒரு வாய்ப்புக்காகக் காத்திருக்கிறார்கள்.

பாடத்தை வரலாற்றில் இருந்தும் எடுத்துக் கொள்ளலாம், அல்லது காத்திருந்து நம்மை நோக்கி ஒருவர் சுடும் போதும் எடுத்துக்

கொள்ளலாம், அது அவரவர் சாமர்த்தியம்தான்.

தாத்தாவை விட அப்பா அபாயகரமானவரா, அப்பாவை விட மகன் அபாயகரமானவரா என்கிற சலசலப்புகளை எல்லாம் விட முக்கியமானது எல்லாவற்றையும் விட வாரிசு அரசியல் அபாயகரமானது, தனி நபர்களுக்கும் சரி, கட்சிக்கும் சரி, நாட்டிற்கும் சரி.

★

ஒரு கட்சியின் மீதான வாரிசு அரசியல் குற்றச்சாட்டுகளுக்கு நிரந்தர முற்றுப் புள்ளி வைக்கும் சக்தியும் அதிகாரமும் உலகில் ஒரே ஒருவருக்குத்தான் இருக்கிறது - அது அந்த சம்மந்தப்பட்ட வாரிசுக்குத்தான். அவர் சுயமரியாதையுடனும் அறத்துடனும் தன்னைச் சுயபரிசோதனை செய்து கொண்டு இவ்விவகாரத்தை அணுகினாலே தீர்வு கிட்டிவிடும்.

நான் என்னை விடத் தகுதி குறைந்த ஒருவரைத் தலைவராக ஏற்க மாட்டேன் என்பதை ஒவ்வொரு மட்டத்திலும் கட்சிக்காரர்களும், ஆதரவாளர்களும் பின்பற்றினால் போதும்.

ஊடகங்களும் அரசியல் கட்சி வாரிசுகளுக்குத் தேவைக்கு அதிகமான உணர்ச்சிகர முக்கியத்துவத்தைத் தரலாகாது. ஒரு வாரிசுக்கு வாக்களிப்பது ஊழலை நேரடியாக ஆதரிப்பதற்குச் சமம் என்ற விழிப்புணர்வைப் பொதுமக்களும் அடைய வேண்டும்.

ஏற்கெனவே வாரிசால் தலையேற்று நடத்தப்படும் கட்சி அடுத்த தலைவராக வாரிசு அல்லாத ஒருவரை அடையாளம் காட்டினால் அது தொண்டர்களிடமும் உற்சாகத்தை ஊட்டும். நமக்கும் ஒரு நாள் கட்சியில் நல்ல இடம் கிடைக்கும் என்ற நம்பகத்தன்மையை உண்டாக்கும். இதில் இன்னொரு லாபம் கட்சியின் தலைமைப் பதவிக்கே வாரிசு வர வேண்டாம் என்ற விதியைப் பின்பற்றினால் தகுதியே இல்லாமல் வாரிசு என்ற ஒரே காரணத்தாலேயே உள்ளே நுழையும், எடுத்த எடுப்பில் எம்எல்ஏ, எம்பி சீட் வாங்கி விடும் இரண்டாம் மட்டத் தலைவர்களின் வாரிசுகளையும் தடுக்கலாம். தகுதி உள்ளவனுக்கே வாய்ப்பு என்ற நிலை உருவாகும் போது கட்சியில் தன்னை இணைத்துக் கொள்ள பல தகுதியுள்ளவர்களுக்கு ஆர்வம் வரும். கட்சியை மிக வலுவாய் தனித்துவப்படுத்தும்.

வாரிசு அரசியல் செய்தேதான் ஆக வேண்டும், வேறு வழியில்லை என்றானால் அதில் சில குறைந்தபட்ச நியாயங்களையாவது பின்பற்றலாம். ஒரு வாரிசு கட்சியில் இருக்கும் பொழுது இன்னொரு வாரிசுக்குக் கட்சி அடிப்படை உறுப்பினர் என்பதைத் தாண்டிய பதவிகள், வாய்ப்புகள் தரக்கூடாது என்பது போல். கட்சிப் பணிகளின் வழி புதிய வாரிசு தன் முகத்தை கட்சியினரிடமும் மக்களுடமும் பழக்கப்படுத்திக் கொள்ள வேண்டும். (அவராகத் தன் முயற்சியில் கட்சியில் மெல்ல மேலே ஏறுவது நடக்கலாம், அது வேறு.)

சில கட்சிகளின் இருப்பு அவற்றின் குறைகள் தாண்டி நாட்டுக்கு முக்கியமானது. வாரிசு அரசியல் அக்கட்சிகளையே காணாமல் போகச் செய்யக் கூடியது. கொள்கைகளைக் கைவிட்டு அக்கட்சிகள் பிழைத்திருப்பதும் அழிந்து போனதற்குச் சமம்தான். அதனால் அவற்றின் முனை மழுங்காமல் இருக்க வேண்டும் என விரும்புகிறேன். அதை மேலும் கூர் தீட்ட விரும்புகிறேன். கூர் தீட்டுதல் என்பது நெருப்பால், உலோக உராய்வால் ஆனது. அது அந்த ஆயுதத்துக்கு காயம் படும், வலிக்கத்தான் செய்யும். ஆனால் அது நீண்ட கால நோக்கிலானது; இன்று தேர்தலில் சொகுசாய் ஜெயிப்பதை விட முக்கியமானது. வாரிசு அரசியலால் ஒருநாள் ஆயுதமே உடைந்து நிராயுதபாணியாக நிற்க நேரிடும். அன்று அழுது புலம்பிப் பிரயோஜனம் இல்லை. அன்று நாட்டின் பெரிய அபாயங்கள் அரசியல் சாசனத்தையே மாற்றி நம் அனைவரையும் மென்று சக்கையாகத் துப்பியிருக்கும்.

இறுதியாக ஒன்றை மட்டும் அழுத்தமாகச் சொல்லிக் கொள்கிறேன்: அண்ணா வாரிசு அரசியலைத் தன் கையில் எடுத்திருந்தால் நமக்கு கலைஞர் கிடைத்திருக்க மாட்டார்.

(தமிழினி டிசம்பர் 2022 மின்னிதழில் வெளியானது)

★★★

8. சில மத்தியக் கனவுகள்

2019 தேர்தலில் அதிகபட்சம் 5 தொகுதிகள் மட்டும் கூட்டணிக் கட்சிகளுக்குக் கொடுத்து, 35ல் திமுக நின்று, அனைத்திலும் வென்று, மூன்றாம் அணியில் அதிக எம்பிக்கள் கொண்ட கட்சியாக உருவாகி, மூன்றாம் அணி 150+ தொகுதிகள், காங்கிரஸ் 130+ தொகுதிகள் என்று வந்து, மூன்றாம் அணி ஆட்சியமைக்க, காங்கிரஸ் வெளியிலிருந்து ஆதரவு என்று முடிவாகி, மூன்றாம் அணியின் முதன்மைக் கட்சியான திமுக சார்பில் ஆ. ராசா பிரதமர் ஆனால்... (ஆ.ராசா தமிழர். தலித்தும் கூட. அதனால் நான் சொன்ன கணக்கில் சீட்கள் வந்தாலும் அவர் பிரதமர் ஆவதைப் பார்ப்பனியம் அனுமதிக்காது.)

இப்போதைக்கு இது ஒரு தர்க்கச் சாத்தியம். முன்பும் இப்படி நடந்திருக்கிறது. எடப்பாடி முதல்வர் ஆவார் என ஒன்றரை வருடங்கள் முன் யாரேனும் சொல்லி இருந்தால் நம்பி இருப்போமா? மோடி பிரதமர் ஆவார் எனப் பத்தாண்டுகள் முன் யாராவது சொல்லி இருந்தால் சிரித்திருக்க மாட்டோமா! க்ரிமினல் குற்றச்சாட்டுதான் ஆ. ராசாவுக்குத் தடை என்றால் அதை விட மோசமான குற்றச்சாட்டு மோடியின் மீதிருந்தது. அதைத் துடைத்தெறிந்ததாய்ப் பிம்பம் கட்டமைத்துத்தான் அவர் பிரதமரானார்.

(ஏப்ரல் 20, 2018)

★

இம்முறை தொங்கு பாராளுமன்றம் தான். எந்தக் கட்சிக்கும் தனிப்பெரும்பான்மை வராது. பாஜக தனிப்பெருங்கட்சியாக இருக்கும். அக்கூட்டணி 200க்கும் மேல் தொகுதிகள் வெல்லும். ஆனால் ஆட்சியமைக்க 273 வேண்டும். ஆக, அவர்கள் ஆட்சியிலமர

நான்கைந்து மூன்றாம் அணிக் கட்சிகளின் ஆதரவு அவசியம். அவர்கள் மோடி அல்லது அமிஷ் ஷாவைப் பிரதமராக ஏற்க மாட்டார்கள். *Aggressive*-ஆக இல்லாத அல்லது அப்படித் தோற்றமளிக்காத ஒருவரைத் தேர்ந்தெடுக்க வேண்டியிருக்கும்.

காங்கிரஸ் மூன்றாம் அணிக் கட்சிகள் ஆதரவில் ஆட்சியமைக்க வாய்ப்புண்டு. பிரதமர் ராகுல் காந்தி. (மூன்றாம் அணி எதிர்த்தால் தற்காலிகமாக மன்மோகனோ ப.சிதம்பரமோ வர வாய்ப்புண்டு. ஆனால் எதிர்க்க மாட்டர் என்பதே என் கணிப்பு.)

ஒருவேளை காங்கிரஸ் பெறும் இடங்கள் மூன்றாம் அணியின் மொத்த எண்ணிக்கையை விடக் குறைவெனில் அது வெளியிலிருந்து ஒரு மூன்றாம் அணி பிரதமரை ஆதரிக்க வேண்டியிருக்கும்.

ஆக, அடுத்த பிரதமர்:

1) மோடியல்லாத பிஜேபிகாரர் (உதா: நிதின் கட்காரி, ராஜ்நாத் சிங், சுஷ்மா ஸ்வராஜ்) 2) ராகுல் காந்தி 3) மூன்றாம் அணியிலிருந்து ஒருவர் (உதா: மம்தா, மாயாவதி)

எப்படிப் பார்த்தாலும் அடுத்த பிரதமர் மோடியல்ல. அதனால் வலிமையான பிரதமர் என்ற கலர் கலரான ரீலை நம்பி இப்போது அவருக்காக ஓட்டுப் போடுவது 2016ல் ஜெயலலிதாவுக்காக வாக்களித்த தமிழக மக்களின் நிலைமை ஆகி விடும்.

(ஏப்ரல் 16, 2019)

★

இப்போது காங்கிரஸுக்குத் தேவை மோடிக்கு நிகரான ஒரு பிம்பம். அந்த இடத்தில் ராகுலோ ப்ரியங்காவோ இப்போது இல்லை. இன்னும் சில ஆண்டுகளில் அப்படி உருவாகும் தடயமும் அவர்களிடம் தென்படவில்லை. அவர்களால் அதிகபட்சம் சில தினங்களின் பரபரப்பை உருவாக்க முடியும். ரகுராம் ராஜன் அவ்விடத்தை நிரப்பக்கூடியவர். ஆனால் அதே சமயம் அவர் ஆட்சிக்கு வந்தால் மன்மோகன் போல் சோனியா / ராகுல் / ப்ரியங்கா ஆதிக்கத்தில் இருக்கக்கூடாது. அதற்கு அவர்கள் அடுத்த சில ஆண்டுகளில் மெல்லக் கட்சியை விட்டு வெளியேற வேண்டும். (இது ஒரு சிக்கல்.)

இப்போது இது முக்கியமா, எல்லோரும் ஒற்றுமையாய் பாஜகவை எதிர்ப்போம் என்று சொல்வீர்கள் எனில், மறுக்கிறேன். இது மிக முக்கியம். இப்போது விழித்துக் கொள்ளா விடில் காங்கிரஸ் அடுத்த பொதுத் தேர்தலில் ஒற்றை இலக்கத்தில்தான் தொகுதிகள் ஜெயிக்கும். அசுர பல பாஜகவைக் குறைத்து மதிப்பிடும் முட்டாள்தனம் செய்யாதீர்கள்.

ரகுராம் ராஜனை பிரதமர் வேட்பாளராக முன்னிறுத்தி, காங்கிரஸ் அவரைப் பட்டி தொட்டியெல்லாம் கொண்டு சேர்க்க வேண்டும். அப்படி அடுத்த மூன்றாண்டுகள் உழைத்தால்தான் ஃபாசிஸ பாஜகவை 2024ல் அதிகாரத்திலிருந்து அகற்ற முடியும்.

ராகுல் / ப்ரியங்காவால் மோடியை வீழ்த்த முடியாது. எந்த வளர்ச்சியைக் காட்டி பாஜக ஆட்சியைப் பிடித்ததோ அதையேதான் காட்டி காங்கிரஸூம் மேலேற முடியும். மற்றபடி, இந்துத்துவ வெறி, சிறுபான்மையினர் ஒடுக்கப்படுதல், தலித் வன்புணர்வு இதெல்லாம் வைத்து ஓர் ஆட்சியைத் தூக்கி எறியுமளவு இந்தியர்களுக்கு அறிவோ மான ரோஷமோ கிடையாது. அவர்களுக்குத் தேவை எதிர்காலம் பற்றிய ஒரு கனவு. அதை ஒரு பொருளாதார மேதையால் வலுவாய்த் தர முடியும். முன்னாள் பிரதமர் மன்மோகன் சிங்கும் இதற்குத் தகுதியுடையவரே. ஆனால் அவர் ஓர் ஊமை அடிமை என்ற பத்தாண்டுச் சித்திரம் மக்கள் மனதில் இருக்கிறது. தவிர பழைய முகம். ப.சிதம்பரமும் பொருத்தமுடையவரே. ஆனால் அவர் மீது ஊழல் கறை இருக்கிறது, தவிர தமிழர். அதனால் வடக்கில் விரும்ப மாட்டார்கள். (ரகுராம் ராஜனும் தமிழர்தான். ஆனால் அது பரவலாகத் தெரியாது. அவருக்கு ஒரு பொதுமுகம் இருக்கிறது. ஏற்பு இருக்கும்.)

(அக்டோபர் 3, 2020)

★

நான் எப்போதும் வாரிசு அரசியலுக்கு எதிரானவன். வாரிசு அரசியல் திமுகவில் அண்ணா காலத்தில் இருந்திருந்தால் கலைஞர் கடைசி வரை ஓர் அமைச்சராக மட்டுமே நீடித்திருப்பார், அதுவும் கட்சித் தலைவர் குடும்பத்துக்கு மண்டையாட்டிக் கொண்டிருந்தால் மட்டும். அது எவ்வளவு மோசமான நிலைமை! சரி, பேச வந்தது அதுவல்ல. அப்படி கொள்கையளவில் வாரிசு

அரசியலை எதிர்த்தாலும் இன்று காங்கிரஸ் கட்சியில் நாடெங்கும் தெரிந்த முகமாக இருப்பது ராகுலும் ப்ரியங்காவும் மட்டுமே. மக்களாட்சி ஜனநாயகத்தில் அது கட்சித் தலைமைக்கு முக்கியத் தகுதி.

அதனால் அவர்கள் கட்சியின் முக்கியப் பொறுப்புகளை ஏற்க வேண்டும் என்றே சொல்வேன். ஆனால் நேராகப் பிரதமர் மட்டுமே ஆவேன் எனப் பிடிவாதம் பிடிக்காமல் இருவரும் அடுத்து வரும் மாநிலத் தேர்தல்களில் முதல்வர் வேட்பாளர்களாகக் களமிறங்க வேண்டும். உதாரணமாக குஜராத்தில் ராகுல் காந்தி, கர்நாடகத்தில் ப்ரியங்கா காந்தி. அங்கே இன்றிலிருந்தே முழு முனைப்புடன் அடிமட்ட அளவில் இறங்கிப் பணி செய்து கட்சி ஆட்சி அமைப்பதை உறுதி செய்ய வேண்டும். அதன் பிறகு ஓராண்டு நல்லாட்சி. அந்தத் தகுதி மற்றும் புகழுடன் முதல்வர் பதவியை ராஜிநாமா செய்து விட்டு 2024 நாடாளுமன்றத் தேர்தலைச் சந்திக்க வேண்டும்.

அதுதான் அவர்கள் இன்னும் சிறுவர்கள் அல்லர் என்ற நம்பிக்கையை நாடெங்கும் விதைக்கும். இன்று முதல்வர்கள் பிரதமர் வேட்பாளர் ஆவதே ட்ரெண்ட். அது மோடி, யோகி, கேஜ்ரிவால், மம்தா என எவரென்றாலும் சரி. ஆக, ராகுலும் ப்ரியங்காவும் முதலில் அந்தப் பாதையில் தம் செல்வாக்கு மற்றும் நிர்வாகத் திறனை நிரூபிக்க வேண்டும். அதிகாரத்திலிருந்து பாஜகவை அகற்ற வேறு வழிகள் ஏதுமில்லை.

(மார்ச் 14, 2022)

★

சில தினங்கள் முன் அலுவலக நண்பர் ஒருவர் (மோடி ஆதரவாளர்) என்னிடம் கேட்டார்: "சரி, மோடி வேண்டாம் என்றால் யார் இந்தியாவின் பிரதமராக வேண்டும்?" அதில் நான் ராகுல் காந்தியைச் சொல்வேன் என்ற கேலி இருந்தது. அதுதான் நம் முன் இருக்கும் யதார்த்த பதிலும் கூட. ஆனால் நான் என் மனதைப் பேசினேன்: "கனிமொழி!".

அண்ணாவிற்குப் பிறகு தமிழகத்தின் பாராளுமன்ற முகம் அவரே. ராஜ்ய சபாவிலும் லோக் சபாவிலும் திட்டமிடாத உணர்ச்சிகரத் தருணங்கள் சிலவற்றைக் கடந்த காலங்களில் நிகழ்த்திக் காட்டி

இருக்கிறார். நேற்றைய பெண்கள் இட ஒதுக்கீடு தொடர்பான பேச்சும் அப்படியான ஒன்றே. அவர் பேசும் முன்பே பாஜக எம்பிகள் கதற ஆரம்பிக்கிறார்கள் என்பதை அவருக்குக் கிடைத்த நற்சான்றாகக் கருதலாம்.

(செப்டெம்பர் 22, 2023)

★

கர்நாடக சட்டசபைத் தேர்தலில் காங்கிரஸ் கட்சிக்குக் கிட்டியிருக்கும் இத்தகைய குழப்பமற்ற தனிபெரும்பான்மைக்கு anti-incumbency முக்கியக் காரணம்தான். அதை எல்லாம் தாண்டி இது ஏன் முக்கிய வெற்றி என்றால்: மோடி, அமித் என நட்சத்திர முகங்கள் அத்தனையும் கர்நாடகத்தில் நாட்கணக்கில் டேரா அடித்துப் பிரச்சாரம் செய்தும் வாக்காளர்கள் அசராமல் நடுவிரல் காட்டி விட்டார்கள் என்பதுதான். இதற்கு உழைத்த அத்தனை பேருக்கும் ஒத்துழைத்த வாக்காளர்களுக்கும் வாழ்த்துக்கள்!

2024 நாடாளுமன்றத் தேர்தலில் பாஜகவின் வீழ்ச்சிக்கான முன்னுரையை ஒரு திராவிட மாநிலம் இன்று எழுதி இருப்பது மகிழ்ச்சி. இப்போது தென்னிந்தியா முழுக்க பாஜக மக்கள் செல்வாக்கை இழந்து விட்டது. இதற்குப் பின் கர்நாடக சட்டசபையில் பாஜக நடத்த முற்படும் கொல்லைப்புறக் குதிரை பேரங்கள் எல்லாம் ஜெயித்தாலும் தோற்றாலும் மக்கள் மனம் தெளிவாகப் பதிவாகி விட்டது. இது அடுத்து வரும் மாநிலச் சட்டசபைத் தேர்தல்களிலும் (மிசோரம், சட்டீஸ்கர், மத்தியப் பிரதேசம், ராஜஸ்தான்) எதிரொலிக்க நிறைய வாய்ப்புண்டு. நம்பிக்கை ஒளியின் முதல் கீற்று! Let's see.

(மே 13, 2023)

★★★

பகுதி – 2
திருமா

9. தலித் பார்ப்பனியம்

அருந்ததியர், தேவேந்திர குல வேளாளர் தவிர்த்த பிற பட்டியலினச் சாதிகளை ஒருங்கிணைப்பதன் மூலம் அரசியல் மற்றும் அதிகார பேரங்களின் போதான பலத்தை நிரூபிக்கலாம் என்ற ரவிக்குமாரின் திட்டம் அந்தச் சாதியினரை நிச்சயம் பலப்படுத்தும்; ஆனால் மெல்ல மெல்ல நாசூக்காக மைய நீரோட்டத்தில் நுழைந்து கொண்டிருக்கும் திருமாவளவனையும் விசிகவையும் அது மிக வேகமாகப் பலவீனமாக்கும். விசிக என்பது பறையர்களுக்கான கட்சி மட்டுமே என்ற, மறையத் தொடங்கியிருந்த பழைய பிம்பம் மீண்டும் உருவாகத் தொடங்கும் / பலப்படும்.

தவிர, இந்த ஒருங்கிணைப்புக்கும் ராமதாஸ் ஒருங்கிணைத்த நாடகக் காதலுக்கு எதிரான பிற்படுத்தப்பட்ட சாதிகளின் கூட்டமைப்புக்கும் என்ன வித்தியாசம் என்றும் யோசிக்கிறேன். தலித்கள் அனைவரும் ஒன்று சேர்வது என்பது வேறு, தேர்ந்தெடுக்கப்பட்ட சாதிகள் மட்டும் ஒன்றாக நிற்பது என்பது முற்றிலும் வேறு..

(செப்டெம்பர் 28, 2020)

★

சைவம் மட்டும் உண்பவர்கள் நம் சாதியினர் என்பதற்கும் மாட்டுக்கறி உண்ணாதவர் பிறத்தியார் என்று சொல்வதற்கும் என்ன வேறுபாடு இருக்கிறது? இரண்டும் ஒவ்வொரு திசையில் அப்பட்டச் சாதியவாதம்தான்.

பா.ரஞ்சித் படங்களில், செயல்பாடுகளில் பல இடங்களில் ஒலிக்கும் தலித்தியக் குரலானது சமத்துவம் என்பது தாண்டி நான் உன்னை விட உசத்தி என்ற தொனியிலேயே அமைகிறது. அவரது பாசறையில் இணைந்திருப்பதால் வாசுகி பாஸ்கர் பீஃப் - சக்கை

விஷயத்தில் அந்தக் குரலை எதிரொலிக்கிறார் என்றே எடுத்துக் கொள்கிறேன். நான் உன்னை விட உயர்வு என்று பேசுவது இன்னொரு சாதிவெறிக் குரல் மட்டுமே. ஆண்ட சாதி என மீசை முறுக்கும் சூத்திர சாதி வெறிக்கும் இதற்கும் எந்த வித்தியாசமும் இல்லை. சாதிப் பெருமிதம் எவ்வித சமத்துவத்தையும் நோக்கி அழைத்துப் போகாது. மேலும் பிரிவினையை ஊக்குவிக்கவே செய்யும். ஒடுக்கப்படுபவன் பேசும் தலித்தியம் வேறு, அவன் பேசும் சாதியம் வேறு. அப்படிப் பேசும் சாதியம் இன்னொரு அடக்குமுறைக்கே வழிகோலும், வலுப்படுத்தும்.

எல்லாவற்றையும் விட உயர்வு மனப்பான்மை என்பதே ஆழ்ந்த தாழ்வு மனப்பான்மை தரும் பதற்றத்தின் பூச்சு வெளிப்பாடுதான். அது சமத்துவத்துக்கு நேர் எதிரான ஒன்று.

அடங்க மறு, அத்து மீறு, திமிறி எழு, திருப்பி அடி என்ற தன் பத்தாண்டுக்கு முந்தைய முழக்கங்களை திருமாவளவன் இன்று கை விட்டு விட்டார் என்பதைக் கவனிக்கலாம். அது வாக்கரசியல் நோக்கிய மைய நீரோட்டத்தில் கலக்கும் சமரசம் மட்டுமல்ல. அது ஓர் அனுபவ முதிர்ச்சி. சமத்துவத்தை எட்ட முரட்டு அணுகுமுறைகள் உதவாது என்ற மேலான புரிதலை அடைந்திருப்பதன் அடையாளம். அதுதான் இன்று தலித்திய அரசியலின் ஆக்கப்பூர்வ முன்னெடுப்பாக இருக்கும். அவ்வகையில் அவர் ஒரு கையில் அம்பேத்கரையும் மற்றொரு கையில் காந்தியையும் பற்றுவதாகவே பார்க்கிறேன்.

பா.ரஞ்சித் இன்னும் *DPI* காலத்துத் திருமாவளவனாகவே இருக்கிறார். அது இளம் ரத்தங்களுக்கு ஒரு மாதிரி ஜிவ்வென, வசீகரமானதானதாக இருக்கும். ஆனால் அது சிறிய சலசலப்புக்கள், கொஞ்சம் கலகங்கள், ஒரு சன்ன வட்டத்தின் கவன ஈர்ப்பு தாண்டி தலித் அரசியலை எங்கும் கொண்டு போகாது. திருமாவளவன் அங்கிருந்து இருபதாண்டுகள் முன்னோக்கி நகர்ந்து வந்து விட்டார்.

என் புரிதலில் இன்று தலித் விடுதலைக்கு மூன்று விஷயங்கள் செய்ய வேண்டும்: 1) தமிழகத்தின் தலித்கள் அனைவரையும் ஒரு குடையின் கீழ் இணைக்க வேண்டும். 2) அந்தக் குடை ஒற்றுமையுடன் ஆண்ட சாதிகளை நோக்கி, பார்ப்பனியத்தை நோக்கி நட்பார்ந்த ஆனால் வலுவான சமத்துவக் குரல் ஒன்றை எழுப்பிப் போராடத் தொடங்க வேண்டும். 3) தலித் அல்லாத பிற

சாதிகளின் முற்போக்குச் சிந்தனையாளர்கள் இதை ஆதரித்துத் தம் சாதியினர் மத்தியில் பரப்ப வேண்டும்.

(ஜனவரி 31, 2021)

★

திருமாவளவன் பறையர் மாநாட்டில் கலந்து கொள்வதற்கு ஏன் பதறுகிறீர்கள்?

அடடா! நண்பர்களே, உங்களுக்கு அவர் பறையர் மட்டுமே. ஆனால் எங்களுக்கு அவர் தமிழகத்தின் நம்பிக்கைக்குரிய தலைவர். அதனால் நிச்சயம் பதறத்தான் செய்வோம்.

தலித்களுக்கே சாதியை ஒழிக்க விருப்பமில்லை போலிருக்கிறது. அவர்கள் விரும்புவது சமத்துவம் அல்ல; தன் சாதி அடையாளத்துக்கு ஒரு பெருமித நிலை. அதாவது பார்ப்பனியம் கொடுத்த சாதிய அடையாளத்திற்குள் இருந்து கொண்டு பார்ப்பனியம் அளித்த சாதிய இழிவை மட்டும் ரத்து செய்ய விரும்புகிறார்கள். அது சாத்தியமில்லை. போட்டியில் 15வது கேள்விக்கு ஒரு கோடி ரூபாய் பரிசு என அறிவித்தால் நேரடியாக 15வது கேள்விக்கே போய் விடலாமா எனக் கேட்கும் அப்பாவித்தனம்.

சாதியை முற்றாகக் கைவிட்டால்தான் சாதிய இழிவு நீங்கும். நீங்கள் சாதி அடையாளத்தில் திரண்டால் இன்று மிதப்பாக இருக்கலாம். ஆனால் அது நீண்ட கால நோக்கில் உங்களை நீங்களே சிறைக்குள் தள்ளும் செயல். எந்தவொரு சாதிரீதியான அணிதிரளலும் (அது தலித் சாதி என்றாலும்) சமூக *Polarisation*-க்கே வழிவகுக்கும். அது இறுதியில் தலித்களுக்கு எதிர்மறைப் பாதிப்பையே உண்டாக்கும்.

அவர்கள் தலித்களாக ஒன்றிணைவது வேறு. அது அவசியமானது. காரணம் அது சாதிரீதி ஒன்றுகூடல் அல்ல; ஒடுக்கப்பட்டோர் என்ற அடிப்படையிலானது. மறுபடி மறுபடி நான் சொல்வது மதங்களிடையே இருப்பது வெறுப்பது, ஆக அங்கே தேவை நல்லிணக்கம். மாறாக சாதிகளிடையே இருப்பது ஆண்டான் - அடிமை மனநிலை. அங்கே தேவையானது முழுச் சாதியொழிப்பு மட்டுமே. இச்சூழலில் சாதி அடையாளங்களில் இருந்து எல்லோரும் முழுக்க வெளியேறுவதே தீர்வு.

தலித்கள் மட்டும் சாதி அடையாளத்தை வைத்துக் கொள்வோம் என்பது ஆக்கப்பூர்வம் நோக்கிய நகர்வாகாது. நாளை அது இன்னொரு தலித் சாதி மீது ஆதிக்கம் செலுத்த முனைவதில் போய்தான் முடியும் (இன்றுமே அது நடக்கத்தான் செய்கிறது). மதம் என்பது வாழ்க்கை முறை மட்டுமே, அதிலிருந்து ஒருவர் விரும்பினால் வெளியேறி விடலாம். மாறாக, சாதியைப் பிறப்புடன் தொடர்புபடுத்தி வைத்திருக்கிறார்கள். அது நீங்க அந்த அடையாளத்தையே ஒழிக்கத்தான் வேண்டும். ஆக, மதம் சீர்திருத்தப்பட வேண்டியது; மாறாக, சாதி முற்றாக ஒழிக்கப்பட வேண்டியது.

விடுதலைச் சிறுத்தைகள் பறையர் கட்சியாக முன்வைக்கப் பட்டிருந்தால் அதை நாம் இன்றுள்ளதைப் போல் அணுகியிருக்க முடியாது. அதன் பெரும்பான்மை ஆதரவாளர்கள் அச்சாதி சார்ந்தோர் என்பது நிஜமே. ஆனால் தலைமை கடந்த 15 ஆண்டுகளாக அந்த அடையாளத்தை முன்னெடுக்கவில்லை. ஒட்டுமொத்த தலித் மற்றும் இதர பிற்படுத்தப்பட்டோருக்கான உரிமைக் குரலையே எழுப்புகிறது. சூத்திரரை, பெண்களைக் கீழ்மையாகக் கருதும் மனுதர்மத்தை, பார்ப்பனியத்தை மொத்தமாக எதிர்க்கிறது. அதுவும் பெயரளவில் என்பதாக அல்லாமல் நிஜமாகவே மாநாடுகளை நடத்துகிறது. விசிக பறையர் கட்சி என்றால் இதெல்லாம் அதற்கு அவசியமே இல்லை.

திருமா பறையர் மாநாட்டில் கலந்து கொள்வது அந்த அடையாளத்திற்குப் பின்னடைவு ஏற்படுத்தும். தெரிந்துதான் செய்கிறார் என்றால் அதில் சொல்ல மேலொன்றும் இல்லை.

(ஃபிப்ரவரி 26, 2021)

★

தன் பிறப்பு அடையாளம் குறித்து ஒருவர் வருந்தும் புள்ளி. அதிலிருந்து நேராகப் பிறப்பு அடையாளம் குறித்துப் பெருமிதப்படுவது என்ற புள்ளிக்குத்தான் போக வேண்டும் என அடம் பிடிக்கிறார்கள். அதற்கு ஏதாவது ஒரு பழைய ஆளுமையைப் பிடித்துத் தொங்கி ஒரு கற்பனை / புரட்டு வரலாற்றை முன்வைக்க வேண்டியது, அதற்கு ஆதாரமோ தர்க்கமோ கேட்டால் பார்ப்பனர்கள் மட்டும் இப்படிச் செய்யவில்லையா

எனக் கேட்பது.

ஆக, மாற்றுப் பார்ப்பனியத்தை முன்னெடுப்பதே நோக்கம் என்றால் அதில் என்ன சமத்துவம் இருக்கிறது? திராவிடம் இடை நிலைச் சாதி ஆதிக்கத்தில் கொண்டு போய் விட்டது போல் பூர்வ பௌத்தம் பறையர் சாதி ஆதிக்கத்தில் கொண்டு போய் நிறுத்தும். அங்கும் மற்றவர் அடிமைகள்தாம். இதில் என்ன முற்போக்கு?

முன்பு திராவிடம் இடைநிலைச் சாதிப் பார்ப்பனியத்துக்கு அழைத்துச் சென்றது. இன்று தலித்தியம் தலித் பார்ப்பனியத்துக்கு அழைத்துச் செல்ல முயற்சி செய்கிறது.

யாருக்கும் சமத்துவம் குறித்தோ, இணக்கமான சமூகம் பற்றியோ அக்கறையில்லை. மாறாக, எல்லோருக்கும் தனக்குக் கீழே ஒருவன் இருக்கும் கிளுகிளுப்புதான் முக்கியம். அதற்கு திராவிடம், தலித்தியம் என ஒரு முற்போக்கு லேபிள் ஒட்டிக் கொள்கிறார்கள்.

நான் தனியே இருப்பேன் என்பதற்கும் நான் உனக்கு மேலே என்பதற்கும் பெரிய வித்தியாசமில்லை. இரண்டும் பார்ப்பனியமே!

(ஜனவரி 14, 2022)

★★★

10. தலைவர் திருமா

அம்பேத்கரை தலித்களைவிட மற்றவர்கள் படித்து உள்வாங்குவதில்தான் அசல் சாதியொழிப்பு சாத்தியப்படும் என்ற திருமாவளவனின் கருத்து துல்லியமானது.

திமுகவுடன் விசிக இணைந்து தேர்தல்களைச் சந்திக்க வேண்டும் என இன்னமும் நான் சொல்வது தலித்கள் அல்லக்கையாக இருக்கலாம், ஆனால் அரசியலில் முதன்மை பெற்று விடக்கூடாது என்பதால் அல்ல. அதிக தொகுதிப் பங்கீடு மற்றும் அதிகாரப் பகிர்வு ஆகிய கோரிக்கைகளை விட்டுத் தராமல்தான் அவர் திமுகவுடன் கூட்டணி காண வேண்டும் என்றே திரும்பத் திரும்பச் சொல்கிறேன். முரட்டுப் பிடிவாதமும், தொடர் தோல்விகளும் ஒருபோதும் இயக்கத்தை வளர்க்காது. திமுகவைச் சார்ந்து இருப்பதை நிரந்தரத் தீர்வாக முன்வைக்கவில்லை. விசிக தேர்தல் அரங்கில் (குறைந்தது பாமக அளவிலேனும்) காலூன்றும் வரை அந்தச் சார்பு தேவை என நினைக்கிறேன்.

மற்றபடி, ஸ்டாலின் உள்ளிட்ட எந்த அடுத்த தலைமுறைத் தலைவர்களை விடமும் தெளிவும் நிதானமும் கொண்ட தலைவராகவே திருமாவளவனைப் பார்க்கிறேன். தமிழகத்தில் தலித் முதல்வர் என்ற பேச்சு இன்று எழுந்திருப்பதற்குக் காரணம் அவர் மட்டுமே. அவர் இல்லாமல் போயிருந்தால் இன்னமும் ஐந்து சீட்களுக்குக் கூட்டணி வைக்கும் கட்சிகளாகவே தலித் இயக்கங்கள் பெருங்கட்சிகளால் பார்க்கப்பட்டிருக்கும்.

அடுத்த பத்தாண்டுகளில் விசிக தன்னைத் தகவமைத்து, தலித்

அரசியல் தாண்டி தமிழக அரசியல் மைய நீரோட்டத்தில் வலுவடைந்து பெருங்கட்சியாக உருவெடுத்தால் 2026 வாக்கில் திருமாவளவனை தமிழக முதல்வராகக் காணலாம். தலித்களுக்கு மட்டுமல்ல; ஒட்டுமொத்தத் தமிழகத்துக்கும் அது நல்லது. கலைஞருக்குப் பிறகு மதிக்கப்படக்கூடிய திறன் மிக்க தலைவராக திருமாவளவனையே பார்க்க முடிகிறது.

திருமாவளவன்தான் அவ்வகையில் கலைஞரின் அரசியல் வாரிசு! அன்று முதல்வர் கலைஞருக்குப் பெரியார் இருந்தது போல் இன்று முதல்வர் ஸ்டாலினுக்குத் திருமா.

தமிழகத்தின் பெரும்பான்மை சாதிய மனோபாவத்தை விட்டொழிக்கிறதா என்றறிய ஓர் எளிய அளவுகோல் உண்டு. திருமாவளவனை முதல்வர் ஆக்குகிறதா என்பதே அது.

(மே 27, 2016)

★

திருமாவளவனுக்கெல்லாம் ரஜினி பயப்படுகிறார் என்று எழுதுகிறார்கள்.

ஓராண்டு முன் மநகூவின் முதல்வர் வேட்பாளராக அவரே இருக்க வேண்டும் எனப் பேசிக் கொண்டிருந்தோம். தி இந்து எந்த அரசியல் தலைவரின் பேட்டியையும் அத்தனை விரிவாய் எடுத்ததில்லை. ஜெயலலிதாவை எதிர்த்துப் பொது வேட்பாளராக ஆர்கே நகரில் அவர் நிற்க வேண்டும் என்றோம். காட்டுமன்னார்கோவிலில் அவர் 87 வாக்குகளில் தோற்றதை அங்கலாய்த்துப் பேசினோம். ஆனால் இப்போது அதே வாயால் “திருமாவுக்கெல்லாம்” ரஜினி பயப்பட வேண்டுமா என்கிறோம்!

மநகூ தோற்று பூஜ்யம் என்றான பின்பும் தினம் கட்சிப் பணி, போராட்டம், பார்வையிடல் என்று ஓடிக் கொண்டேதான் இருக்கிறார். எல்லாவற்றிலும் தம் நிலைப்பாடு பதிகிறார். அசோகமித்திரனுக்கு நேரில் சென்று அஞ்சலி செலுத்திய ஒரே அரசியல்வாதி அவரே.

மிகத் தோழமையுடன் ஓர் ஆலோசனை போலவே ரஜினிக்கான தன் கருத்தை முன்வைத்தார் திருமாவளவன். அதில் எதிர்ப்பு, கண்டிப்பு ஏதும் இல்லை. விசிக பெயர் கூட அவ்வேண்டுகோளில்

இல்லை. அதில் ரஜினிக்கு சங்கடம் இருக்கலாம், பயம் எப்படி வரும்? அப்படியே ரஜினியுடையது பயமே என்றாலும் திருமாவிடம் ஏன் கூடாது எனக் கேட்கிறேன்! எல்லோரும் ஜெயலலிதாவுக்கு மட்டுமே பயப்பட வேண்டுமா!

எல்லாம் தாண்டி "அவருக்கெல்லாம்" என்பதில் ஓரமாய் எங்கேனும் நம் மெல்லிய சாதியம் ஒளிந்திருக்கிறதா என்றும் கூட நாம் பரிசீலித்துக் கொள்ள வேண்டும்.

(மார்ச் 26, 2017)

★

கட்சி வேறுபாடுகள் தாண்டி, சாதி வித்தியாசங்கள் தாண்டி எல்லாத் தரப்பிலும் ஏற்கப்படும் ஒரு தலைவராக இன்று திருமாவளவன் மாறியிருக்கிறார். மேடைப் பேச்சுகளில் கலைஞரின் பாணியைப் பின்பற்றி எளியவர்களின் உள்ளம் கவர்கிறார்; நேர்காணல்களின் வழி அவரது தனித்துவமான அறிவுஜீவி முகம் வெளிப்படுகிறது. தமிழகத்தின் பெரும்பாலான சிந்தனையாளர்கள் அவரைப் பற்றி நல்லவிதமாய் எழுதுகிறார்கள். தி இந்து முதலான பத்திரிக்கைகள் அவரைக் கொண்டாடுகின்றன. ஜெயமோகன் பாராட்டி எழுதியிருக்கும் ஒரே சமகாலத் தலைவர் திருமா மட்டுமே.

சிதம்பரத்தில் வாக்குப்பதிவு இயந்திரத்தில் நான்காவதாக புகைப்படத்துடன், பானைச் சின்னத்துடன் அவரது பெயர் இடம் பெற்றிருக்கும். ஓர் அறிவார்ந்த மக்கள் பிரதிநிதிக் குரல் லோக்சபாவில் ஒலிக்கச் செய்ய சிதம்பரம் மக்களுக்கு வாய்ப்புக் கிட்டியுள்ளது.

தமிழகத்தில் திமுக தலைமையிலான மதச்சார்பற்ற முற்போக்குக் கூட்டணியிலிருந்து ஒருவர் மட்டுமே எம்பி ஆக முடியும் என்றாலும் கூட அது திருமாவளவனாக இருக்கட்டும்.

(ஏப்ரல் 16, 2019)

★

திருமாவளவனை 'தமிழக தலித் மக்களின் பிரதிநிதி' என்று குறித்ததற்கு அன்பர்கள் கோபித்துக் கொள்கிறார்கள். நீங்கள்

விரும்பினாலும் ஏற்காவிட்டாலும் அதுவே கள யதார்த்தம். ஓரிரு தொகுதி வெற்றியெல்லாம் (அதுவும் கூட்டணியில் இருந்து பெற்றது) கணக்கில்லை. இன்றைய தேதியில் விசிக தனித்துத் தேர்தலைச் சந்திக்க முடியாது, ஒரு கூட்டணி அவரை முதல்வர் வேட்பாளராக நிறுத்த முடியாது. அதுவே கசப்பான நிஜம். சமீபத்தில் ஒரு தொலைக்காட்சி நேர்காணலில் அவரே இதைப் பதிவு செய்திருக்கிறார்.

தமிழகத்தின் சாதி வெறியே அதற்குக் காரணம். அவர் தலித் என்பதால் அவரை நிராகரிக்கும் பொது மக்கள், அரசியல் கட்சிகள் கணிசம். திருமாவளவன் எல்லாத் தரப்பு மக்களாலும் ஏற்றுக் கொள்ளப்படுகிறார் என்றால் தமிழகத்தில் சமூகநீதி வந்து விட்டதென அர்த்தம். இன்று அந்நிலை இல்லை. ஆனால் மாற்றம் தொடங்கியிருக்கிறது.

செஞ்சுரி போட வேண்டிய ஒரு நீண்ட ஆட்டத்தில் ஒரு ரன் எடுத்திருக்கிறோம்.

(ஜூன் 13, 2021)

★

"சமூக நீதிச் சமூகங்கள்" என்ற சொல்லாடலை திருமா அறிமுகம் செய்திருக்கிறார். (உத்தேசமாக இதை *social justice societies* என மொழிபெயர்க்கலாம்; *classes, communities, castes* ஆகிய பதங்களை தவிர்க்கிறேன்.) அதாவது பட்டியல் இனத்தவர், பழங்குடி இனத்தவர், இதர பிற்படுத்தப்பட்ட பிரிவுகளை இணைத்து ஒருதரப்பாக ஆக்கும் முயற்சி. அடுத்த நாடாளுமன்றத் தேர்தலுக்குள் அப்படி ஒன்றிணைப்பதன் முக்கியத்துவம் பற்றியும் தன் பிறந்த நாள் உரையில் பேசியிருக்கிறார்.

Brahmin Vs Non-Brahmins, Dailts Vs Non-Dalits ஆகிய இருமைகளைக் கடந்த நூறாண்டுகளில் பார்த்து விட்டோம். இது அடுத்த பரிணாமம். சமூக நீதியையும் ஜனநாயகத்தையும் ஆதரிக்கும், அவற்றைப் பெறும் சமூகங்கள், அவற்றை வெறுக்கும் சமூகங்கள் - இவ்விரண்டுக்கும் இடையேயான யுத்த களம் இது. (அதன் வழி விசிக மேலும் கூடுதலாக மைய நீரோட்டத்தில் கலப்பதையும் ஒருவகையில் முன்னெடுக்கிறார் எனலாம்.)

அதைப் பேசும் போது தலித்கள் கூட சாதி அடிப்படையில் ஒன்றிணைவதன் அபத்தத்தை, அதன் வழியே இங்கே முன்வைக்கப்படும் சாதிப் பெருமிதமானது இறுதியில் சனாதனச் சக்திகளுக்கே சாதகமாக அமையும் என்பதையும் அடிக்கோடிட்டு எச்சரிக்கிறார். முன்பு கலைஞர் இருந்தார். இன்று தலைவர் என்ற சொல்லுக்கு உரித்தானவர் தொல்.திருமாவளவன்தான். அவர் வெல்ல வேண்டும்.

(ஆகஸ்ட் 18, 2021)

★★★

11. தேர்தல்களில் திருமா

இத்தேர்தலில் குறைந்த ஆபத்தான ஆப்ஷனாகப் பார்ப்பது திமுகவை. அதனால் அதை இம்முறை ஆதரிக்கிறேன். அதனால் திமுகவை ஆதரித்தபடி தலித் அக்கறையும் காட்டுவதில் எனக்கு எந்தச் சித்தாந்தச் சிக்கலும் இல்லை. (தொகுதிவாரியாக வேட்பாளர்கள் பொறுத்து நிலைப்பாடு எடுக்கவும் எந்தத் தடையும் இல்லை.)

ஆர்கே நகரில் திருமாவளவன் நிற்பதாய்க் கேள்விப்படுகிறேன். எனில் திமுக உள்ளிட்ட அனைத்துக் கட்சிகளும் வேட்பாளர் நிறுத்தாது தவிர்க்க வேண்டும். ஜெவை எதிர்த்து நிற்க ஒரு கட்சித் தலைவர் துணிந்திருக்கிறார் என்பது முக்கியமானது. தலித் அரசியல் எழுச்சிக்கு இது ஒரு வரலாற்றுத் தூண்டுதலாகும். இந்த யோசனையை வைகோ முன்மொழிந்திருந்தால் திருமாவளவனை எம்எம்ஏ ஆக விடக்கூடாது என்ற எண்ணமே காரணமாக இருக்கும். அவர் முகத்திலும் கரி பூச வேண்டும். (பிற்சேர்க்கை: உறுதியற்ற செய்தியை - வதந்தியை - ஏன் பகிர வேண்டும் என ஒருவர் கடிந்து கொண்டிருந்தார். அப்படிப் பரப்பியேனும் அது நடந்து விடாதா என்கிற ஆதங்கம்தான், ஐயா!)

திருமாவளவனுக்கு திமுக, ஆதிமுக இரண்டும் ஒன்றுதான். அவர் ஜெயலலிதாவைத் தோற்கடிக்க நினைப்பது போல் கருணாநிதியையும் தோற்கடிக்க நினைப்பார். நல்ல நோக்கம்தான். தாராளமாகச் செய்யட்டும். (தொகுதிப் பங்கீடு அடிப்படையில்) அவரை விட வலுவான தலைவர்களாக மநகூவால் பார்க்கப்படும் விஜய்காந்த், வைகோ யாரையாவது திருவாரூரில் நிற்க வைத்து கலைஞரைத் தோற்கடிக்கட்டும்.

ஜெயலலிதாதான் இத்தேர்தலில் பெரும் ஆபத்து என நான் நினைப்பதாலும் இப்போட்டியால் ஒரு தலித் தலைவருக்கும்

கட்சிக்கும் தேசிய அளவில் *visibility* கிடைக்க வாய்ப்பு என்பதாலும் திருமாவளவன் நிற்க வேண்டும் என்பது என் நிலைப்பாடு. அதில் அரசியல்ரீதியான தலித் எழுச்சி மட்டுமில்லாது, தலித் அக்கறையற்ற ஓர் உயர்சாதி அரசியல்வாதி *Vs* வலுவான தலித் தலைவர் என்ற குறியீடும் அடங்கி இருக்கிறது. திருமாவளவன் ஜெயித்தால் தலித் நலனைப் புறக்கணித்து விட்டுச் செயல்படும் ஓர் அரசியல்வாதி எத்தனை வலுவானவராக இருந்தாலும் தோற்க நேரிடும் என்ற செய்தி உரக்கச் சொல்லப்படும். (தலித் விஷயத்தில் ஜெயலலிதாவை விட ஒரு படியாவது கருணாநிதி மேல் என்பது திருமாவளவன் உட்பட எவரும் ஒப்புக் கொள்ளக் கூடியதே.)

ஜனநாயகத்தில் எல்லாமே நல்நோக்கமும் திடநம்பிக்கையும் சார்ந்தது. திருமாவளவன் நின்று ஜெயலலிதாவை வெல்வார் என்பது அப்படிப்பட்ட நம்பிக்கை. போட்டி இருமுனை மட்டுமெனில் அதில் 50-50 வாய்ப்பு இருக்கிறதெனவும் நினைக்கிறேன். காரணம் சென்னை பிற மாவட்டங்கள் போல் அத்தனை தலித் வெறுப்புக் கொண்டதல்ல.

திருமாவளவன் எம்எல்ஏ ஆவதைப் பற்றி திடீர் அக்கறை காட்டுவோரே, அதுதான் முக்கியம் எனில் அவர் திமுக கூட்டணியிலேயே ஐக்கியமாகி இருக்க மாட்டாரா?

முதல்வரை எதிர்த்துக் களம் காணுவது என்பது வரலாற்று நிகழ்வு. அதைத் திருமா செய்ய வாய்ப்பு இருந்தால் பயன்படுத்திக் கொள்ள வேண்டும் என்பதே என் கருத்து. வெற்றி, தோல்வி எல்லாம் பிற்பாடு. அது இரண்டுமே அவருக்குப் புதிதும் இல்லை. தனியாய் எம்பி, எம்எல்ஏ ஆகி இங்கே ஒன்றும் சாதிக்க முடியவில்லை என்பதுதான் திருமாவளவனே சொல்லி இருப்பது. தேவைப்பட்டால் கலைஞரைச் சந்தித்து வேட்பாளர் நிறுத்த வேண்டாம் என்று கோரத் தயங்கவும் வேண்டியதில்லை. ஜெயலலிதாவை எதிர்த்து நின்றால் திருமாவளவன் தோற்பார் எனக் கவலைப்படுபவர்கள் அதே அக்கறையோடு ஆர்கே நகரில் அவருக்குப் பிரச்சாரத்தில் இறங்கலாம்.

(ஏப்ரல் 17, 2016)

★

“திருமாவளவன் இம்முறை (2019 நாடாளுமன்றத் தேர்தல்)

திமுக கூட்டணியில் தனக்குக் கிடைக்கும் ஒன்றோ இரண்டோ தொகுதிகளைத் தனித் தொகுதிகளாக அல்லாமல் பொதுத் தொகுதிகளாகக் கேட்டுப் பெற வேண்டும். விசிக மைய நீரோட்ட அரசியலில் ஈடுபடுவதன் முதற்கட்டமாக அது அமையும். இம்முறை ரிஸ்க்கும் குறைவு." என்று தொகுதிப் பங்கீடு பேச்சு வார்த்தைக்கு முன் சொல்லியிருந்தேன். அது நடக்கவில்லை. இப்போது தேர்தல் முடிந்து முடிவுகளும் வந்தாயிற்று. சிதம்பரம் தொகுதியில் தலைவர் திருமாவளவன் வெற்றியில் நாம் சில விஷயங்களை நேர்மையாய் ஏற்க வேண்டும்:

1) குறைந்த வாக்கு வித்தியாசம் என்றாலும் தனிச் சின்னத்தில் நின்று வென்றதும் குறிப்பாய் மக்களிடையே அரை நூற்றாண்டாய்ப் பிரபலமான இரட்டை இலையை வீழ்த்தியதும் மிகப்பெரிய விஷயம். அவரது நம்பிக்கையும், கம்பீரமும் தலைமைப் பண்பாக மிளிர்கிறது. எளிமையான வெற்றியை விட விசிகவுக்கு அங்கீகாரம் பெற வேண்டும் என்ற பிடிவாதத்தில் அவர் எடுத்த *calculated risk* பாராட்டுக்கும், பெருமைக்கும் உரியது. இவ்வெற்றி கொண்டாட வேண்டிய மகத்தான வரலாற்று நிகழ்வு.

2) அவர் வெற்றி இழுபறியானதில் சாதியம் இருக்கிறதா எனக் கேட்டால், ஆம், இருக்கிறது. அது தனித்தொகுதி எப்படியும் ஏதோ ஒரு தலித்தே வெல்வார் என்றாலும் இதில் சாதிய அடிப்படையிலான பொது மக்கள் உளவியல் ஒன்றிருக்கிறது. தனித் தொகுதியில் நிற்கும் தலித் ஒரு பெருங்கட்சியின் அங்கமாக (அல்லது அடிமையாக) இருக்கும் போது தலித் என்ற அடையாளம் பின்னுக்குத் தள்ளப்பட்டு, கட்சி அடையாளமே முன்னிற்கிறது. அதுவே ஒரு தலித் தன் சொந்தக் கட்சியில் (அதுவும் தலித் அடையாளம் கொண்ட கட்சியில்), சொந்தச் சின்னத்தில் நிற்கும் போது அவர் தலித் என்பதே பிரதான அடையாளமாகும். இந்தப் போட்டியில் தலித் அல்லாதோர் (சில தலித்களும்) இயல்பாலவே பெருங்கட்சியின் அடிமையை ஆதரிக்கும் மனநிலை பெறுவர். தனித்தொகுதி என்பதால் தலித்தான் எம்பி / எம்எல்ஏ, வேறு வழியில்லை. தவிர்க்க முடியாத இந்த சிஸ்டத்தில் தலித் ஓர் அமைப்பின் பிரதிநிதியாக (அல்லது எடுபிடியாக) மட்டும் இருந்து விட்டுப் போவதில்

அவர்களுக்குப் பிரச்சனையில்லை. ஆனால் தலித் தனித்துவம் மிக்க தலைவனாக எழுவதில் அவர்களுக்கு உவப்பில்லை. இந்த அடிப்படையில் பார்த்தால் இந்த இழுபறி வெற்றி என்பது சாதியத்தின் முகம்தான்.

3) தனிச்சின்னம் தேர்ந்ததால் திமுக வாக்குகளை அவர் வேண்டாம் என்று சொல்லி விட்டார் என்றோ, திமுக வாக்குகள் அவருக்கு விழவில்லை என்றோ சொல்ல முடியாது. அவரது வெற்றிக்கு திமுக கூட்டணியும் முக்கியக் காரணம். எப்படி திருமாவளவனின் ஆளுமைக்காகவும், விசிக கட்சிக்காகவும், அவர் சாதிக்காகவும், மோடி / எடப்பாடி வெறுப்பிலும் அவருக்கு ஓட்டு விழுந்திருக்குமோ அதே போல் அவர் திமுக கூட்டணியின் வேட்பாளர் என்பதற்கும் கணிசமான ஓட்டுக்கள் விழுந்திருக்கும். அதுவே கள யதார்த்தம். அதை எவரும் மறுக்கவோ மறைக்கவோ முடியாது.

(மே 24, 2019)

★

1) காங்கிரஸுக்கு 20 தொகுதிகளாவது தரப்படும் எனும்போது விசிவுக்கு 6 என்பது மிகக்குறைவு. ஆக, திமுக செய்திருப்பது அழுத்தப் போர்வையிலான அவமதிப்புதான். (திமுக விசிகவுக்கு 2.5% வாக்கு வங்கிதான் இருக்கிறது எனச் சொல்வதாகவே அர்த்தம்.)

2) ஆனால் மதச்சார்பற்ற வாக்குகள் சிதற வேண்டாம் என்ற திருமாவளனின் உயர்ந்த நோக்கு மதிக்கப்பட வேண்டியது. மநகூ தோல்வி வரலாறும் பாமக எதிரணியில் சேர்ந்ததும் இப்போது வேறு வழியில்லை என்பதையும் அவருக்கு உணர்த்தியிருக்கும்.

3) 6 தொகுதிகளிலும் தனிச்சின்னத்தில் போட்டி என்பது நல்ல முடிவு. தோற்றாலும் சரி, கட்சியின் தனித்த அடையாளம் தக்கவைத்தல் முக்கியம்.

4) 6 தொகுதிகளுமே தமக்கு வெற்றி வாய்ப்பு அதிகமுள்ள தொகுதிகளாகக் கேட்டுப் பெற வேண்டும். திமுகவின் உச்ச அதிகார பீடமான உதயநிதி ஒரு கூட்டத்தில் சொன்னது

போல் வெற்றி வாய்ப்பு இல்லாத தொகுதிகள்தான் தருவார்கள் எனில் அது "என் புருசனும் கச்சேரிக்குப் போனான்" என்கிற கதைதான்.

5) 6 தொகுதிகளில் குறைந்தது மூன்றாவது பொதுத்தொகுதிகளாகப் பெற வேண்டும்.

6) 6 தொகுதிகளிலும் குறிப்பிட்ட சாதியினரை மட்டும் நிறுத்தாமல் விசிக மைய நீரோட்டத்தில் கலப்பதன் (அல்லது கலக்க முயற்சிப்பதன்) அடையாளமாய் அனைத்து சமூகத்திலிருந்தும் வேட்பாளர்கள் தேர்ந்து நிறுத்த வேண்டும்.

வெறும் எம்எல்ஏக்களை வென்றெடுக்காமல், பாஜக எதிர்ப்பு என்ற பொதுநலத்தோடு நில்லாமல், நீண்டகால நோக்கில் கட்சியை வலுப்படுத்திக் கொள்ளுமொரு தேர்தலாக அமைய சிறுத்தைகளுக்கு வாழ்த்துக்கள்!

(மார்ச் 4, 2021)

★

"தற்போதிருக்கும் விசிக சட்டமன்ற மற்றும் நாடாளுமன்ற உறுப்பினர்கள் திமுக உறுப்பினர்கள்தானே, அதைச் சொன்னால் ஏன் திருமாவுக்கு கோபம் வர வேண்டும்?" என்ற கேள்வி முன்வைக்கப்படுகிறது.

அது தவறான தகவல். 2019 நாடாளுமன்றத் தேர்தலில் விசிக இரண்டில் வென்றது. திருமா சொந்தச் சின்னத்திலும் (பானை) ரவிக்குமார் உதயசூரியனிலும் நின்று வென்றார்கள். 2021 சட்டமன்றத் தேர்தலில் விசிகவினர் 6 தொகுதியிலும் சொந்தச் சின்னத்தில் (பானை) போட்டியிட்டு 4ல் வென்றார்கள். ஆகவே ரவிக்குமார் என்ற விதிவிலக்கை நீக்கிப் பார்த்தால் விசிக சொந்தக் காலில் நிற்கும் கட்சிதான். அதை திமுக என்று அழைப்பது அவமதிக்கும் நோக்கிலான அசட்டு முயற்சியே.

(ஏப்ரல் 20, 2023)

★★★

12. முதல்வர் திருமா

கமல் ஹாசன் ஏன் விடுதலைச் சிறுத்தைகள் கட்சியில் இணையக்கூடாது?

தலித் அரசியலை தலித் மட்டுமே முன்னெடுக்க வேண்டும் என்ற ஒரு பார்வையும் தலித் அரசியல் மைய நீரோட்டத்தில் கலக்கலாமா என்ற தயக்கமும் இங்கு நிலவுகிறது. பிராமணரான கமல் விசிகவில் இணைவதன் மூலம் இந்த இரு கருத்தாக்கங்களைப் பொதுப்புத்தியில் உடைக்க முடியும். கொள்கை அடிப்படையிலும் கமலுக்கு மிக வேறானதல்ல விசிக. ஆனால் கமலுக்கு கட்சியில் உரிய மரியாதை தரப்பட வேண்டும் (உதா: துணைத் தலைவர்), விசிகவின் கட்டப்பஞ்சாயத்து இமேஜை மாற்ற வேண்டும். தமிழகத்தில் தலித் முதல்வர் என்ற நகர்விற்கு கமல் - விசிக உறவு உந்துதலாகக்கூடும்.

(செப்டெம்பர் 15, 2017)

★

துணைமுதல்வர் ஆதங்கப் பதிவிற்கு (அது கோரிக்கையோ, யோசனையோ அல்ல) எதிர்வினையாக திமுகவில் திருமாவளவன் சேரலாமே எனக் கேட்கிறார்கள்.

1) காங்கிரஸில் சேர்ந்த பின்தான் அம்பேத்கருக்கு அமைச்சர் பதவி தரப்பட்டதா என்ன!

2) காங்கிரஸில் அம்பேத்கர் ஏன் சேரவில்லையோ அதே காரணம்தான் திமுகவில் திருமாவளவன் சேராததற்கும்.

3) நான் சொன்னது போல் அது லாப நஷ்டக் கணக்கு அல்ல; ஒரு நல்ல *gesture*.

(அக்டோபர் 9, 2020)

★

திருமாவளவனை முதல்வர் ஆக்குவது என்பது தமிழகத்தில் சாதி வெறி தணிவதற்கான அமிலச் சோதனை என்பது சில ஆண்டுகள் முன்பிருந்தே நானே இங்கு தொடர்ச்சியாகச் சொல்லி வருவதுதான். அது புதியதில்லை. அப்படிச் சொல்லும் போதெல்லாம் எதிர்ப்பு வருவதும் புதியதில்லை. குறிப்பாக இங்கே இருக்கும் திமுக ஆதரவாளர்களிடமிருந்து.

இப்போது யாரோ ஒரு திருமா ஆதரவாளர் அதே விஷயத்தைத் திராவிடர்களுக்கான அமிலச் சோதனையாக எழுதப் போக (அது சினமூட்டக்கூடியதே) திமுக ஆதரவாளர் ஒருவர் "செருப்பை உயர்ந்த பீடத்தில் வைத்து ஆட்சி செய்ய இது ராமராஜ்யம் அல்ல" என்று பஞ்ச் டயலாக் அடிப்பதாக எண்ணிச் சாதிய வன்மத்தைக் கக்கியுள்ளார். (பதிவை நீக்கி விட்டார். ஆனால் அது குறித்த விளக்கமேதும் இல்லை. ஆக, அது பிழையுணர்ந்து செய்த ரத்து அல்ல; புற அழுத்தத்துக்கு அஞ்சிச் செய்தது என்றே புரிந்து கொள்கிறேன்.)

சில விஷயங்களைப் பார்ப்போம்.

(1)

திமுகவில் இருக்கும் மிகச் சில அறிவு ஜீவிகளைத் தவிர்த்துப் பார்த்தால் அதன் பெரும்பான்மைத் தலைவர்களும் தொண்டர்களும் பார்ப்பனியத்தை மட்டும் எதிர்ப்பதே போதுமானது என (வசதி / பாதுகாப்பானது என்றும்) கருதுகின்றனர். அதனால் இடைநிலைச் சாதி ஆதிக்கத்தை, அராஜகங்களை அவர்கள் ஒன்று கள்ள மௌனத்துடன் கடப்பார்கள் அல்லது பெயருக்கு மென்மையாகக் கண்டிப்பார்கள்.

இது தேர்தலில் பொதுத் தொகுதிகளில் சாதி பார்த்து வேட்பாளர் நிறுத்துவது தொடங்கி, ஆணவக் கொலைகளின் போது நேரடியாகச் சாதி வெறியைக் கண்டிப்பது வரை பல விஷயங்களில் காண முடியும். தலித்களுக்குத் தாங்கள் கொண்டு வரும் திட்டங்களை ஏதோ திமுக அவர்களுக்கு அருள் பாலிப்பதாகவே கருதுகின்றனர். (ஆர்எஸ் பாரதியின் சில மாதம் முந்தைய தலித் சரிச்சைப் பேச்சை நினைவு கூரலாம்.) செருப்பு கமெண்ட் அடித்த நபர் ஏதோ விதிவிலக்கு அல்ல; அவர் திமுக பானையில் ஒரு சோறு. அது வெறும் கட்சி விசுவாசத்தில் உணர்ச்சிவசப்பட்டுப் போட்ட

ஒரு பதிவு மட்டுமே அல்ல; அது எல்லா முற்போக்குப் பேச்சும் தாண்டி உள்ளூர அவருக்குள் இருக்கும் சாதியம்தான்.

அவரைக் கட்சி மேலிடமோ, ஐடி அணியோ இதற்காகக் கண்டித்தாலும், வாய் மூடச் செய்தாலும் அதன் பொருள்: "இதெல்லாம் ஏன் இவ்ளோ சத்தமாப் பேசற?" என்பதுதானே ஒழிய; "பேசியது தவறு, பேசக்கூடாது" என்பதல்ல. சுருங்கச் சொன்னால் திமுக வழியாக தலித்களுக்குச் சின்னச் சின்ன சலுகைகள் கிடைக்கலாம். ஆனால் பெரிய அளவிலான தலித் எழுச்சியும் விடுதலையும் அதிகாரம் நோக்கிய நகர்வும் திமுகவின் வழியே சாத்தியமில்லை என்றே நினைக்கிறேன். அதனாலேயே தலித் கட்சிகளின் இருப்பு தமிழக அரசியலில், சமூகத்தில் அவசியமானதாகிறது.

(2)

திருமாவளவன் தமிழக முதல்வராவது குறித்து. அதற்குரிய தகுதி அவருக்கு இருக்கலாம். ஆனால் இரண்டு விஷயங்கள் அதற்குத் தடையாக இருக்கின்றன.

ஒன்று பெரும்பான்மைத் தமிழக மக்களின் சாதி வெறி. தாம் 'புழங்காத' ஒரு சாதிக்காரன் தம்மை ஆள்வதா என்ற தாழ்வு மனப்பான்மை இடைநிலைச் சாதியினர், முற்பட்ட பிரிவினர் எல்லோருக்குமே உண்டு. அவர்கள் எல்லோரும் திருமா திமுகவின் அல்லது அதிமுகவின் வாலாக இருப்பது வரை மட்டுமே ஆதரிப்பார்கள். தனித்துக் களம் கண்டால் தோற்கடிக்கவே முனைவர். இன்னும் அம்பேத்கரையே தலித் தலைவர் என்று கருதி சிலையின் தலை வாங்கும் மிருகக்கூட்டம்தான் நம்முடையது என்பதைக் கவனிக்கும் போது திருமாவைப் பொது நீரோட்டத்தில் தலைவராக ஏற்பார்கள் என எனக்கு நம்பிக்கை இல்லை.

இரண்டாவது பிரச்சனை திருமாவின் பக்கம் அல்லது விசிகவின் பக்கம் இருப்பது. அவர்கள் இன்னும் தம்மைப் பறையர்களுக்கான கட்சி என முன்வைப்பதை நிறுத்தவில்லை. அதற்குக் காரணம் திருமா குழப்பத்தில் இருக்கிறார் என்றே எண்ணுகிறேன். விசிக மைய நீரோட்டத்தில் கலக்கும் முயற்சியில் ஒரு பக்கம் பறையர் கட்சி என்ற அடையாளத்தை இழந்து, மறுபக்கம் பொது வாக்காளர்களின் ஆதரவும் கிடைக்காமல் கட்சி அழிய நேரிடுமோ

என்கிற கவலை. அதை உடனிருக்கும் ஆட்கள் கலைய விடாமல் பார்த்துக் கொள்கிறார்கள். பறையர்களே விசிகவை தம் சாதிக் கட்சி என்றுதான் பார்க்கிறார்கள். அப்படியே தொடர்ந்து பரப்புகிறார்கள். பிறகு வெளியாள் எப்படி அதைப் பொதுவான கட்சி என நம்புவான்? அது திருமாவை முன்னேற விடாமல் தடுக்கும் தளை. ஆக, இன்னும் பல ஆண்டுகளுக்கு விசிக பறையர் கட்சி என்ற வட்டத்திலிருந்து வெளிவர முடியாது.

ஏற்கெனவே பொது வாக்காளன் சாதி வெறியன். அவனிடம் போய் பறையர் அதிகாரத்துக்கு வர நீ திருமாவுக்கு வாக்களி என்று சொன்னால் நிச்சயம் கேட்க மாட்டான். மாற்று வேண்டும் என நினைப்பவன் பதிலாக விசிகவை விட அறிவு பலமும் ஆள் பலமும் குன்றியிருந்தாலும் மநீம, நாதக போன்றவற்றை ஆதரிப்பான்.

(டிசம்பர் 29, 2021)

★★★

13. மனு அதர்மம்

அண்ணா மற்றும் கலைஞர் கால திமுகவின் மக்களை நோக்கிய மாநாடு பாணி அரசியலை பல பிரச்சனைகளில் தற்போதும் சீரியஸாகப் பின்பற்றும் கட்சி விடுதலைச் சிறுத்தைகள்தான். ஆனால் மனு ஸ்மிருதியை லட்சக்கணக்கில் அச்சிட்டுக் கொடுக்கும் திருமாவளவனின் முன்னெடுப்பு எனக்குக் குழப்பமானதாகவே இருக்கிறது. அதனால் என்ன நன்மை? யாருக்கு எதை அவர் நிரூபிக்க விரும்புகிறார் என்றே புரியவில்லை.

இந்து மதம் தொடர்பாக ஒரு சராசரி இந்துவின் (அதாவது பிராமணரல்லாத, இந்து மதப் புனித நூல்கள் பற்றிய எந்தப் பரிச்சயமும் இல்லாத 95% இந்துக்கள்) பார்வை என்ன?

அவன் மனு ஸ்மிருதியைத் தன் மதநூலாகக் கொள்ளவில்லை. மனு ஸ்மிருதி என ஒன்று இருப்பது கூட அவனுக்குத் தெரியாது. மனுவை விடுங்கள், அவன் பகவத் கீதையைக் கூடப் பொருட்படுத்துவதே இல்லை. அவனுக்குச் சனாதன தர்மம் என்னவென்றே தெரியாது. அச்சொல்லே பரிச்சயம் இராது. ஆனால் அவனுக்குப் பிராமணர்கள் தனக்கு மேலான சமூகப் படிநிலையில் வைக்கப் பட்டுள்ளார்கள் என்பது தெரியும். அதுவே இந்து மதத்தின் சட்டகம் என்பதும் தெரியும். பாதி பேருக்கு அது பற்றிய எரிச்சல் இருக்கிறது. மீதிப் பேருக்கு அதுவும் இல்லை, சரிதானே என்று இருக்கிறார்கள்.

எல்லாவற்றையும் விட முக்கியமான விஷயம் தினப்படி அனுபவங்களில் அவர்கள் மீது சுமத்தப்படும் சாதிய வன்மம் மற்றும் வன்முறையானது மனு ஸ்மிருதி / பகவத் கீதை / சனாதன தர்மத்தில் இருந்து வருகிறது என அவன் தொடர்புபடுத்திக் கொள்வதே இல்லை. அதுவும் அந்த அடக்குமுறை ஒரு பிற்படுத்தப்பட்ட சாதிக்காரனிடமிருந்து அதற்குக் கீழ்நிலையில்

வைக்கப்பட்டுள்ளவன் மீது நிகழ்த்தப்பட்டால் அதை இந்து மதத்துடன் கூட அவன் தொடர்புபடுத்திக் கொள்வதே இல்லை. அவனுக்கு அது ஒரு சமூக அவலம் மட்டும், மதத்தின் அவலம் அல்ல.

மறுபக்கம் மீதியுள்ள 5% ஆட்களோ மனு ஸ்மிருதி ஒரு பழைய நீதி நூல், அன்றைய தேவைக்கு, அன்றைய பிற்போக்கு மனநிலையில் எழுதப்பட்டது, அதற்கும் இன்றைய இந்து மதத்துக்கும் தொடர்பில்லை, நாங்கள் அதைப் பின்பற்றுவதில்லை என்றே பொதுவெளியிலேனும் பேசுகிறார்கள். அவர்கள் உள்மனம் வேறாக இருக்கலாம் - ஆனால் 95% சராசரி இந்துக்களுக்குப் போய்ச் சேர்வது ஊடகங்களில் வெளியாகும் இந்தக் கருத்துதான். அவன் அதை நம்புகிறான்.

ஆக, சராசரி இந்து என்ன நினைக்கிறான்? மனு தர்மம் என்பது என்றோ செத்தொழிந்த நூல், அதை நம் மீது அதிகாரம் காட்டுவோரும் பொருட்படுத்துவதில்லை, நானும் பொருட்படுத்துவதில்லை. எனவே மனு ஸ்மிருதியின் பிரதி அவனிடம் போய்ச் சேர்ந்தாலும், அதில் பிற்படுத்தப்பட்டோரை, தலித்களை, பெண்களைக் கேவலமாகப் பேசும் விஷயங்கள் இருந்தாலும் அதை எல்லாம் அறிந்து கொண்ட பின் *so what?* என்றே அவன் கேட்பேன். அவனுக்கு அது *irrelevant* விஷயம்.

அவனை ஒடுக்குவோரே அது பழையது, தன் வழிகாட்டு நூல் அல்ல என்று அறிவித்து விட்ட பின் தனக்கு அந்த நூலில் எதிர்க்க என்ன இருக்கிறது என எண்ணுகிறான். அது ஏதோ பழைய பஞ்சாங்கம், ஓரமாக இருந்து விட்டுப் போகிறது அல்லது இல்லாமல் கூடப் போகட்டும், எனக்கென்ன பிரச்சனை என நினைப்பான். கவர்னர் சனாதன தர்மத்தை ஆதரித்துப் பேசும் போது அது ஏதோ இந்து மதத்தின் தத்துவ அம்சம் போல என்றுதான் நினைப்பான். அது சாதியம் தொடர்பானது என அவன் நினைக்க வாய்ப்பு இல்லை.

இதுதான் எனக்குப் புரிந்த களச் சூழல். அவனுக்கு திருமாவளவன் ஏன் மனு தர்மத்தை அடிக்கிறார் எனக் குழப்பமாகவே இருக்கும். ஏதோ அரசியல் கணக்கு போலிருக்கிறது எனக் கடக்கவே நினைப்பான். சனாதன தர்மத்தை எதிர்ப்பதும் அப்படியே பார்க்கப்படும்.

அந்த *95%* இந்துவுக்குச் சொல்ல வேண்டியது மனு தர்மம் எவ்வளவு மோசமானது என்பதை அல்ல. அது அவனுக்கு ஏற்கெனவே தெரியும்; தெரிந்தாலும் கவலையில்லை. மாறாக, அவனுக்கு நாம் சொல்ல வேண்டியது இந்து மதம், பார்ப்பனியம், சனாதன தர்மம் இதெல்லாம் எப்படி மனு தர்மத்தின்படி செயல்படுகிறது என்பதையே. மனு தர்மப் புத்தகத்தை மக்களிடம் கொண்டு சேர்ப்பதால் இது நிறைவேறப் போவதில்லை.

இலக்கை விடுத்து எங்கோ கத்தி சுழற்றிக் கொண்டிருக்கிறோம் எனத் தோன்றுகிறது.

(நவம்பர் 6, 2022)

★★★

14. திருமாவின் தடுமாற்றங்கள்

திருமாவளவன் சசிகலாவை இன்று போய்ப் பார்த்து வாழ்த்தாமல் இருந்திருந்தால் என்ன குடி முழுகிப் போயிருக்கும்! தேவர்களுக்கும், கவுண்டர்களுக்குமே அதிமுகவில் முக்கியத்துவம் அளிப்பது சரியல்ல என்று அவர் ஓரிரு வாரங்கள் முன் பேசியது என்ன ஆயிற்று? "ஜாதி சார்பற்ற அரசியல் நடத்துவோம்" என சசிகலா சொல்லியதாலேயே அக்குற்றச்சாட்டு ரத்தாகி விட்டதா? அதை விடக் கொடூரம் சசிகலா பதவிக்கு வந்ததை பெண்ணுரிமை சார்ந்து ஆதரித்திருப்பது. எல்லா பிம்பங்களும் உடையத்தானோ!

(டிசம்பர் 31, 2016)

★

திருமாவளவன் 2016 தேர்தலில் திமுகவிடம் காட்டிய வீராப்பை மநகூவில்தான் முதல்வர் வேட்பாளராக நிற்பதிலும் காட்டியிருக்க வேண்டும். குடிகார விஜய்காந்த்தை விடவும் அரசியல் தரகர் வைகோவை விடவும் தானே முதல்வர் வேட்பாளராக அதிகம் தகுதி கொண்டவர் என அவருக்குத் தெரியாதா? இப்போதும் தன்னை முன்வைக்காமல் ரஜினி வெற்றிடத்தை நிரப்பும் சாத்தியமுண்டு என்றுதான் சொல்லிக் கொண்டிருக்கிறார்.

எப்போதும் யாராவது 'எல்லோரும்' ஏற்கும் ஒருவர் முன்னால் போகட்டும் (அந்த ஒருவர் அரசியல் அறிவற்ற, சமூக ப்ரக்ஞையற்ற, மனத்திடமற்ற ரஜினியாக இருந்தாலும் சரி) தலித் ஆகிய நான் பின்னால் நிற்கிறேன் என்று கட்டப்பாத்தனமாக யோசிப்பது என்ன மாதிரியான தலித் அரசியல் முன்னெடுப்பு? மக்கள்

தலித் முதல்வரை ஏற்க மாட்டார்கள் என இன்னும் எத்தனை ஆண்டுகளுக்குச் சொல்லிக் கொண்டிருக்கப் போகிறோம்?

(ஜூன் 17, 2017)

★

திருமாவளவன் பேச்சு திரிக்கப்படுகிறது. அவர் "ஒரு பேச்சுக்குச் சொல்கிறேன், முன்பு ஒரு கோயில் இருந்தது என்று சொல்லி ஐந்நூறு ஆண்டு புராதன மசூதியை இடிப்பீர்கள் எனில் முன்பு விஹாரைகள் இருந்த இடங்களில் கட்டப்பட்ட பெரும்கோயில்களை இப்போது இடித்தால் நியாயமாகுமா?" எனக் கேட்கிறார். ஆனால் அவர் பேச்சைத் துண்டு துண்டாய் வெட்டி ஒட்டி சில ஊடகங்கள் அயோக்கியத்தனம் புரிகின்றன.

(டிசம்பர் 8, 2017)

★

நடிகை கஸ்தூரி ஒரு முறை இட ஒதுக்கீட்டைப் பற்றிய அடிப்படைப் புரிதல் இல்லாமல் பேசிய ஞாபகம். கட்சியில் சேர அவருக்கு விடுதலைச் சிறுத்தைகள் அழைப்பு விடுத்திருப்பதாக ஒரு செய்தியைப் படித்தேன். கஸ்தூரி இட ஒதுக்கீடு பற்றிய தம் நிலைப்பாட்டை மாற்றிக் கொண்டாரா அல்லது விடுதலைச் சிறுத்தைகளா!

(பிப்ரவரி 27, 2018)

★

“கமலுடன் கூட்டணி வைத்தால் அதிக இடம் கிடைத்திருக்குமே?” என்று கேட்டதற்கு திருமாவளவன், “சிட்டியில் 1 கிரவுண்ட் வாங்கறதுக்கும் சிட்டிக்கு வெளியே 1 ஏக்கர் வாங்கறதுக்கும் வித்தியாசம் இருக்கு. ஜெயிக்கும் கூட்டணியில் 6 இடங்கள் கேட்பதற்கும், தோற்கும் கூட்டணியில் 60 இடங்கள் கேட்பதற்கும் வித்தியாசம் இருக்கு” என்கிறார்.

பிறகு ஏன் 2016ல் மநகூ அமைத்தாராம்?

(மார்ச் 6, 2021)

★

அண்ணன் திருமா தரையில் மழை நீர் தேங்கி நிற்கும் ஒரு கட்டிடத்திலிருந்து வெளியே வந்து காரில் ஏறுகிறார். நீரில் காலை இறக்காமல் காருக்குள் நுழைய தொடர் நாற்காலிகள் மாற்றி மாற்றி போடப்பட்டு அதிலேயே நடந்து அவர் வருகிறார். இந்த வீடியோ கேலிக்கும் விமர்சனத்துக்கும் உள்ளாகியிருக்கிறது.

என் புரிதல் அவர் எங்கோ முக்கியமான விழா, கருத்தரங்கு, கூட்டம் அல்லது ஊடக நேர்காணலுக்குச் செல்லக்கூடும். அதனால் பேண்ட்டிலும் ஷூவிலும் நீர் பட வேண்டாம் எனக் கருதியிருக்கிறார். அங்கே அவருக்கு உதவ ஆட்கள் இருக்கிறார்கள், அதை எடுத்துக் கொள்கிறார். அவ்வளவுதான். அவர் ஏற்கெனவே சாக்கடையில் இறங்கி நின்ற உதாரணங்கள் உண்டு; சரியான சுகாதாரம் இல்லாத இடங்களில் கீழே அமர்ந்து சாப்பிட்ட நிகழ்வுகள் உண்டு; எவ்வளவோ மோசமான, வசதியற்ற இடங்களுக்குப் பல முறை சென்றிருக்கிறார் எனும் போது நான் இப்படித்தான் அனுமானிப்பேன். மாறாக, எம்பி ஆனதும் அவர் ஆண்டையாகி விட்டார் என வன்மத்துடன் கருத / பேச மாட்டேன். இத்தனை ஆண்டுகளும் அவர் மிகச் சாதாரணமாகவே பொதுவெளியில் புழங்கி வருகிறார் என்பது தெளிவு. அது நடிப்பு அல்ல - தன் நேரத்தின் 70 விழுக்காட்டை மக்கள் முன்பே கழிக்கும் ஒரு தலைவனுக்கு அது சாத்தியமில்லை.

இதில் ஒரே சிக்கல் விசிக இணைய அணி செய்த ஆர்வக்கோளாறு வீடியோ எடிட்தான். "சாமி வருது சாமி வருது" என்ற விஷயம் சாதாரண நிகழ்வை சர்ச்சையாக்கி விட்டது.

(நவம்பர் 29, 2021)

★

அம்பேத்கருடன் ஒப்பிட இன்னும் இந்தியாவில் எவரும் பிறக்கவில்லை எனத் திருமா சொல்கிறார். அது சரியா என்பது ஒருபுறம் இருக்கட்டும். அப்புறம் ஏன் பாடலாசிரியர் கபிலன் அம்பேத்கர் விருது வழங்கும் விழா மேடையில் ஸ்டாலினையும் திருமாவையும் அம்பேத்கர் என்று சொன்ன போது (அது ஒப்பீடு கூட அல்ல, இன்னும் ஒருபடி மேலே சென்று உருவகித்தார்) சிரித்தபடி ஏற்று மகிழ்ந்தார்?

அதுவும் ஒரு கணக்கீடுதான் இல்லையா!

(ஏப்ரல் 19, 2022)

★

திருமா - திமுக - பத்திரிக்கையாளர் விவகாரத்தில் ஒரு தெளிவுபடுத்தல்.

1) வேங்கைவயல் விஷயத்தில் திருமா அரசு நடவடிக்கை மீது முழு நம்பிக்கையுடன் பேசுவதை ஏற்கிறீர்களா? இல்லை.

2) பத்திரிக்கையாளர்களுக்குக் கேள்வி கேட்கும் சுதந்திரம் இல்லையா? இருக்கிறது.

இச்சம்பவத்தில் நாம் கண்டிப்பது சில பத்திரிக்கையாளர்களின் சாதிய மனப்பாங்கை. அவரிடம் "திமுககாரர் மாதிரி பேசிட்டு இருந்தா.." என ஒரு பத்திரிக்கையாளர் சொல்கிறார். அந்தக் கேள்வியை வேறெந்தக் கட்சித் தலைவரிடமும் ஊடகக்காரர்கள் எழுப்பியதில்லை. சீமான், கமல், விஜய்காந்த், அண்ணாமலை போன்றவர்களிடம் கூட எவரும் எழுப்பியதில்லை. அதிமுக பல காலமாக பாஜகவிடம் அடகு வைக்கப்பட்டுள்ளது. எடப்பாடியிடம் எவரும் "பாஜககாரர் போலப் பேசுகிறீர்கள்" என எவரும் சொன்னதில்லை. அப்படி எகத்தாளமாய்க் கேட்கும் வீரம் இரு காரணங்களில் வரலாம். ஒன்று திருமா தலித் என்பதால் வரும் சாதிய எள்ளல். இரண்டு அவர் ஜனநாயக அணுகுமுறை கொண்டவர், பத்திரிக்கையாளர்களை நட்பார்ந்து கையாள்பவர் என்பதால் வரும் அலட்சியத்தால். இரண்டுமே பிழைதான்.

அதைக் கேட்டதும் திருமாவுக்குச் சுயம் சீண்டப்பட்டு கோபம் வருகிறது. அது இயல்புதான். எனவே கை நீட்டி அந்தப் பத்திரிக்கையாளரிடம் எச்சரிக்கிறார். அதுவே சுயமரியாதை கொண்டவன் இயல்பு. அதை விட மோசமான உடல் மொழி மற்றும் சொற்களை நம் பத்திரிக்கையாளர்கள் எதிர்கொண்டிருக்கிறார்கள். இங்கே ஓர் இயல்பான, நியாயமான எதிர்வினைக்குக் முணுக்கெனக் கோபம் வந்து "விரல் நீட்டி விட்டாயா என்னைப் பார்த்து?" என்கிறார்கள். தன் தவறான வினா எக்ஸ்போஸ் ஆன பதற்றத்தில் அந்நிருபரின் திசை திருப்பும் முயற்சியும் மறுபடி சாதிய எண்ணமும்தான் ("நீ என்ன சாதி,

நான் என்ன சாதி, என்னைப் பார்த்து விரல் நீட்டுவாயா?") தெரிகிறது.

கண்டிப்பதும் எதிர்ப்பதும் அதையே; திருமா புனிதமானவர், எவரும் அவரைக் கேள்வி கேட்கக் கூடாது என்பதால் அல்ல. அப்படிப் பேசும் சில விசிகவினர், திமுகவினரின் மட்டையடிக் கருத்துக்கள் இதில் பொருட்படுத்தி விவாதிக்கத் தக்கதும் இல்லை. திருமா உட்பட எவரும் விமர்சனத்துக்கும் வினாவுக்கும் அப்பாற்பட்டவர் அல்லர்.

சரி, அந்நிருபர் சாதிய மனநிலையில் இருப்பதற்கு என்ன முகாந்திரம்? அவர் தமிழ் நாட்டில் இருப்பவர் என்பதே போதுமானது. தமிழனின் ரத்தத்தில் ஊறியது சாதி. அது அவனையும் மீறி வெளியே வரும். பல மிக நேர்மையான முற்போக்குவாதிகள் கூட விதிவிலக்கில்லை. அவ்வளவு தூரம் ஆழ்மனதில் பதிந்திருப்பது சாதி!

(அடுத்து அந்தப் பத்திரிக்கையாளரே தலித் என்றும் நிரூபிக்கப்படக்கூடும். அதிலும் மேலும் ஆழக் கேள்விகள் எழவே செய்யும். தலித்களுக்குள் சாதியம் இல்லையா என்ன!)

(ஏப்ரல் 21, 2023)

★

கோவை குண்டுவெடிப்பு வழக்கில் சிறை தண்டனை பெற்ற கோவை பாஷாவின் மரணத்துக்கு திருமா இரங்கல் தெரிவித்து கட்சியின் துணைப் பொதுச் செயலாளரை அவரது இறுதி நிகழ்வில் பங்குபெறச் செய்துள்ளார். அது ஏன் என்பது பற்றி எந்தத் தகவலும் இல்லை. அதாவது அவர் குற்றமற்றவர், தவறாகத் தண்டிக்கப்பட்டுள்ளதாக நம்புகிறாரா, அல்லது குற்றம் சிறியதென நம்புகிறாரா எனத் தெளிவுபடுத்த வேண்டும்.

(டிசம்பர் 20, 2024)

★★★

பகுதி – 3

விஜய்

15. சூப்பர் ஸ்டார் யுத்தம்

எம்ஜிஆருக்கு அடுத்து ரஜினி என்பது *convincing* ஆன வாரிசாக்கம். ஆனால் அது போல் ரஜினிக்கு அடுத்து யார் எனப் பார்த்தால் விஜய், அஜீத் இருவருமே கிட்டத்தில் கூட நெருங்க முடியவில்லை. மிக எளிதான காரணம்: அப்படி வாரிசாய் உருவாக பெயர் சொல்லும் திரைப்படங்கள் கொடுத்தாக வேண்டும். அப்படி ஏதும் இருவருக்கும் இல்லை.

விஜய், அஜீத்திடம் எதிர்பார்ப்பது ஒப்பிலாக் கலைப் படைப்புகள் எல்லாம் இல்லை. நல்ல சுவாரஸ்யத்துடன் கூடிய திரைப்படங்களைத்தான். எம்ஜிஆருக்கும் ரஜினிக்கும் குறைந்தபட்சம் தலா ஐம்பது படங்களை அப்படி சுவாரஸ்யமானதென எளிதாய்ச் சுட்ட முடியும். அவற்றை எல்லாம் இப்பொதும் ரசித்துப் பார்க்க முடியும்.

ஆனால் விஜய், அஜீத்துக்கு? அதிகபட்சம் தலா பத்துபடங்கள் தேறுமா? விஜய்க்கு லவ் டுடே, நேருக்கு நேர், ப்ரியமுடன், தமிழன், கில்லி, சிவகாசி, போக்கிரி, துப்பாக்கி. அஜீத்துக்கு ஆசை, காதல் மன்னன், வாலி, அமர்க்களம், முகவரி, அட்டகாசம், வில்லன், கிரீடம், பில்லா. ஆலை இல்லாத ஊருக்கு இலுப்பைப்பூ சர்க்கரை என்பது போல் இன்று இவர்கள் இருவரையும் ஊடகங்கள் அடுத்த சூப்பர் ஸ்டார் என விதந்தோதி வருகின்றன. தமிழ் ரசிகர்களும் இயல்பாகவே தம் எதிர்பார்ப்பைக் குறைத்துக் கொண்டு விட்டார்கள் எனத் தோன்றுகிறது! அதற்கு ஆதாரம் சிவகார்த்திகேயனை எல்லாம் அவ்விடத்தில் மக்கள் பொருத்திப் பார்க்கத் தொடங்கியதுதான்.

அடுத்த ரஜினி என எவரும் இன்னும் உருவாகவில்லை என்பதே உண்மை.

(நவம்பர் 10, 2015)

★

தமிழக இளைஞர்களின் தாழ்வுணர்ச்சியின் குறியீடு நடிகர் விஜய். நீங்கள் கவனித்துப் பார்த்தால் சுமாரான திறமை கொண்ட எல்லோருக்கும் விஜய் பிடிக்கும். காரணம் அத்தகு திறமையோடே வாழ்வில் ஜெயிக்கலாம் என்ற நம்பிக்கையை அவர் மறைமுகமாக நம் இளைஞர்களுக்கு அளிக்கிறார். அதைத் தான் "தன்னையே திரையில் காண்பது போல்" என்று ஜிகினாவாய்ப் பேசுகிறார்கள்.

ஒன்றுமேயில்லாமல் வெல்வது சாதாரணர்களுக்குப் பிடித்துப் போக, அப்படி சாதாரணர்களுக்குப் பிடிப்பதாலேயே ஒன்றுமேயில்லாமல் ஜெயித்துக் கொண்டிருக்கிறார். நடனம் தவிர்த்து அவர் பெறும் வெற்றி எதற்கும் அவர் தகுதியுடையவர் அல்ல. தான் விரும்பி ரசிக்கும் ஒரு பிம்பமானது உண்மையில் தானும் தன் போன்றோரும் உருவாக்கிய பொய்மையே என்பதை உணராதவர்கள் கூட்டாய் நிகழ்த்தும் வினோத நாடகம்!

ஆனால் நம் சமூக உளவியலின் தவிர்க்க முடியாத ஓர் அங்கம் இது என்றும் தோன்றுகிறது. கையறு நிலையில் மானசீகமாகப் பற்றிக் கொள்ள ஏதேனும் ஒன்று தேவைப்படுகிறது. இந்தத் தலைமுறைக்கு அது விஜய்.

(ஜூன் 22, 2017)

★

இன்று மினிமம் கியாரண்டி ஹீரோக்கள் தமிழில் நான்கு பேர்: ரஜினி, அஜீத், விஜய் மற்றும் சிவகார்த்திகேயன். இதிலிருந்து வெளியேறும் ரிஸ்கில் இருப்பது ரஜினி.

(ஆகஸ்ட் 31, 2017)

★

இன்னும் பத்திரிக்கைகளில், சேனல்களில் அடுத்த சூப்பர் ஸ்டார் என்ற பழைய கேள்வியை வைத்துக் கொண்டு கல்லா கட்ட முனைகிறார்கள். உண்மையில் இன்றைய சூப்பர் ஸ்டார் விஜய்தான். அவருக்கு மிக மிக நெருக்கமான இரண்டாம் இடத்தில் அஜீத். (இச்சிறுபின்னடைவுக்குக் காரணம் காலரீதி *inconsistency* மற்றும் சிறுத்தை சிவா.) மூன்றாமிடம்தான் ரஜினிக்கு. (சோகம் என்னவெனில் கமல் ஆட்டத்திலேயே இல்லை.)

கடந்த நான்கைந்து ஆண்டுகளாகவே இதுதான் நிலை. ரசிகர்கள் மற்றும் ரசிகர் மன்றங்களின் எண்ணிக்கை, பட வசூல் (முக்கியமாய் முதல் நாள் மற்றும் முதல் வார இறுதி), படம் வெளியாகும் அரங்குகளின் எண்ணிக்கை, விநியோகஸ்தர்கள் வைக்கும் விலை, சாடிலைட் உரிமை விலை, முதல் நாள் டிக்கெட் விலை, மீடியா வெளிச்சம், படம் வெளியாவதற்கு முந்தைய பரபரப்பு என எல்லாமும் இதையேதான் சொல்கின்றன.

புதிய தலைமுறையில் பலரும் - பெண்கள், குழந்தைகள், இளைஞர்கள் - விஜய், அஜீத் ரசிகர்களாகவே ஆகிறார்கள். அவர்கள்தாம் குடும்பமோ, தனியாளாகவோ என்ன படம் போவதெனத் தீர்மானிக்கிறார்கள். ரஜினிக்கு மரியாதைக்குரிய பெரியவர் இடம். விஜய், அஜீத் படங்கள் ஏதும் இல்லை எனில் அல்லது அவற்றுக்குப் போன பின் பட்ஜெட் ஏதும் மிஞ்சியிருந்தால் ரஜினி படத்துக்குப் போகிறார்கள். பழைய ரஜினி ரசிகர்களால்தான் இன்னமும் அவர் மூன்றாமிடத்திலாவது இருக்க முடிகிறது. கமலுக்கு அந்தக் கூட்டமும் அழிந்து வருவதால்தான் அவர் அரசியலுக்குப் போக வேண்டியிருக்கிறது.

(ஜனவரி 7, 2020)

★

மாஸ் நடிகர்கள் என்று வந்து விட்டால் படம் நன்றாக இருக்கிறதா என்பது இரண்டாம்பட்சம்தான். அந்த நடிகரை நமக்குப் பிடிக்க வேண்டும். அதுவே படம் நமக்குத் திருப்திகரமாகத் தோன்றும் மனநிலைக்குக் கொண்டு சென்று விடும். இதுதான் ரசிக மனப்பான்மை.

அது ஒருபோதும் படைப்பு குறித்த சரியான அபிப்பிராயத்தைச் சொல்ல விடாது. ஒருவித மயக்கத்திலேயே வைத்திருக்கும். அவர்கள் படம் பற்றிப் பொய் சொல்வதில்லை; போதையில் இருக்கிறார்கள். அவர்களிடம் எதையுமே பேசிப் புரிய வைக்க முடியாது. அதை விடக் கொடூரம் நீங்கள் அவர் விரும்பும் நடிகரின் போட்டி நடிகருடைய ரசிகர் என்பதாலேயே அப்படிப் பேசுவதாகக் கற்பனை செய்து கொள்வார்கள். பெரிய அக்கப்போராய் இருக்கும்.

எத்தனையோ ரஜினி, கமல், விஜய், அஜீத் ரசிகர்களிடம் இதைக்

கண்டிருக்கிறேன். நானே தனிப்பட்டு சமீப நாட்களில் இதை உணர்கிறேன். தலைவா மற்றும் ஜில்லா படங்கள் அவை வந்த காலத்தில் எனக்குப் பிடிக்கவில்லை. (இப்போதும் அப்படங்கள் குறித்துப் பெரிய அபிப்பிராயம் இல்லை.) ஆனால் சமீபத்தில் அவற்றை மீண்டும் பார்த்த போது விஜய்யை ரசிக்க முடிந்தது. அவரது தோற்றத்தை, உடல் மொழியை, வசன உச்சரிப்பை. அதுவே எனக்கு ஆச்சரியமும் அதிர்ச்சியும் அளித்தது. சமீபத்தில் வெளியான மாஸ்டர் படம் சம்மந்தப்பட்ட புகைப்படங்கள், பாடல்கள், ப்ரோமோக்கள் அதற்கோர் உந்துதலாய் இருக்கலாம் என்று தோன்றுகிறது. அது மெல்லிசாய் ஒரு ரசிக மனப்பான்மைதான்.

நான் சிறுவயதில் ரஜினி ரசிகன் (இப்போதுமே கூட). பிறகு இன்று வரை கமல் ரசிகன். சமீபமாய்க் கொஞ்சம் துல்கர் சல்மானைப் பிடிக்கிறது. மேற்சொன்ன ரசிக மனப்பான்மை நீடித்து நானொரு விஜய் ரசிகனாகி விடக்கூடாதே என்பதே என் அச்சமெல்லாம்.

(ஜூன் 22, 2020)

★

விஜய், அஜீத் இருவரும் எனக்கு உவப்பான நடிகர்கள் அல்லர். அவர்கள் படங்களில் மிக மிகச் சிலவற்றையே ரசிக்க முடிந்திருக்கிறது - அவையும் இந்த நடிகர்களுக்காக அல்ல; அவற்றின் திரைக்கதைக் கனத்தால்தான். இது ஒரு வகையில் தலைமுறை இடைவெளி என்றும் தோன்றுகிறது. ரஜினி- கமலைப் பார்த்து விட்டு அவர்கள் தரும் திரைத் தாக்கத்தில் 10% கூட (எனக்குத்) தராத விஜய் - அஜீத்தை என்னால் ஏற்க முடியவில்லை. ஆனாலேயே இவர்களின் வளர்ச்சி நம்ப முடியாததாகவும் ஜீரணிக்க இயலாததாகவும் இருக்கிறது. ஆனால் ஒரு புதிய தலைமுறை உருவாகி விட்டது - அவர்களுக்கு எனது ஆதர்சங்களை விட இவர்களே பிடிக்கிறார்கள் என்பது புரிகிறது. இத்தலைமுறைக்கு எதிர்பார்ப்பே அவ்வளவுதானோ என்னவோ! எம்ஜிஆர் - சிவாஜி ரசிகர்களும் 80களில் ரஜினி - கமல் ரசிகர்களைப் பார்த்து இப்படி நினைத்திருக்கக்கூடும். இது கொஞ்சம் ரசனை, கொஞ்சம் ஆதங்கம் என்ற உளவியல் கவலைதான் என்றும் தோன்றுகிறது.

ஆனால் கடந்த ஐந்தாண்டுகளில் விஜய், அஜீத் இருவரும் வியாபாரரீதியாகவும் ரசிகர் எண்ணிக்கை என்ற அடிப்படையிலும்

ரஜினியைக் கடந்து விட்டார்கள் என்றே உணர்கிறேன். நான் விரும்பாவிட்டாலும் அது ஒரு fact என்ற அளவில் மறுக்க முடியாது.

(டிசம்பர் 4, 2021)

★

இது ரஜினி எராவும் அல்ல, சிவகார்த்திகேயன் எராவும் அல்ல. இது விஜய் / அஜித் எரா. கடந்த பத்தாண்டுகளாகவே இதுதான் நிலை.

(மே 14, 2022)

★

90களின் பிற்பகுதியில் குமுதம் இதழில் இந்தப் பட்டியல் வெளியாகியது நினைவிருக்கிறது. தென்னிந்தியாவில் அதிகம் சம்பளம் வாங்கும் நடிகர்கள் பட்டியல். முதலிடம் சிரஞ்சீவி 1.25 கோடி. இரண்டாமிடத்தில் ரஜினி 1 கோடி. அவருக்குப் பின் கமல், விஜய்காந்த் எல்லாம் லட்சங்களில். அதிலிருந்து அதிகபட்சம் 25 ஆண்டுகள் ஓடியிருக்கலாம். இப்போது கமல் மற்றும் விஜய்யின் சம்பளம் 130 கோடி என்கிறார்கள். ரஜினிக்கு அண்ணாத்தவில் 118 கோடி என்கிறார்கள். கால் நூற்றாண்டில் 130 மடங்கு சம்பளம் அதிகரித்த துறை வேறு ஏதேனும் இந்தியாவில் இருக்கிறதா?

(ஆகஸ்ட் 5, 2022)

★

நடிக வெறி, அரசியல் வெறி இரண்டும் இல்லாமல் நிதானமாகத் உங்களைச் சுற்றியும் அதற்கும் வெளியே பொதுவாகச் சமூகத்திலும் கவனியுங்கள்: தமிழகத்தில் கடந்த ஐந்து ஆண்டுகளில் எந்த நடிகருக்கு இளைஞர்கள், பெண்கள், குழந்தைகள் என அனைத்துத் தரப்பிலும் ரசிகர்கள் அதிகம் இருக்கிறார்கள் எனப் பார்த்தால் இதுதான் வரிசை: 1) விஜய் 2) ரஜினி 3) அஜித்.

ஆனால் இதை மீறி ரஜினிதான் விஜய்யை விட லேசாக அதிக சம்பளம் வாங்குகிறார். அது ஏன் என்றால் சர்வதேச அளவிலான ஒட்டுமொத்த வியாபாரத்தில் ரஜினி இன்னும் முன்னே நிற்கிறார்.

நான் மேலே சொன்னது தமிழக நிலைமை. ஆக, தில் ராஜு சொன்னது *factually correct*-தான். அவரை அடிப்பதில் பயனில்லை.

கனவுதான் நமக்குப் பிடித்த மாதிரி இருக்கும். உண்மை அப்படி அல்ல.

(டிசம்பர் 16, 2022)

★

விஜய் ரஜினிக்கான மாற்றா? இல்லவே இல்லை. ரஜினி ஹீரோயிஸத்தில் ஒரு க்ளாஸிக். இந்திய சினிமா உலகில் நிகழ்ந்த அற்புதம். அவர் இடத்தை இன்னொரு நடிகரால் ஒருபோதும் நிரப்பி விடவே முடியாது என்றே நம்புகிறேன். அவருக்கு ஓரளவு அருகே வரக்கூடியவர்கள் என்றால் எம்ஜிஆரும் 90கள் வரையான அமிதாப்பும்தான்.

பிரச்சனை என்னவென்றால் இன்று அப்படியான தரமான ஹீரோயிஸத்துக்கான தேவையே இல்லை. ரஜினியே மசாலா ரசனைதான் என்றாலும் இன்று அந்த மசாலா ரசனையே மங்கிப் போய் விட்டது. அப்படியான நீர்த்துப் போன ரசனை கொண்ட 2000க்குப் பிந்தைய இளைஞர்களுக்கு விஜய், அஜீத்தே போதுமானதாக இருந்தார்கள். எனவே அவர்கள் கொண்டாடப்பட்டனர். வியாபார ரீதியாக தமிழகத்தில் நான்கைந்து ஆண்டுகள் முன்பே விஜய் ரஜினியைக் கடந்து விட்டார். அஜீத்தும் கடக்கக்கூடும்.

அதன் பொருள் ரஜினியை விட அவர்கள் உயர்ந்து விட்டனர் என்பதல்ல. ரஜினியையே பாக்ஸ் ஆஃபீஸ் கொண்டு கமலை விட மேல் என்று சொல்லிக் கொண்டிருந்தோருக்கு இப்போது கையறு நிலை. ஆனால் அது அப்படித்தான். கருப்பு வெள்ளையாக அதனால் ரஜினியின் இடம் விஜய்யால் நிரப்பப்பட்டு விட்டது என்று கொள்ள முடியாது.

இன்று எவருக்கும் பிரியாணி மீது ஆர்வம் இல்லை, புளிசோறே பிடிக்கிறது என்பதால் புளிசோறு பிரியாணியை விடச் சிறந்த ருசி கொண்ட உணவாகி விட முடியாது..

(மே 23, 2023)

★

விஜய் மேல் ரஜினிக்குக் காண்டு இருப்பது உண்மை என்றால் அது அவரது படங்களின் வெற்றி, வசூல், அவரது சம்பளம், ரசிகர் பலம் போன்றவற்றின் காரணமாக இராது எனத் தோன்றுகிறது. அதெல்லாம் ஏராளம் பார்த்து விட்டு வந்த மனிதர் அவர். மாறாக, விஜய் அரசியலில் ஏதோ முயற்சி செய்வதுதான் அவரைக் கடுப்பாக்கியிருக்க வேண்டும்.

அது அவர் ஆடாமலேயே ரிட்டயர் ஆன ஏரியா!

(ஜூலை 31, 2023)

★

ஜெயிலர் இசை வெளியீட்டு விழாவில் ரஜினி பருந்து - காகம் கதை ஒன்றைச் சொல்லி இருக்கிறார் என அறிகிறேன். அப்படிப் பேசியது உண்மை என்றால் தன் இடத்துக்கு ஆசைப்படும் எவரும் அதை அடைய முடியாது என்பதுதான் அதன் அர்த்தம்.

ரஜினி நடிப்பில் முனைப்புக் காட்டியவர் அல்லர், நாயக நட்சத்திரப் பாதையைத் தேர்ந்தவர் என்பதை வைத்துப் பார்க்கும் போது இக்கருத்து அந்த நட்சத்திர அந்தஸ்துக்கான போட்டி பற்றியதுதான் என்பது தெளிவு. இன்று தமிழ் சினிமாவில் வணிக ரீதியாகப் பார்த்தால் குறுகிய இடைவெளிகளுடன் முதல் நான்கு இடங்களில் இருப்பவர்கள் - ரஜினி, கமல், விஜய் மற்றும் அஜீத். இதில் கமல், அஜீத் இருவரும் பட வெளியீடுகளிலும் சரி, அவற்றின் வெற்றிகளிலும் சரி, *consistent*-ஆக இல்லை என்பதால் ரஜினிக்கு ஒரே போட்டி விஜய்தான். எனவே ரஜினியின் பேச்சு விஜய்யைத்தான் குறிக்கிறது என்பதைப் புரிந்து கொள்வதில் பெரிய சிரமம் ஏதும் கிடையாது.

சொல்லப் போனால் இது அவரது இரண்டாம் சீண்டல். முதலாவது ஜெயிலரின் *Hukum* பாடல் வரிகளில் இப்படி வருகிறது: "பேர தூக்க நாலு பேரு, பட்டத்த பறிக்க நூறு பேரு". தளபதி என்ற ரஜினியின் படத் தலைப்பைத் தனக்குப் பட்டமாகப் பயன்படுத்திக் கொண்டிருப்பவர் விஜய்தான். வியாபாரம், சம்பளம் மற்றும் ரசிகர் பலம் - இம்மூன்றின் அடிப்படையில் அடுத்த சூப்பர் ஸ்டார் என நெடுங்காலமாகச் சொல்லப்பட்டு

வருபவர் விஜய்தான். எனவே இவ்வரிகள் விஜய்யைச் சுட்டி எழுதப் பட்டதாகவே எடுக்க முடியும்.

இது வரை விஜய்யைச் சீண்டி அஜீத் என்ற அவரது தலைமுறை நடிகர்தான் பாடல் வைத்திருக்கிறார். முதல் முறை மூத்த தலைமுறை நடிகரான ரஜினி அதே வேலையைச் செய்கிறார். இதில் ஒரு பதற்றமே தென்படுகிறது. இன்னும் சொன்னால் இதன் மூலம் மறைமுகமாக விஜய்யின் வெற்றியை ரஜினியே ஏற்றுக் கொள்கிறார் என்றாகிறது.

வியப்பாக ஐந்தாண்டுகள் முன்பே சர்கார் படத்தின் பாடல் வரியில் விஜய் இதைப் பற்றிச் சொல்லி வைத்திருக்கிறார்: "எதிர்த்தா அதுதான் என்னோட வளர்ச்சி."

(குமுதம் ரிப்போர்ட்டர் 4.8.2023 இதழில் வெளியானது)

★

சினிமா வசூல்களில் எல்லாம் ரசிகன் பொருட்படுத்த ஒன்றுமில்லை என்பதே எப்போதும் என் நிலைப்பாடு. இரு முக்கியக் காரணங்கள். ஒன்று அவற்றின் துல்லியம், நம்பகத் தன்மை - பெரும்பாலும் உள்நோக்கோடு குறைத்தும் கூட்டியும் அடித்து விடுவார்கள். அடுத்து வியாபார வசூலுக்கும் கலைப் பெறுமதிக்கும் ஒரு தொடர்பும் இல்லை. இரண்டுக்குமான வேறுபாடு அகலப்பட்டபடியேதான் இருக்கிறது.

ஆனால் ஓரளவு நம்பகமான செய்தி நிறுவனம் (நியூஸ் 7) பகிர்ந்திருக்கும் இந்தத் தகவல் வியப்பளிக்கிறது (லியோ வசூல் - 610 கோடி, ஜெயிலர் வசூல் - 605 கோடி, வாரிசு வசூல் - 302 கோடி). சிறப்பான படம், பெரிய வியாபார வெற்றி என ஒரு மனதாகக் கொண்டாடப்பட்ட ஜெயிலரை விட சுமாரான படம், தடுமாற்றமான வசூல் என்று சொல்லப்பட்ட லியோ அதிக வசூல் செய்திருக்கிறது. வாரிசு படமும் அப்படித்தான் கடுமையான விமர்சனத்துக்கு உள்ளானது, ஒப்பீட்டளவில் வணிகரீதியான தோல்வி எனச் சொல்லப்பட்டது. ஆனால் அதுவும் இந்திய அளவிலான வசூலில் முன்னே நிற்கிறது. கணக்கிட்டால் விஜய் படங்கள் மட்டும் இந்த ஒரே ஆண்டில் கிட்டத்தட்ட ஆயிரம் கோடி ரூபாய் வசூலித்திருக்கின்றன. இன்னோர் உதாரணம் பார்ப்போம். கோவிட் ஊரடங்குக்குப் பின் திரையரங்குகள்

எல்லாம் முடங்கி தமிழ் சினிமா ஓடிடிக்களில் தஞ்சமடைந்து மூச்சுத் திணறிக் கொண்டிருந்தபோது பிடிவாதமாகக் காத்திருந்து மாஸ்டர் திரையரங்குகளில் வெளியாகி தமிழ் சினிமாவுக்கே நம்பிக்கையும் புத்துயிர்ப்பும் அளித்தது. அதுவும் சுமாரான படம்தான்.

விஜய் படங்கள் நன்றாக இருக்கிறதோ இல்லையோ, *talk* என்ன வருகிறதோ, அதை எல்லாம் பொருட்படுத்தாமல் மக்கள் போய்ப் பார்க்கிறார்கள் என்பதே இதன் செய்தி.

இன்னொன்றையும் கவனிக்கலாம். விஜய் சீராக வருடத்துக்கு இரு படங்கள் நடிக்கிறார். இன்றைய சிடுக்கான சினிமா வியாபாரத்தில் இந்த ஒழுக்கமே சிறப்பான ஒன்றுதான்.

“சிங்கம் இறங்கினா காட்டுக்கே விருந்து” என்ற பாடல் வரிகள் நினைவுக்கு வருகின்றன.

(டிசம்பர் 4, 2023)

★

விஜய் தனக்கோ தனக்கு விஜய்யோ போட்டி இல்லை என ரஜினி பேசியதைக் கேட்டேன் (லால் சலாம் இசை வெளியீடு). தோற்பது போல் தெரிந்தால் இது நட்புரீதியான ஆட்டம், போட்டி அல்ல என்று சொல்லி விட வேண்டும்.

(ஜனவரி 26, 2024)

★

பொதுவாக இன்னார் நடித்த இன்ன படம் என்பதை “*starring*”, “*in*”, “*as*”, “*in & as*”, “*s*” எனப் பலவாறாக எழுதுவார்கள். GOAT படத்தில் “*is*” என்று போடுகிறார்கள். அதாவது “*Thalapathy Vijay is The Greatest of All Time*” என. இதெல்லாம் அதீதம். கமல், ரஜினி, சிவாஜி, எம்ஜிஆர் ஆகியோரை அவமதிக்கும் செயல். இயக்குநர் முடிவு எனத் தப்பிக்காமல் விஜய் இதைச் சரி செய்ய வேண்டும். *With all due respect,* இன்று தமிழில் அவரே முதன்மை வசூல் மன்னன் என்பதில் மறுப்பில்லை. ஆனால் GOAT என்று சொல்லிக் கொள்ள அது போதுமானதல்ல.

(ஏப்ரல் 3, 2024)

★

கில்லி ரீரிலீஸ் மாபெரும் வணிக வெற்றி என்கிறார்கள். புதிய படங்களை விடவும் கூட்டம் நிறைகிறது. இதிலிருந்து நான் செய்யும் *inference* ஒன்றுதான்.

ஜெயிலர் ஓடியது ரஜினிக்காக அல்ல; அது இன்றைய ஆடியன்ஸ் பல்ஸ் அறிந்து படமெடுத்த நெல்சனின் வெற்றி. போலவே விக்ரம் வென்றது கமலால் அல்ல; அது லோகேஷ் கனகராஜின் வெற்றி. ஆனால் லியோ மொக்கை எனத் துவைக்கப்பட்டும், அதனால் லோகேஷ் கேலி செய்யப்பட்டும், ஜெயிலர், விக்ரம் படங்களைத் தாண்டி வணிக வெற்றி பெற்றது விஜய்யால். விஜய் நடித்தால் வாரிசு போன்ற மோசமானதொரு படம் கூட வணிக வெற்றி அடைகிறது என்பதைக் கவனிக்கலாம். இது விஜய் யுகம்தான்!

ஸ்டார் படத்தின் ட்ரெய்லர் விஜய்யின் ஆரம்ப காலத்தை நினைவூட்டுவதாக ரசிகர்கள் பரவலாகப் பேசிக் கொள்கிறார்கள். ஒன்று விஜய் படம் ஜெயிக்கிறது. அல்லது விஜய் ரீரிலீஸ் ஜெயிக்கிறது. அல்லது விஜய் பற்றிய படம் ஜெயிக்கிறது.

(ஏப்ரல் 22, 2024)

★

விஜய் அரசியலுக்கு வருவதில் அதிகம் எரிச்சலடைபவரும் அதிகம் மகிழ்ச்சி அடைபவரும் ஒரே ஆள்தான்! ரஜினி. ரஜினி புத்திசாலியாக இருந்தால் விஜய் கட்சிக்கு ஆதரவாக தேர்தலின்போது ஸ்டேட்மெண்ட் விடுவார். அரசியலில் தோற்று மறுபடி விஜய் சினிமாவுக்குத் திரும்ப முடிவெடுத்தால் அதிகம் பாதிக்கப்படப் போவது அவர்தான்.

(ஜூலை 25, 2024)

★

நடிகர்கள் வெற்றி விஷயத்தில் இரண்டு முறை என் கணிப்புகள் பொய்த்துப் போயின.

ஒன்று விஜய் - அஜீத் விஷயத்தில் அஜீத் ஒரு கட்டத்தில் வாலி, அமர்க்களம், முகவரி, தீனா, சிட்டிசன் என நடித்துக் கொண்டிருக்க, விஜய் அடிமட்ட மசாலாப் படங்கள், மொக்கையான ரொமான்ஸ்

படங்கள் என்றுதான் நடித்துக் கொண்டிருந்தார். அஜீத்தின் நடிப்பும் ஒப்பீட்டளவில் மேலானதாக இருக்கும். தோற்றம் மாற்றி நடிக்கும் திராணியும் இருந்தது. அந்த அடிப்படையில் அஜீத் பெரிய இடம் போவார், விஜய் காணாமல் போவார் எனக் கணித்திருந்தேன். ஆனால் தலைகீழாக விஜய் பட வெற்றிகளிலும், சந்தை மதிப்பிலும், சம்பள விஷயத்திலும் அஜீத்தைத் தாண்டி, ரஜினியைத் தாண்டி, இன்று ஷாரூக்கையும் தாண்டி இந்தியாவின் நம்பர் ஒன்னாக நிற்கிறார். அஜீத் மூன்று ஆண்டுகளுக்கு ஒரு படம் நடிக்கிறார். அப்படி வருவதில் மூன்றில் ஒன்றுதான் ஹிட் அடிக்கிறது. அவ்வளவு பெரிய ரசிகர் திரள் இருந்தும் அஜீத் மூன்றாம் இடத்துக்கே கமலுடன் போட்டியிட வேண்டிய நிலைமை. தொட முடியாத இடத்தில் விஜய்.

அடுத்தது தனுஷ் - சிம்பு விஷயத்தில் ஆரம்ப காலத்தில் சிம்பு மன்மதன், வல்லவன் போன்ற படங்களை எழுதினார். தொட்டி ஜெயா போன்ற படங்களில் நடித்தார். பேட்டிகளில் நன்றாகப் பேசுவார். தனுஷோ அடுத்தவர் படங்களில் மொக்கையாக நடித்துக் கொண்டிருந்தார். எழுதத் தெரியாது, பேசத் தெரியாது. இருவரையும் ஒப்பிட்டால் சிம்புதான் பெரிய ஆளாக வருவார் எனக் கணித்தேன். ஆனால் இப்போது நிலைமை தலைகீழ். தனுஷ் தேசிய விருதுகள் வாங்கி விட்டார். பாராட்டப்படும் படங்களை எழுதி, இயக்கி விட்டார். பாடல்கள் எழுதுகிறார், பாடுகிறார். சிம்பு மூன்றாம் கட்ட நடிகராக நிற்கப் போராடிக் கொண்டிருக்கிறார். படம் வருவதே அரிதாகி விட்டது.

இரு உதாரணங்களிலும் எடுத்துக் கொள்ள வேண்டியது என்ன என யோசிக்கிறேன். தொழிலுக்கான அர்ப்பணிப்புதான் ஜெயித்ததற்கும் பின் தங்கியதற்கும் வித்தியாசம். அஜீத்துக்கு சினிமா ஒரு பொழுதுபோக்கு - கமலுக்கு அரசியலைப் போல். சிம்புவுக்குச் சோம்பல், அலட்சியம், அக்கறையின்மை. ஏனோ தானோ என்று சினிமாவில் பங்களிக்கிறார். கௌதம், மணி ரத்னம் போன்றவர்கள் தயவில் இன்னும் படங்கள் நடிக்கிறார். விஜய்யும் தனுஷும் சதா சினிமாவில்தான் இருக்கிறார்கள், அதையே சிந்திக்கிறார்கள். அதுதான் வித்தியாசம். திறமை அவசியம் என்றாலும், தொழில் அர்ப்பணிப்பு பெரும்பாலும் வெற்றியை அளிக்கும். அது மிக மிக முக்கியம்.

(செப்டெம்பர் 22, 2024)

★

இன்றைய தேதியில் தமிழ் சினிமாவின் உச்ச நடிகர் விஜய் என்று ஏன் சொல்கிறேன்?

இக்கணக்குகளைப் பாருங்கள்: 1) சுமாராகக் கூட இல்லை என்று சொல்லப்பட்ட *GOAT* இன்னும் இவ்வாண்டு வசூலில் முதலிடத்தில் இருக்கிறது - பரவலாகச் சிலாகிக்கப்பட்ட வேட்டையன் அதை விட 210 கோடி குறைவாக வசூல் ஈட்டியுள்ளது. 2) சென்ற ஆண்டும் இதே கதைதான். மோசமாக விமர்சிக்கப்பட்ட லியோ மிகப் புகழப்பட்ட ஜெயிலரை விட பத்திருபது கோடிதான் குறைவான வசூல். 3) சென்ற ஆண்டு வந்த வாரிசு படமும் கழுவி ஊற்றப்பட்டது. ஆனால் அது அசால்ட்டாக வேட்டையன் வசூலை விட அதிகம்.

விஜய் படம் மோசம் என்றாலும் பெருவாரியான வசூலை ஈட்டி விடுகிறது. ரஜினி படம் பெரிதாக வென்றால் மட்டுமே ஓரளவு தோல்வியுற்ற விஜய் பட வசூலுக்குப் பக்கம் வருகிறது. எனவே "கெரியரில் உச்சத்தில் இருந்து" என்று மாநாட்டில் விஜய் சொன்னது ரஜினி ரசிகர்களுக்குப் பொச்செரியலாம். ஆனால் *facts* பாராமல் கண்கள் மூடிக் கொள்வது கோமாளித்தனமாகவே பார்க்கப்படும். விஜய் உச்சத்தில்தான் இருக்கிறார்!

(நவம்பர் 28, 2024)

★★★

16. தளபதி: முன்கதைச் சுருக்கம்

விஜய் அண்ணாவின் பொன்மொழி பற்றி வசனம் பேசுகிறார்; காமராஜர் மாதிரி பின்னால் கைகட்டி நடக்கிறார், எம்.ஜி.ஆரின் கார் எண் கொண்ட காரில் வருகிறார், ஆணிவேர், அஸ்திவாரம் என்றெல்லாம் சிலாகிக்கப்படுகிறார். மொத்தத்தில் தன் ரசிகர்களுக்கு விஜய் எதோ சொல்ல விரும்புகிறார் என்பது தெளிவாய்த் தெரிகிறது.

உங்களத்தான் நம்பியிருக்காரு. பாத்து ஏதாவது செய்ங்க. சினிமாவாவது பிழைக்கும்.

(மே 1, 2010 அன்று எழுதிய சுறா பட விமர்சனத்தில்)

★

In a land ruled by darkness, there is only one ray of hope என்று புலி ட்ரெய்லரில் வந்தது. ஸ்ரீதேவிதான் அந்த கொடுங்கோல் 'அரசி' என்பது தெரிகிறது.

இது ஜெயலலிதா *Vs* விஜய் என்பதன் குறியீடா?

(செப்டெம்பர் 30, 2015)

★

என்னத்த பெரிய சர்கார்?

ரஜினி ரெண்டு வருஷம் முன்னாடி இதே நாளில் New India Bornனு சொன்னதைத்தானே விஜய் சர்காரில் ஒரு புத்தம் புதிய தமிழ்நாடு பொறக்கப் போகுதுன்னு சொன்னாரு!

(நவம்பர் 8, 2018)

★

கை.. முடிஞ்சா வை,

நில்லு, மம்மிட்ட சொல்லிரு,

க்ளினிக்கு நம்பரு இருந்தா

நீ ஸ்டெப் எடுத்து வை..

(சர்கார் 'டாப் டக்கர்' பாடல் வரிகள்)

மம்மி, க்ளினிக் என்பதை ஜெயலலிதா, அப்போலோ என எடுத்தால் விஜய் நேரடியாய் அதிமுகவுக்கு விடும் சவால் இப்பாடல். ;-)

(நவம்பர் 14, 2018)

★

என் புரிதலில் ரஜினி அரசியலில் நுழைந்தால் மூன்று வகை ஓட்டுக்களைப் பிரிப்பார்:

1) Anti-incumbency votes - அதாவது நடப்பு அதிமுக ஆட்சி மீதான அதிருப்தி வாக்குகள். இவற்றை திமுக கூட்டணி, மய்யம், நாம் தமிழர் உள்ளிட்ட கட்சிகளுடன் ரஜினியும் பங்கு போடுவார். இது திமுக கூட்டணிக்குப் பாதகம். *2) Anti-corruption votes* - அதாவது ஊழலே பெரும் பிரச்சனை என்று கருதி, திராவிடத்தால் வீழ்ந்தோம் என்று சொல்லி திமுக, அதிமுக இரண்டையும் வெறுப்போர் ஓட்டுக்கள். சிஸ்டம் சரியில்லை, எல்லாத்தையும் மாத்துவோம் என்று சொல்லும் ரஜினி இதற்கான *tailor-made choice*. இதில் அவர் மநீம, நாதக ஓட்டுக்களைப் பிரிப்பார். *3) Sanghi votes* - தமிழகத்தின் மத வெறி மற்றும் மென் இந்துத்துவா வாக்குகள். ரஜினி வராவிட்டால் இது முழுக்க பாஜகவுக்குப் போயிருக்கும். அதாவது அதிமுக கூட்டணிக்கு. இப்போது கவனித்தால் இங்கே பெரும்பாலான பரம்பரை பாஜக ஆதரவாளர்கள் திடீரென ரஜினியை ஆதரிக்க ஆரம்பித்திருக்கிறார்கள். ஆக, அது அதிமுக கூட்டணிக்கே பாதகமாக முடியும்.

ஆக, ரஜினியின் வருகை எல்லாத் தரப்புக்குமே பாதகம் என்பதால் அவரது *effect* என்பது ஒட்டுமொத்தமாகப் பார்த்தால் *neutralise* ஆகி ஒன்றுமே இல்லை என்றாகி விடுகிறது.

(டிசம்பர் 12, 2020)

★

விருது நகர் ராஜபாளையம் பகுதியில் 'அதிமுகவைப் புறக்கணிப்போம்' என்ற தலைப்பில் திமுக எம்எல்ஏ தங்கபாண்டியன் தலைமையில் நடந்த கிராம சபைக் கூட்டத்தில் "தளபதி என்று சொன்னால் விஜய்தான் ஞாபகத்துக்கு வருகிறார், அப்படிச் சொல்லாதீர்கள், ஸ்டாலின் எனக் கூறுங்கள்" என்று ஒரு பெண் சொல்லியிருக்கிறார்.

திமுககாரர்கள் தளபதி என்ற பிரயோகத்தைத் தவிர்ப்பதே நல்லது. அது விஜய்க்கு இலவச பிரச்சாரம் செய்வதாக ஆகி விடும் (அது வெறும் நினைவூட்டல் என்றாலுமே).

(டிசம்பர் 26, 2020)

★

On serious note, எதிர்காலத்தில் விஜய் அரசியலுக்கு வருவார் என்பதே என் கணிப்பு. அவரிடம் அதற்கான முஸ்தீபுகள் வலுவாய்த் தென்படுகின்றன. வந்தால் விஜய்காந்த்தை விட மேலான இடத்தைப் பெறுவார். எப்போது வருவார்? ரஜினி வருவதற்கு முன்பாக.

(ஜூன் 21, 2020)

★

"அணிலாக உதவினேன்"

to

பெட்ரோல் இல்லாத சைக்கிள், அதுவும் கருப்பு - சிவப்பு.

(ஏப்ரல் 6, 2021)

★

விஜய்யின் அரசியல் நகர்வுகளைப் பார்க்கையில் Determined எனத் தெரிகிறது!

விஜய் ஒரு முடிவோடுதான் இருக்கிறார். முதலில் அதிக மதிப்பெண் மாணவர்களுக்குப் பரிசளித்த நிகழ்வு. அடுத்தாக இப்போது இரவு பாடசாலைத் திட்டம். லியோவுக்குப் பிறகு அரசியலை முன்னிட்டு சினிமாவுக்கு இடைவெளிவிடப் போகிறார் என்ற செய்தி உலவுகிறது. எல்லாவற்றுக்கும் மேல் முக்கியமான ஒரு

விஷயம்: அவர் தமிழ் நாட்டை மாவட்டங்களாகவோ, திசைவாரி மண்டலங்களாகவோ, நகரங்களாகவோ, கிராமங்களாகவோ பார்க்கவில்லை; சட்டசபைத் தொகுதிகளாகவே பார்க்கிறார். அதிலேயே வெளிப்படையான ஒரு குறிப்பு இருக்கிறது. அது தனித்துவப் பார்வை.

ரஜினி மாதிரி அல்ல விஜய் என்பது மட்டும் தெரிகிறது. இன்னொன்று ரஜினியின் கதையிலிருந்து கற்கவும் செய்திருப்பார். ரஜினி பற்றி எல்லோரும் எதிர்பார்ப்புடன் இருந்த சமயத்தில், விஜய்காந்த் திடீரென அரசியலுக்கு வந்து வெற்றிகள் ஈட்டி ஆச்சரியம் தந்தார். இப்போது கமல் அரசியலுக்கு வந்திருக்கும் சமயத்தில் விஜய்யும் அதே போல் ஆச்சரியத்தை நிகழ்த்தக்கூடும். (முரண் என்னவென்றால் அதற்கு நேர் எதிராக கமல் ஹாசன் பழையபடி சினிமாவுக்குத் திரும்பிக் கொண்டிருக்கிறார்!)

(ஜூலை 13, 2023)

★

“என்ன ப்ரோ, இன்னிக்கு வந்த லியோ போஸ்டர் *Game of Thrones* மாதிரி இருக்கு?”

“*Throne*-க்கான *game*-ல தான் இறங்கிருக்கறத அப்படிச் சூசகமாச் சொல்றாருடா தளபதி.”

(செப்டெம்பர் 17, 2023)

★

“பெரும்புள்ளிக்கெல்லாம் முற்றுப்புள்ளி எழுதி, குடல் உருவுற சம்பவம் உறுதி.

இது வரையில நல்லவன் இருந்தான்; இந்தக் கதையில ராட்சச முகம்தான்.”

- தளபதி in Bad Ass பாடல் (லியோ)

(செப்டெம்பர் 28, 2023)

★

தளபதிக்கு இரு பிரிவினர் பதற்றமாக எதிர்வினை ஆற்றுகிறார்கள். ஒரு தரப்பு சினிமா சம்மந்தப்பட்டது; இன்னொரு தரப்பு அரசியல் சம்மந்தப்பட்டது. :-)

(நவம்பர் 1, 2023)

★

லியோ வெற்றி விழாவில் விஜய் பேசியது அனேகமாக முழுமையாகக் கிடைக்கிறது.

ஆரம்பத்தில் வரும் செருப்பாக இருப்பேன் என்ற உணர்ச்சிவசம், லியோ *crew* பற்றிய சம்பிரதாயப் பேச்சுகளைத் தவிர்த்து விட்டுப் பார்த்தால் நல்ல உரை. சேட்டையும் முதிர்ச்சியும் ஒரு சேரக் கை கொண்ட பேச்சு. அரசியலுக்குச் சாலப் பொருத்தம் அது.

தன் பொன் விழா ஆண்டில் தளபதி நிச்சயம் யானை வேட்டைக்கு வருவார் என ஊகிக்கிறேன். யானை பிழைக்குமா சிக்குமா என்பதே விடையறியாக் கேள்வி!

(நவம்பர் 7, 2023)

★★★

17. விஜய்யின் அரசியல்: FAQs

கமல்ஹாசன் அரசியலுக்கு வந்தபோது ஒரு நெடுங்கட்டுரை எழுதினேன். இப்போது விஜய்க்கும் ஒன்று எழுதி வைக்கிறேன்.

1) விஜய்யின் அரசியல் வருகையை ஏன் ஆதரிக்கிறீர்கள்?

ஆதரிக்கவில்லை; வரவேற்கிறேன். அவ்வளவுதான். ஆதரிக்கலாமா என்பதை அவரது கொள்கைகள், செயல்கள் தீர்மானிக்கும். இப்போது அவசரமில்லை.

2) விஜய்யின் வருகையைத் திட்டலாமே? ஏன் வரவேற்க வேண்டும்?

நிறையப் பேர் அரசியலுக்கு வருவது ஜனநாயக அரசியலுக்கு நல்லது. அப்போதுதான் இப்போது பலமாக இருக்கும் கட்சிகள் தமக்கான ஓட்டு பிரிந்து விடும் என்ற அச்சத்தில் ஒழுக்கமாக இருப்பார்கள். ஜனநாயகத்தில் *monopoly* உண்டானால் ஊழலும் அதிகார துஷ்பிரயோகமும் தூள் பறக்கும்; மக்கள் நலனுக்கான செயல்கள் நிகழா. நெடுங்காலமாகத் தமிழகத்தில் அதுவே நடந்து கொண்டிருக்கிறது. விஜய் மாதிரி ஆட்களின் அரசியல் பிரவேசம் அவர்களைச் சற்றே கட்டுக்குள் வைக்கும் - *to keep them all in check*. மற்றபடி நடிகர் என்பதற்காகவோ, மொக்கைப் படங்களில் நடித்தார் என்பதற்காகவோ அவர் அரசியலுக்கு வருவதைத் திட்ட அவசியமில்லை. நல்ல படம் நடித்தவர்கள் அரசியலுக்கு வந்து கிழித்த லட்சணம்தான் தெரியுமே!

3) விஜய்க்கு என்ன அரசியல் தெரியும் என அவரெல்லாம் அரசியலுக்கு வருகிறார்?

தெரியாது. ஆனால் இங்கே யாருக்குத்தான் அரசியல்தெரிகிறது? அதெல்லாம் கலைஞர் காலத்தோடு போய் விட்டது. இன்று

நான் மதிப்பு கொண்டுள்ள ஓர் அரசியல் தலைவரும் களத்தில் இல்லை (திருமாவளவன் போன்ற மிகச் சில விதிவிலக்குகள் தவிர). கலைஞர் காலத்திலேயே எம்ஜிஆருக்கும் ஜெயலலிதாவுக்கும் என்ன அரசியல் தெரியும்? அதே போல் இப்போதும் குத்துமதிப்பாகத்தான் எல்லோரும் அரசியல் செய்கிறார்கள். எனவே விஜய் மட்டுமல்ல; அஜீத், சூர்யா, பரோட்டா சூரி என யாரும் அரசியலுக்கு வரலாம். வந்த பின்பு சர்வைவலுக்குத் தேவையான அளவு தானாவே அரசியல் கற்றுக் கொள்வர்.

4) விஜய்யின் கொள்கைகள் என்ன என்பது தெரிந்த பின்புதான் அவரை ஆதரிப்பது பற்றி முடிவெடுப்போம் என்கிறார்களே?

நல்ல விஷயம். திசை தெரிவது முக்கியம். நானும் விஜய்யின் கொள்கைகள் என்ன என்றறிய ஆவலாக இருக்கிறேன். கமல் அரசியலுக்கு வந்த போதும் இது பற்றிக் கேட்கப்பட்டது. மக்களுக்கு நல்லது செய்வதுதான் கொள்கை என அசட்டுத்தனமாகச் சொன்னார். அவர் கட்சி ஆரம்பித்து ஏழெட்டு ஆண்டுகள் ஆகி விட்டன. இன்னும் அவர் கட்சியின் கொள்கைகள் என்னவென அவர் உட்பட எவருக்கும் தெரியாது. உண்மையில் மக்களும் ஒரு கட்சியின் கொள்கைகள் பற்றியெல்லாம் கவலைப்படுவதில்லை. ஆனால் ஒரு விஷயத்தை இங்கே சுட்ட விழைகிறேன். கொள்கை கொண்டிருக்கும் கட்சிகளும் கூட அவற்றை நிலைநாட்ட உண்மையில் எந்த அக்கறையும் கொள்வதில்லை (பாஜக, கம்யூனிஸ்ட்கள் மட்டுமே விதிவிலக்கு). திமுக ஆதரவு நண்பர்கள் சிலரும் விஜய்யின் கொள்கைகள் தெரிந்த பின்பே ஆதரவா எதிர்ப்பா என முடிவெடுக்க முடியும் எனத் தீவிரமாக முகத்தை வைத்துக் கொண்டு சொல்கிறார்கள். திமுகவின் அடிப்படைக் கொள்கைகளான சமூக நீதி, மாநில சுயாட்சி - இதை எல்லாம் ஆட்சியில் இருக்கையில் அவர்களால் நடைமுறையில் சாத்தியப்படுத்த முடிந்திருக்கிறதா என்ன? சும்மா எழுத்தளவில் கொண்டிருப்பதற்குக் கொள்கை எதற்கு? கொள்கை விஷயத்தில் அவ்வளவு கறார், சுத்த பத்தம் எனில் அவர்கள் முதலில் திமுகவை ஆதரிப்பதை நிறுத்த வேண்டும்!

5) கமல் அரசியலுக்கு வந்த பின் அவரது முகத்திரை கிழிந்து கோமாளி என்ற விஷயம் தெரிந்தது. விஜய்க்கும் அதுதானே நடக்கும்?

நடக்கட்டும். அது பற்றிய பதற்றம் ஏதும் எனக்கு இல்லை. நான்

சாதாரணக் குடி. விஜய் ரசிகர் மன்ற ஆள் இல்லை. எனக்கு அவர் வெல்வதும் வீழ்வதும் ஒன்றே. ஆனால் ஒரு விஷயத்தைக் கவனிக்கலாம். கமல் போல் அறிவுஜீவி, நல்லவர் என எந்தப் பிம்பச் சுமையும் விஜய்க்கு இல்லை. (குறைந்தபட்சம் எனக்கு அப்படி ஏதும் உயர் அபிப்பிராயங்கள் அவர் மீது கிடையாது.) அதனால் அவருக்கு உடைய எந்த பிம்பமும் இல்லை, இழக்க எந்த நற்பெயரும் இல்லை. எனவே ஏமாற்றமும் குறைவு.

6) விஜய்க்கு எல்லாம் ஓட்டு விழுமா? கை தட்டும் ரசிகர் கூட்டம் வாக்களிக்குமா?

தெரியாது. என் கணக்கு வேறு. விஜய்க்கு விழப்போகும் ஓட்டுகளில் மிகப் பெரும்பான்மை விஜய் மீதான மயக்கத்திலோ மதிப்பிலோ நம்பிக்கையிலோ வருபவை அல்ல. அவை இன்று இருக்கும் கட்சிகள் மீதான அதிருப்தியில் விழப் போகும் ஓட்டுகள். மக்கள் ஒரு மாற்றை எதிர்பார்த்துக் கொண்டுதான் இருக்கிறார்கள். என் அறிதலில், அனுபவத்தில் தமிழகத்தில் கடைசியாக ஓரளவு நடந்த நல்லாட்சி என 1996-2001 கலைஞர் ஆட்சியைத்தான் சொல்ல முடியும். அதன் பிறகு கடந்த கால் நூற்றாண்டாக ஒரு மாற்றுக் கட்சியின் வருகையை எதிர்பார்த்திருக்கிறார்கள் பொதுமக்கள். அதன் ஒரு நிரூபணம் விஜய்காந்த் அரசியலில் நுழைந்த முதல் தேர்தலிலேயே 10.5% ஓட்டு வாங்கிக் காட்டியது (2006). அன்று விஜய்காந்த் சினிமாவில் பெரிய இடத்தில் இல்லை - தன் ஓய்வு காலத்தை நோக்கி நகர்ந்து கொண்டிருந்தார். மாறாக, இன்று விஜய் தமிழ் சினிமாவின் உச்ச நட்சத்திரம். அதாவது அன்றைய விஜய்காந்த் இடத்தை விட பன்மடங்கு. அன்று இருந்த மிகப் பெரிய மக்கள் செல்வாக்கு கொண்ட தலைவர்களான கலைஞரும், ஜெயலலிதாவும் இன்று இல்லை. மாற்றாக நம்பிய விஜய்காந்த் மறைந்து விட்டார். எனவே விஜய்க்கு ஒரு பெரிய வாசல் திறந்திருக்கிறது என்பதே என் கணிப்பு. அத்தர்க்கத்தின் அடிப்படையில்தான் நேற்று விஜய் கட்சி ஆரம்பித்த செய்திக்கு என் முதல் எதிர்வினையாக 2026 சட்டமன்றத் தேர்தலில் 25% வாக்குகள் வாங்கட்டும் என விஜய்யை வாழ்த்தினேன்.

7) விஜய் வருவதால் பாஜகவுக்கு எதிரான ஓட்டுகள் சிதறும், அது பாஜகவுக்குச் சாதகமாக மாறும் எனக் கவலைப்படுகிறார்களே?

அது உண்மையாக இருக்கலாம். ஆனால் அதன் அர்த்தம்

பாஜகவுக்கு எதிராக இப்போது நிற்கும் கட்சிகள் மீது மக்களுக்கு நம்பிக்கை இல்லை என்றுதானே அர்த்தம்! அது விஜய்யின் பிரச்சனையா? அந்தக் கட்சிகள்தானே தம் செயல்களின் மூலம் மக்களின் நம்பிக்கையை ஈட்டியிருக்க வேண்டும்? பீ டீம்கள் ஓட்டைப் பிரித்து விடுகின்றன என்ற புலம்பல் உண்மையில் தாம் சார்ந்த கட்சியின் தகுதியின்மையை ஒப்புக் கொள்ளும் வாக்குமூலங்கள். மற்றவரை போட்டிக்கு வராதே என்று சொல்லி நாம் ஜெயிக்க முற்படுவது அழகல்ல. "பாஜக உள்ளே பூந்துடும்" என்ற பழைய பல்லவியைப் பாடி நெடுங்காலம் வண்டி ஓட்ட முடியாது. ஏதாவது நல்லவைகள் செய்தும், கெட்டவைகள் செய்யாதிருந்துமே ஜெயிக்க வேண்டும்.

8) அரசியலுக்காக சினிமாவை விஜய் கை விடுவது பற்றி?

அதுதான் எனக்கு மிக மிக வியப்பாகவும் மதிப்புக்கு உரியதாகவும் இருக்கிறது. ரஜினி அதைச் செய்யத் தயங்கித்தான் கடைசி வரை அரசியலுக்கு வரவில்லை. கமல் மிகக் கேவலமாக அரசியலை க்ளப்புக்குப் போவது போல் பொழுதுபோக்கு அம்சமாகக் கையாள்கிறார். அதை எல்லாம் வைத்துப் பார்க்கும் போது இன்று தமிழின் முதன்மைச் சம்பளக்காரராகவும் படமே தோற்றாலும் முதன்மை வசூல்காரராகவும் இருக்கும் விஜய் அதை உதறி விட்டு முழு நேர அரசியவாதியாக மாறுகிற முடிவு என்பது தீர்க்கமானது. *Do or Die* என்று காந்தி சொன்னது போன்ற முடிவு. இதற்கு முன் எம்ஜிஆர் மட்டுமே அத்தகு முடிவை எடுத்தார், ஜெயித்தார். விஜய் அரசியலில் தோற்று மறுபடி சினிமாவுக்குத் திரும்பலாம்தான். *It is a 2-way door decision.* ஆனால் இப்போது இருக்கும் அதே வெற்றி மறுபடி கிட்டும் என எந்த உத்தரவாதமும் இல்லை. அது விஜய்க்கும் நன்கு தெரியும். எனவே இந்த முடிவு தைரியமான ஒன்று. சினிமா - அரசியல் என்ற பெரிய சமாச்சாரங்களை விடுங்கள். என்னளவில் மென்பொருள் பணியை விட்டு முழு நேர எழுத்தாளனாக மாறும் முடிவை எடுக்க முடியாமல் தள்ளிப் போட்டுக் கொண்டிருக்கிறேன் 39 வயதில் எனக்கு வாய்க்காத உறுதிப்பாடு (conviction) 49 வயதில் அவருக்கு வாய்த்திருப்பது எனக்கு அவர் மீது மரியாதை தருகிறது. அது ஒருவித வெளியேற்றம், அறுத்தல். ஓர் அரசியல்வாதிக்கு அத்தகு மனம் அவசியம்.

9) அவரது கட்சிப் பெயர் மற்றும் முதல் அறிக்கை குறித்து?

தமிழக வெற்றி கழகம் என்பதிலும் தவெக என்று சுருக்கத்திலும் ஒலிப்பில் இதமான, இணக்கமான ஒரு ரிதம் இல்லைதான். ஆனால் காலப்போக்கில் நமக்குப் பழகி விடக்கூடும். முதல் அறிக்கை முழுக்கச் சந்திப் பிழைகள். எனவே கட்சிப் பெயரில் உள்ள சந்திப் பிழையும் அவர் திட்டமிட்டுச் செய்த ஒன்றல்ல என்றே எடுக்கிறேன். இன்னொரு விஷயம் 'தளபதி விஜய் கட்சி' என்பதையே தமிழக வெற்றி கட்சி என்று வைத்திருக்கிறார் என ஊகிக்கிறேன். எனவே அதிமுக போல் இது கொள்கைகளைப் பின்னே தள்ளி விட்டு, எம்ஜிஆர், ஜெயலலிதா எனத் தனி மனித வசீகரித்தை *(charisma)* முன்னிறுத்தும் கட்சியாகவே அமையும் - விஜய்யும் தன் பல படங்களில் ரஜினியை விட எம்ஜிஆரையே தன் ஆதர்சமாகக் காட்டி இருக்கிறார். அது தனிப்பட்ட முறையில் எனக்கு ஒரு *let down*-ஆகப் படுகிறது. அடுத்து அறிக்கை - அதில் நடப்பு மாநில ஆட்சியின் போதாமைகளை நேரடியாகவே சுட்டிச் சாடியிருக்கிறார். அடுத்த கட்ட வேலைகள் என்ன, எவை இல்லை என்பதையும் தெளிவாகச் சொல்லி இருக்கிறார். பொதுவாக ஒரு குறைந்தபட்ச நம்பிக்கை அளிக்கும் முதல் நகர்வு அந்த அறிக்கை என்றே பார்க்கிறேன்.

10) விஜய்யிடம் என்ன எதிர்பார்க்கிறீர்கள்?

என் எளிய பதில் *(blanket answer)* இன்றைய கட்சிகளின் குறைகள் இல்லாமல் ஆக வேண்டும். சமூக நீதி, ஊழல் ஒழிப்பு, மாநில முன்னேற்றம் - இம்மூன்றும் என் முதன்மை விருப்பம். பிறப்பொக்கும் எல்லா உயிர்க்கும் என்று ஆரம்பித்திருக்கிறார். அதை நடைமுறையிலும் செயல்படுத்தினால் மக்களுக்கு உவப்பான கட்சியாக ஆக முடியும். தவிர, சாதி பார்த்து வேட்பாளர் நிறுத்தாமலும், ஓட்டுக்குக் காசு கொடுக்காமலும் இருப்பேன் என்பதிலும் உறுதியாக இருக்க வேண்டும்.

11) விஜய்க்கு என்ன அறிவுரை சொல்வீர்கள்?

விஜய்காந்த்தின் அரசியலைப் பாடமாக எடுத்துக் கொள்ள வேண்டும் - நல்ல விதமாகவும் கெட்ட விதமாகவும். அவரது அபார வெற்றிகள் விஜய்க்கு ஊக்குவிப்பாக அமையட்டும். அதே போல் அவர் தனக்கு வாய்த்த அரிய வாய்ப்பைச் சுற்றத்தின்

பேச்சைக் கேட்டும், பேராசையாலும், பிற பலவீனங்களாலும் அழித்துக் கொண்டார். அங்கே விஜய் கவனமாக இருக்க வேண்டும்.

12) சுருக்கமாக விஜய் அரசியல் வருகை பற்றி?

I am waiting.

(பிப்ரவரி 3, 2024)

★★★

18. தவெக: கட்சி, கொடி, கொள்கை

விஜய் கட்சிப் பெயரில் திராவிடம் இல்லை, ஆனால் கழகம் உண்டு. பிறப்பொக்கும் எல்லா உயிர்க்கும் என்பது கொள்கை. எனவே சமத்துவம் நோக்கிய பயணம். திராவிடம் பார்ப்பனர்களின் சாதி ஆதிக்கத்தை எதிர்த்துக் களம் கண்டது. அப்பெயர் தவிர்த்த, ஆனால் சமத்துவம் பேணும் அடையாளத்தைக் கை கொள்கிறார். இங்கே மீதமிருக்கும் ஆதிக்கத் தரப்பு இடைநிலைச் சாதிகள். எனவே விஜய் தன் முதல் அறிவிப்பிலேயே தான் இடைநிலைச் சாதி வெறிக்கு முழுக்க எதிரானவன் என்று தெளிவு செய்திருக்கிறார்.

(பிப்ரவரி 2, 2024)

★

விஜய் கட்சி அறிவிப்பிற்கு இரு தரப்பினரின் எதிர்வினைகள் சுவாரஸ்யமானவை. திமுகவினர் கவலைப்படுகிறார்கள். ரஜினி ரசிகர்கள் மகிழ்ச்சி அடைகிறார்கள். இரண்டுமே விஜய் செல்வாக்கிற்கான அங்கீகாரம்.

நடிகர்களை அரசியல் விழாக்களுக்கு வரக் கட்டாயப்படுத்துகிறார்கள் என்று அஜீத் பேசியதற்கு ரஜினி எழுந்து கை தட்டினார். அதாவது தன்னால் பேச முடியாததை அஜீத் செய்து காட்டி விட்டார் என்ற அர்த்தத்தில். இன்று விஜய் கட்சி ஆரம்பித்திருப்பதற்கும் நியாயமாக ரஜினி எழுந்து கை தட்ட வேண்டும்.

இனி படம் கிடையாது என்று சொல்லி விட்டு அரசியலுக்கு வருகிறார் விஜய். படம் நடித்துக் கொண்டு, தொலைக்காட்சி நிகழ்ச்சி நடத்திக் கொண்டு, தேர்தல் வந்தால் மட்டும் நினைவு வந்து திடீர் அரசியல்வாதியாகும் நடிகர்கள் எல்லாம் வெட்கித் தலை குனிய வேண்டும். அதை விட அதிகமாக அத்தகைய

அரசியல் கோமாளிகளுக்கு பாராளுமன்ற சீட் தரப் போகும் கட்சிகள் தலை குனிய வேண்டும்.

(பிப்ரவரி 2, 2024)

★

"என் கட்சியின் உறுதிமொழி பிடிச்சிருந்தா மட்டும் உறுப்பினராகச் சேருங்க" என்று சொல்லும் ஒரு தலைவனைக் கால் நூற்றாண்டுக்குப் பிறகு தமிழகம் காண்கிறது.

(மார்ச் 9, 2024)

★

சொல்வதற்குச் சங்கடமாகத்தான் இருக்கிறது. சொல்லாமலும் இருக்க முடியாது. தன் ரசிகர்கள் யாருக்கும் விஜய் கட்சியில் பொறுப்போ, தேர்தலில் சீட்டோ, ஆட்சியில் பதவியோ தருவது சரி வராது. அவர்களின் வாக்குகள் அவசியமானவை என்பதில் மறுப்பில்லை. அதிகபட்சம் வாழ்க கோஷம் போடுவதற்கும் போஸ்டர் ஒட்டுவதற்கும் பயன்படுத்திக் கொள்ளலாம். அதற்கு மேல் அனுமதிக்கலாகாது. உதாரணமாக ஒருவர் தன் ரசிகர் மன்ற ஆள், பெரும் விசுவாசி என்பதற்காக விஜய் தன் படத்தை இயக்கும் வாய்ப்பையோ, திரைக்கதை எழுதும் பணியையோ, ஒளிப்பதிவு செய்யும் வேலையோ தருவாரா என்ன! கட்சி, ஆட்சி, அதிகாரம் என்பதெல்லாம் ஒரு திரைப்படத்தை விடவும் முக்கியமானது, சிக்கலானது. அதில் *sub-par* ஆட்கள் நுழைவது முதலுக்கே மோசமாகி விடும். எனவே விஜய் கடும் தகுதி நிர்ணயம் செய்தே ஆட்களை நியமிக்க வேண்டும்

(ஜூன் 22, 2024)

★

(10, 12ம் வகுப்பு பள்ளி மாணவர்களுக்கான பரிசளிப்பு விழா உரையை முன்வைத்து)

தளபதியிடமிருந்து இரண்டாம் முறையாக ஒரு நல்லுரை. இம்முறை நீட் பற்றி. அதில் என்ன ஆபத்து, அது ஏன் வந்தது, அதற்கு என்ன தீர்வு என்ற எளிய, தெளிந்த பேச்சு. கிட்டத்தட்ட எல்லாமே நமக்குத் தெரிந்த தகவல்கள்தாம் என்றாலும் சில

விஷயங்களால் அவரது இரண்டாம் கல்வி விருது விழா உரையானது முக்கியத்துவம் பெறுகிறது:

1) அதை ஒரு புதிய கட்சியின் தலைவர் பேசுகிறார், ஏற்கெனவே இருக்கும் கட்சிகளின் தலைவர்களே கூட இது பற்றி இவ்வளவு தெளிவுடன் அதிகம் பேசிய நினைவில்லை.

2) இப்பேச்சு நேரடியாக "ஒன்றிய" அரசின் பகையை சம்பாதித்துக் கொடுக்கும் என்ற தயக்கம் இல்லை. ஆக, மத்தியில் ஆளும் பாஜவுக்கு எதிரான அவரது முதல் அடி. தவிர, நீட் ஊழல்களையும் பேசியிருக்கிறார்.

3) போதைப் பொருள், கள்ளச்சாராயம் போன்றவற்றால் திமுக அரசைக் கண்டித்தவர் இப்போது நீட் எதிர்ப்புத் தீர்மானத்தின் பொருட்டு அரசைப் பாராட்டுகிறார். அதைத் தொடர்ந்து முன்னெடுத்துச் செய்து முடிக்க வேண்டும் என்கிறார். ஆக, மட்டையடி வெறுப்பாக அல்லாமல் உரியதை எதிர்த்து, அவசியமானதை ஆதரிக்கும் ஓர் ஆரோக்கியமான எதிர்க்கட்சியாக ஏற்கெனவே செயல்பட ஆரம்பித்து விட்டார்.

4) மாணவர்கள், பெற்றோர்கள் மத்தியில் அவர் மாதிரி ஒரு *high influence* ஆள் இதைப் பேசினார் என்பதால் அவர்களுக்கு (அதை யூட்யூபில் பார்த்த, பார்க்கப்போகும் மாணவர்கள், பெற்றோர்களுக்கும்) நீட் பற்றிய ஒரு நிலைப்பாடு மாற்றம் உருவாகலாம்.

5) சமூக நீதி, மாநில உரிமை இரண்டும் தன் கொள்கை என்பதற்கான முதல் நிகழ்வுசார் நிரூபணத்தை இதன் மூலம் தந்திருக்கிறார். அதன் வழியாக தமிழக வெற்றிக் கழகம் என்ற கட்சியின் பெயரில் திராவிடம் இல்லை என்றாலும் அது ஒரு திராவிடக் கட்சியே என்பதைச் சொல்லாமல் சொல்லியிருக்கிறார்.

(ஜூலை 4, 2024)

★

உண்மையைச் சொன்னால் சிவப்பு, மஞ்சள், இடையே அக்னிச் சட்டி போல் தோன்றும் வாகைப்பூ என வன்னியர் சங்கக் கொடி போல்தான் தோற்றமளிக்கிறது தவெக கொடி.

இதில் பச்சையும் நீலமும் என்ன இஸ்லாம், தலித் அடையாளமா? போர் யானைகள் என்ன பலத்தின், உறுதியின், போராட்டத்தின் குறியீடா? வாகைப் பூவானது வெற்றியைக் (அதாவது விஜய்) குறிக்கிறது என்று சொல்லப் போகிறார்களா? *Overdose of colours.*

எளிமையே இந்திய மக்களாட்சியில் சரியான பாதை. ஒரு கட்சியின் கொடி என்பது எளியோர் மனதில் நினைவில் தங்கும்படி *simple*-ஆக இருக்க வேண்டும். தொண்டர் எளிதில் தன் வீட்டுச் சுவரில் வரைவது போல் எளிதாக இருக்க வேண்டும். ஆனால் தவெக கொடி தெலுங்கு சினிமாப் பாடல் காட்சி மாதிரி நிறம் நிறமாக இருக்கிறது.

Disappointing.

(ஆகஸ்ட் 22, 2024)

★

அரசியலில் இரண்டு விஷயங்கள் முக்கியம். ஒன்று யாருக்கு எதிராக நிற்கிறோம். இன்னொன்று யாருடைய இடத்தை அபகரிக்கப் போகிறோம். பெரியார் சிலைக்கு மாலை போட்டதன் மூலம் இரண்டுக்கும் பதில் சொல்லி இருக்கிறார் தளபதி..

(செப்டெம்பர் 18, 2024)

★

புஸ்ஸி ஆனந்த் 2006ல் புதுச்சேரில் எம்எல்ஏவாக இருந்திருக்கிறார் (அத்தொகுதி பெயர்தான் புஸ்ஸி). ஆனால் அவர் அவ்வளவு பிரபலமும் அல்ல, மக்கள் செல்வாக்கு இருப்பதாகவும் தெரியவில்லை, ரசிகர்களைக் கட்டுக்கோபாக வைத்திருப்பவர் போலவும் தடயமில்லை, எந்தத் துறையிலும் சாதனையாளரும் அல்ல, அரசியலைக் கரைத்துக் குடித்தவர் போலவும் தெரியவில்லை, அவர் பேச்சுக்களை வைத்துப் பார்க்கும் போது அறிவு கொண்டவர் போலவும் தெரியவில்லை, அந்தப் பெயரையே விஜய் அரசியல் அறிவிப்பு வெளியிட்ட சமீப ஓராண்டு காலத்தில்தான் தெரிகிறது.

அப்புறம் ஏன் அவரைப் பிடித்துத் தொங்கிக் கொண்டிருக்கிறார் விஜய்? நல்ல அடிமை என்றால் அல்லக்கையாக வைத்துக்

கொள்ளலாம். கட்சிப் பொறுப்பு ரொம்ப அதிகம்.

(அக்டோபர் 2, 2024)

★

சமூக ஊடகங்களில் தவெக வெறுப்பு மிகுந்த நான்கு எதிரிகளைச் சமாளிக்க வேண்டும்: 1) ரஜினி ரசிகர்கள் 2) அஜீத் ரசிகர்கள் 3) உடன்பிறப்புகள் 4) சங்கிகள். இவர்களின் மொத்த எண்ணிக்கை மிக மிக அதிகம்.

எனவே புஸ்ஸி ஆனந்த் மாதிரி ஒரு ஆஃபாயிலை விடுத்து அரசியல் / சமூக அறிவும் அனுபவமும் கொண்ட ஆட்களை வழிநடத்த நியமிக்க வேண்டும். இல்லையென்றால் இணையத்தில் ட்ரோல் செய்தே கட்சியை ஒழித்துக் கட்டி விடுவார்கள்.

(அக்டோபர் 3, 2024)

★★★

19. ஒரு தலைவன் உருவாகிறான்

பயமும் பதற்றமுமே வன்மமாக வெளிப்படும். சரி, விஜய் கட்சிக்கு எதிராக எக்கட்சி ஆதரவாளர்கள் அதிகம் வன்மம் கக்குகிறார்கள் எனப் பார்ப்போம். ;-)

(பிப்ரவரி 2, 2024)

★

ஏதோ பட விழாவில் விஜய் தன் பழைய இயக்குநர்களைச் சந்திக்கும் வீடியோவை இன்று காலை பார்த்தேன். இயல்பாகவே மனதில் இவ்வரிகள் எழுந்து வந்தன:

"பதவி வரும்போது பணிவு வர வேண்டும்

துணிவும் வரவேண்டும் தோழா!

பாதை தவறாமல் பண்பு குறையாமல்

பழகி வரவேண்டும் தோழா!"

"மூன்றெழுத்தில் என் மூச்சிருக்கும்" பாடல் வரிகள். எம்ஜிஆருக்காக வாலி எழுதியவை.

விஜய் அரசியலில் காற்றோடு கரைய மாட்டார் என உள்ளுணர்வு சொல்கிறது. என் உள்ளுணர்வுகள் பொதுவாக உருப்படுவதில்லை என்பதே வரலாறு. பார்ப்போம்.

(மே 25, 2024)

★

இப்போதும் விஜய்யை எனக்குப் பிடித்த நடிகர் என்று சொல்லி விட முடியாது. கடந்த காலங்களில் - சுமார் கால் நூற்றாண்டு - அவரையும் அவரது ரசிகர்களையும் என்னை

விட அதிகமாகவும் மோசமாகவும் ஒருவர் கேலி செய்திருக்க முடியாது. கிருமி காலத்துக்குப் பின் எப்படியோ *magic* மாதிரி ஒரு மாற்றம் வந்திருக்கிறது. எப்படி என யோசித்தால் ஒரு விநோதக் காரணம் தென்படுகிறது - ஓர் எழுத்தாளனின் ஆழத்துக்குப் பொருத்தமற்ற அசட்டுக் காரணம் - மாஸ்டர், பீஸ்ட், வாரிசு, லியோ ஆகிய அவரது சமீபப் படங்களின் போஸ்டர்கள் - அதிலிருந்த அலட்சியமான *manliness!*

முந்தைய அவரது படங்கள் போலவே இப்படங்களின் மீதும் எனக்கு விமர்சனங்களும் கிண்டல்களும் இருக்கின்றன. ஆனால் அவை அவரை ஆங்காங்கே ரசிக்கத் தடையாக இருக்கவில்லை. அவரது உடல் மொழி பிடிக்கிறது. ஒரு காலத்தில் கடுமையான வெறுப்புடன் பார்த்த அவரது படங்களின் காட்சிகள், பாடல்கள் கூட இன்று மெலிதாகப் புன்னகைக்கச் செய்கின்றன. அவரது குரலிலான பாடல்கள் வசீகரிக்கின்றன. நடனம் பற்றிச் சொல்லவே வேண்டியதில்லை - அற்புதன்! "பழைய எதிரிகள் என் ரசிகர் படையிலே" என்ற அவரது பாடல் வரியின் சாரத்தை எண்ணிக் கொள்கிறேன்.

அடுத்தது பட விழாக்களில் அவரது பேச்சுக்கள் பிடித்துப் போயின. குறிப்பாக நதியில் நகரும் மலர்கள் பற்றியதும், கழுகு - காக்கை கதைக்கான பதிலடியும். கடைசியாக தன் துறையில் உச்ச இடத்தில் இருந்து கொண்டு அதிலிருந்து *career switch* செய்யும் தில். அது எனக்கு *surprising* என்பது தாண்டி *inspiring*. அதை நோக்கிய அவரது திட்டமிடலும் நகர்வுகளும் நம்பிக்கை அளிக்கின்றன. "எதிர்த்தா அதுதான் என்னோட வளர்ச்சி" என்ற பாடல் வரி இன்று அவர் எதிர்கொள்ளும் அரசியல்சார் வெறுப்புகளுக்குப் பொருத்திப் போகிறது. அசட்டுத்தனங்கள் ஏதும் செய்யாதிருந்தால் அவரது அரசியலை ஆதரிக்கவே விரும்புவேன். 2026 சட்டமன்றத் தேர்தலில் சரியான ஆட்களை நிறுத்தினால், பொருத்தமான கூட்டணி அமைந்தால் அவர் 20% வாக்குகளைத் தொட முடியும்.

இன்று தளபதிக்குப் பொன் விழா ஆண்டு. அவர் உத்தேசிக்கும் அசாத்திய இலக்குகளை விரைந்தடைய வாழ்த்துகிறேன்!

(ஜூன் 22, 2024)

★

1) விஜய்யின் அரசியலை நான் (இன்னும்) ஆதரிக்கவில்லை. நல்லாட்சி என்ற அடிப்படையில் எனக்கு அவர் மீது பெரிய நம்பிக்கை எல்லாம் கூட எழவில்லை.

2) நான் சொல்வது அவர் பெறப் போகும் வெற்றி பற்றிய கணிப்பு, ஊகம்தான். அது அவரது செல்வாக்கு மற்றும் நகர்வுகள் அடிப்படையிலான தர்க்கம் மட்டுமே.

3) அவரது தோற்றம், உடல்மொழி, நடனம் போன்றவை அழகு, எனவே அவர் அரசியலில் வெல்ல வேண்டும் என்றோ, மக்கள் ஆதரிக்க வேண்டும் என்றோ நான் சொல்லவில்லை. சொன்னால் அது அபத்தம். (எம்ஜிஆரை அப்படித்தான் பாமரர் ஜெயிக்க வைத்தனர்.)

4) இன்று அரசியலில் இருக்கும் எல்லாக் கழிசடைகளுக்கும் அவர் மாற்றாக நிற்க வேண்டும் என்ற விருப்பம் உள்ளூர உண்டு. அது இவர்கள் மீதான ஏமாற்றம் தந்த வெறுப்பில் உண்டாவது. இதே எதிர்பார்ப்பு ஆரம்பத்தில் கமல் மீதும் இருந்தது. ரஜினி வந்திருந்தால் அவர் மீதும் இந்திருக்கும். மாற்று வராதா என்ற பொதுவான ஏக்கம் அது.

(ஜூன் 23, 2024)

★

எவர் புதிதாக அரசியலுக்கு வந்தாலும் யார் பதறுவார்கள்? எக்கட்சி தன் நல்லாட்சியால் அல்லாமல் மாற்றுக் கட்சியின் மோசமான தன்மையால் மட்டும் வாக்குகளை அள்ளிக் கொண்டிருக்கிறதோ அதுவே ஒவ்வொரு புதிய அரசியல் கட்சியின் வரவின் போதும் கடும் கோபமடையும். ஏனெனில் தன் பிரதான பலமான "மாற்று கட்சி எதிர்ப்பு வாக்குகள்" பிரிந்து தன் வெற்றி பாதிப்படையும் என்பதால்.

இதை எப்படி நேக்காக எதிர்கொள்வார்கள்? புதிய கட்சியானது அந்த மாற்றுக் கட்சியின் பி டீம் என்றும் புதிய கட்சியை ஆதரித்தால் அது மாற்றுக் கட்சிக்கே சாதகமாகும் என்றும் சொல்லி வாக்காளர்களைக் குற்றவுணர்வுக்கு உள்ளாக்க முயற்சி செய்வார்கள். நீ நல்ல கட்சி என்றால் உன் பலங்களைச் சொல்லியே வாக்குக் கேட்க வேண்டும். புதிய கட்சிக்கு வாக்களித்தால்

மாற்றுக் கட்சி வெற்றி பெற்று விடும் என்று பயமுறுத்தி வாக்குக் கேட்டால், உனக்கு மக்களிடம் சொந்தமாக எந்தச் செல்வாக்கும் இல்லை என்று மறைமுகமாக ஒப்புக் கொள்வதாகவே அர்த்தம். வாக்குகளைப் பிரித்து விடுவார் என்றால் உங்கள் கட்சிக்கு ஏமாந்தோ வேண்டா வெறுப்பாகவோதான் மக்கள் இது வரை வாக்களித்துக் கொண்டிருக்கிறார்கள் எனக் கை தூக்கி விட்டதாகப் பொருள்!

(ஜூன் 29, 2024)

★

விஜய் அரசியல் பற்றி ஒரு விஷயம் தெளிவு.

He is serious about it. He is risking his career for that. Also, he knows it is difficult. ரஜினி, கமல் போல் "நான் சும்மா வருவேன், சிஎம் போஸ்டை எனக்குத் தூக்கிக் கொடுத்துடுங்க" என்று அசட்டுத்தனமாகச் சொல்ல மாட்டார் என நினைக்கிறேன். அதனால் ஆற்றில் ஒரு கால், சேற்றில் ஒரு கால் என்றில்லாமல் ஹெச். விநோத் படத்தை முடித்துக் கொடுத்து விட்டு முழுக்கவே அரசியலில் ஈடுபடுவார். இங்கே ஜெயிப்பது / தோற்பது எல்லாம் பிறகு; விஜய்காந்த், சீமான் போல் விஜய் சீரியஸ் அரசியல்வாதியாக நிற்கவே வாய்ப்பதிகம்.

(அக்டோபர் 8, 2024)

★★★

20. தவெக: களம், கூட்டணி

நாம் தமிழர் ஏன் ஓர் *irrelevant* கட்சி? ஏனெனில் தமிழர்கள் சுரண்டப்படுகிறார்கள் என்பது இன்று பொருத்தப்பாடற்ற கருத்து. அதனால் தமிழர் உரிமைக்கென்ற கட்சி அவசியமற்றது. உதாரணமாக இன்று ஒரு கட்சி பிரிட்டிஷாருக்கு எதிராகச் சுதந்திரப் போரட்டம் நடத்தினால் அது எத்தனை அபத்தமானதாக இருக்கும்! அப்படி இது ஒரு காலாவதியான கருத்தாக்கம். இன்று தமிழ் நாட்டில் இருக்கும் பிரச்சனைகள் இவை:

1) சாதிய ஒடுக்குமுறை 2) இந்துத்துவம் வேரூன்றுவது 3) மாநில சுயாட்சியின்மை 4) ஊழல், லஞ்சம் 5) வளர்ச்சியின்மை 6) சுற்றுச்சூழல் கேடு 7) கருத்துச் சுதந்திரமின்மை.

ஆனால் நா.த.கட்சி இவற்றில் எதையும் முதன்மைப் பிரச்சனையாகக் கருதுவதில்லை.

(அக்டோபர் 22, 2020)

★

2016 சட்டமன்றம் - 1.07%

2019 நாடாளுமன்றம் - 3.9%

2021 சட்டமன்றம் - 6.58%

2024 நாடாளுமன்றம் - 8.1%

இந்தத் தேர்தலின் கறுப்புக் குதிரை நாம் தமிழர் கட்சி. மேலே இருப்பவை அவர்களின் வாக்கு விகிதம். சீமானின் பொய்கள், அவர் கட்சியின் இனவாதக் கொள்கை, ஈழத்தை முன்னிட்ட வசூல் இதெல்லாம் ஒரு சிந்திக்கத் தெரிந்த ஆளுக்கு உவப்பாக இருக்க முடியாது என்றாலும் அப்பாவி இளைஞர்கள் பலரை

சீமான் ஈர்த்துக் கொண்டே இருக்கிறார் என்பது தெளிவு. அதுவும் ஒவ்வொரு முறையும் அதிகரித்தபடியே இருக்கிறது. இத்தனைக்கும் சீமான் தவிர எந்த நட்சத்திர முகமும் கட்சியில் கிடையாது. உருவாகி வந்த சிலரும் சில ஆண்டுகள் முன் வெளியேறி விட்டார்கள். எல்லாம் விட இம்முறை சின்னத்தையும் பிடுங்கி விட்டு புதிய சின்னம் கொடுத்தார்கள்.

எல்லாம் மீறி தேர்தலில் முன்னேற்றம். எல்லா முறையுமே தனித்துக் களம் காண்கிறார்கள் என்ற இமேஜ் அவர்களுக்கான ஆதரவுக்கு முக்கியக் காரணம். வாக்குக்குப் பணம் தருவதில்லை என்பது அவர்களின் வேட்பாளர்கள் பற்றி ஓர் அனுதாபத்தை ஓர் இளம் மனதுக்கு இயல்பாகவே உண்டாக்கும். ஆட்சிக்கு இன்னும் வராததால் பெரிய கெட்ட பெயர் ஏதும் இல்லை என்பது கூடுதல் பலம்.

பாஜக, நாதக இவ்விரு கட்சிகளின் வாக்கு சதவிகிதம் தேர்தலுக்குத் தேர்தல் அதிகரித்து வருவது வாக்காளர்கள் மத்தியில் திமுக, அதிமுக இரு கட்சிகள் மீதான நம்பிக்கை குறைந்து வருவதையே காட்டுகிறது - குறிப்பாக இளைஞர்கள். அது ஒருவித முதிர்ச்சி இன்மையாக இருக்கலாம், ஆனால் அவர்களே எதிர்காலம், அதுவே ஜனநாயகம்!

2026ல் விஜய் தேர்தல் அரசியலில் இறங்கும் போது கூட்டணி வைப்பார் என்றே கணிக்கிறேன். ஏன்? அவரது நகர்வுகளைக் கொண்டு எனது *instinct* அப்படித்தான் சொல்கிறது. முரட்டு வீராப்பும் இராது, தன்னம்பிக்கையின்மையும் இராது. அப்படி இறங்குகையில் நாதக அவரது முதல் தேர்வாக இருக்கும். அப்போது விசிக மற்றும் கம்யூனிஸ்ட்களும் இவர்களோடு சேர்ந்து கொள்வார்கள் என்பது என் ஊகம் (மதிமுக சேராது). கமலுக்குக் கொஞ்சம் நேர்மை இருந்தால் அவரும் சேரக்கூடும். அது நடந்தால் திமுக, அதிமுக, விஜய் பலமான மும்முனைப் போட்டியாக அத்தேர்தல் அமையும்.

1967ல் அண்ணாவுடன் ராஜாஜி நின்றது போல் விஜய்யுடன் சீமான் நிற்கக்கூடும்!

(ஜூன் 5, 2024)

★

2026 தேர்தலில் விஜய்யின் வருகை திமுகவுக்குச் சாதகமாகவே இருக்கும். என்ன கூட்டணிகள் மாறி அமைந்தாலும் திமுகதான் 2026ல் ஆட்சியைப் பிடிக்கும். அதில் மாற்றமில்லை. என் கணிப்பில் 2026 சட்டமன்றத் தேர்தலில் மூன்று தரப்புகளாகப் பிரிந்து நிற்பார்கள்: திமுக + காங்கிரஸ் ஒன்று, அதிமுக + பாஜக + பாமக மற்றொன்று, கடைசியாக தவெக + நாதக + முடிந்தால் விசிக + கம்யூனிஸ்ட் + மநீம. (தேமுதிக, டிடிவி, தமாக எல்லாம் இவற்றில் ஏதாவது ஒன்றில் தொற்றிக் கொள்வார்கள்.)

காங்கிரஸ் ஒரு போதும் திமுகவை விட மாட்டார்கள், அவர்களுக்குக் கடந்த இரு தேர்தல்களிலும் கௌரவமான எம்பி எண்ணிக்கை இருப்பதே திமுகவால்தான். திமுகவும் பாஜகவுடன் சேரும் நிலை வந்தால் ஒழிய காங்கிரஸைத் தக்க வைக்கவே விரும்புவார்கள். ஏனெனில் ஏதாவது தேசியக் கட்சியுடன் அவர்கள் இருந்தாக வேண்டும். இன்று அதிமுக, பாஜக பிரிந்து கிடந்தாலும் தேர்தலுக்கு முன் கூட்டணிக்குச் சேர்ந்து விடுவார்கள். பாமகவும் அவர்களுடன் ஒட்டிக் கொள்ளும். விசிக, கம்யூனிஸ்ட்கள் விஜய்யுடன் சேரும் வாய்ப்பு குறைவுதான். ஆனால் நீண்ட கால நோக்கில் அவர்கள் திமுகவைச் சார்ந்து இருந்தால் வளரவே / மீளவே முடியாது. அதை யோசித்தால் தன் வாக்கு வங்கியை நிரூபிக்கக் கூட்டணி மாறுவதுதான் அறிவுடைமை. இல்லை என்றால் ஓரிரு சீட்டுகளுக்குத் திமுகவிடம் கெஞ்சிக் கொண்டிருப்பதுதான் நிகழும். இங்கே இன்னொரு மாற்றமும் நிகழக்கூடும். விசிக திமுக கூட்டணியிலிருந்து விலகினால் உடனே பாமக அங்கே வந்து விடும். நாம் தமிழர் விஜய்யுடன் சேருவதுமே சிரமமான ஒன்றுதான் - யார் முதல்வர் வேட்பாளர் என்ற ஈகோ வரும். ஆனால் இருவருக்கும் கொள்கை முரண்கள் குறைவு என்பதாலும், ஓர் இயல்பான இணக்கம் ஏற்கெனவே இருக்கிறது என்பதாலும், தவெகவுடன் சேர்ந்தால் தனக்குச் சில எம்எல்ஏக்களாவது லாபம் என்பது சீமானுக்குத் தெரியும் என்பதாலும் ஒப்புக் கொள்வார் என்றே நினைக்கிறேன். ஆக, பலமான மும்முனைப் போட்டி நிலவும் என்றே ஊகிக்கிறேன்.

இப்படி எல்லாம் நடந்து தவெக கூட்டணி பலம் பெற்றாலும் (அவரது ரசிகர் வாக்குகள், மூன்றாவதாக ஒரு கட்சி வரட்டும் என்ற வாக்குகள் தாண்டி), விஜய் அறுவடை செய்யப்போவது

திமுக அதிருப்தி வாக்குகளைத்தான். தவெக இல்லை எனில் அதில் பெரும்பான்மை அதிமுக + பாஜக கூட்டணிக்குப் போயிருக்கும். எனவே விஜய் திமுகவுக்கு எதிரான வாக்குகளைப் பிரிக்கவே செய்வார். ஆக, அவர் வருவது 2026 தேர்தலில் திமுகவுக்கே சாதகம். அதுவே தேர்தலில் வென்று ஆட்சியமைக்கும்.

பிறகு ஏன் திமுக அஞ்சுகிறது? நீண்ட கால நோக்கில் ஒருவரை அரசியலில் வளர விடுவது திமுக வாரிசுகளுக்குப் பாதகமாக அமையும். விஜய் ஸ்டாலினுக்கு *threat* அல்ல; ஆனால் எதிர்காலத்தில் உதயநிதிக்குப் பாதிப்பை உண்டாக்குவார். எனவே இன்று திமுகவுக்கு இருப்பது தொலைநோக்கிலான பதற்றம்.

இன்னொரு விஷயம் 2026 தேர்தலில் விஜய் வருகை காரணமாக திமுக வென்றாலும் 2006 போல் மைனாரிட்டி அரசாக அமைய நிறைய வாய்ப்பிருக்கிறது. எனவே கூட்டணிக் கட்சிகள் அமைச்சரவையில் இடம் கேட்டு அழுத்தம் தருவார்கள். வேறு வழியின்றித் தர வேண்டி இருக்கும். கலைஞர் காலம் போல் உறுதியாக நிற்க முடியாது. அது திமுக விரும்பாத சூழல். கூட்டணிக் கட்சிகள் பலம் அதிகம் என்றால் துணை முதல்வர் பதவி கூடக் கேட்பார்கள். மறுபடியும் உதயநிதிக்குத்தான் ஆபத்து.

அதனால்தான் விஜய்யை முளையிலேயே கிள்ளி எறிந்து விட எண்ணுகிறார்கள்.

(அக்டோபர் 26, 2024)

★

1) சீமான் திமுகவை, கலைஞரை, ஸ்டாலினை, உதயநிதியைக் கூடத்தான் மானக்கேடாய்க் கலாய்த்திருக்கிறார். ஆனால் இன்று விஜய் விஷயத்தில் உடன்பிறப்புகள் ஏதோ சீமானின் சொற்கள் உலகப் பொதுமறை போல வெட்டி ஒட்டிப் பகிர்ந்து சிரிக்கிறார்கள். இதற்கு முந்தைய அவமதிப்புகளை அவர்கள் ஒப்புக் கொள்கிறார்கள் என்றே அர்த்தமாகிறது.

2) உண்மையில் சீமானின் இம்மாதிரி அப்பேச்சுக்கு நான் ரசிகன். ஆனால் அதில் அர்த்தம் தேட ஒன்றுமில்லை. ஜாலியாகக் கேட்டுச் சிரித்துக் கடக்கலாம். அதேதான் விஜய் / தவெக பற்றிய பேச்சுக்கும்.

3) இந்த அக்கப்போர் தாண்டியும் 2026ல் தவெக - நாதக கூட்டணி

அமையும். இதெல்லாம் பேரத்தின் நிமித்தமான செல்ல ஊடல்.

(நவம்பர் 3, 2024)

★★★

21. அது ஏன் விஜய்?

விஜய்யை அரசியலில் ஆதரிக்க நான் வலிந்து காரணம் தேடிக் கொள்கிறேன் என ஒரு குற்றச்சாட்டு வைக்கப்படுகிறது. வேறு சிலருக்கும் மனதில் இதே தோன்றி இருக்கலாம். ஓர் எழுத்தாளனாக அது என் நேர்மையின் மீது அடிக்கப்படும் சாணி என்பதால் விளையாட்டாகக் கடக்காமல் அதைப் பற்றிப் பேசி விடலாம் என நினைக்கிறேன்.

முதலில் விஜய்க்கும் எனக்கும் என்ன தொடர்பு என விளங்கவில்லை. நான் எப்போதும் விஜய் படங்களை விதந்தோதியவன் அல்லன். அவரது கடைசிப் பத்துப் படங்களில் பீஸ்ட் தவிர எதுவும் என்னைக் கவரவில்லை. 2020க்குப் பிந்தைய அவரது தோற்றமும் எப்போதும் அவரது நடனமும் எனக்குப் பிடிக்கும் என்பது தவிர ஒரு நடிகராக அவர் மீது பெரிய மதிப்பேதும் கிடையாது. சினிமாவிலேயே அவருக்கு அந்த இடம்தான் தருகிறேன் எனும் போது அரசியலில் ஆதரவு தருவேன் என யோசிக்க எந்த முகாந்திரமும் இல்லை.

விஜய் அரசியலுக்கு வருவது தொடர்பான என் எதிர்பார்ப்பு இன்றைய தமிழக அரசியல் சூழல் தொடர்பானது. கடந்த இருபது ஆண்டுகளாகவே இங்கே திமுக, அதிமுகவுக்கு மாற்றான மூன்றாம் அணியின் தேவை பற்றிப் பேசி வருகிறார்கள். தோற்றாலும் தேமுதிக, நாதக, மநகூ என சில சீரியஸ் முயற்சிகளும் நடந்திருக்கின்றன. நான் கடந்த சில ஆண்டுகளாகத்தான் அதற்கான தேவை பற்றி உணர ஆரம்பித்திருக்கிறேன்.

பரவலாக சொல்லப்படும் அரசியல் வெற்றிடம் பற்றி இங்கே நான் பேசவில்லை. அப்படி ஒன்று இருப்பதாகவும் நான் நம்பவில்லை. ஓட்டரசியல் அடிப்படையில் கலைஞர், ஜெயலலிதா இடத்தை ஓரளவுக்கு ஸ்டாலின் நிரப்ப ஆரம்பித்துவிட்டார். தொடர்ந்து

மூன்று பெருந்தேர்தல்களில் திமுக வெற்றி பெற்றதை இதற்கு ஆதாரமாகக் கொள்ளலாம். எனவே நான் சொல்லும் மூன்றாம் அணி அதன் பொருட்டு அல்ல.

2015 முதல் 2021 வரையிலான ஐந்தாறு ஆண்டுகள் திமுகவுக்கு நாம் ஆதரவு தந்தது பிரச்சனை அடிப்படையில்தான் (issue based). பாஜக மத்தியிலோ மாநிலத்திலோ அதிகாரத்துக்கு வந்து விடக்கூடாது என்ற காரணத்தால்தான். அதிமுகவும் உருப்படி இல்லை, அது பாஜக அடிமையாக இருந்தது என்பதும் காரணம். மற்றபடி அந்த ஆதரவு திமுகவின் மீதான வலுத்த நம்பிக்கையால் அல்ல. ஆனால் அவர்கள் ஆட்சிக்கு வந்தால் பாலும் தேனும் ஓடும் என எண்ணவில்லை என்றாலும் அவர்கள் குறைந்தபட்ச நேர்மையான நல்லாட்சி நடத்துவார்கள் என்ற நப்பாசை இருந்தது.

ஆனால் அதுவுமே நடக்கவில்லை என்பதுதான் துயரம். ஊழல், நிர்வாகத் திறனின்மை, சாதியத்தை ஊக்குவித்தல், மாநில உரிமைகளில் சமரசம், வாரிசு அரசியல், கருத்துச் சுதந்திர நெரிப்பு, மதச்சார்பின்மையிலிருந்து விலகல், வாக்குக்குக் காசு கொடுத்து குடிகளையும் ஊழலில் பங்குதாரராக்கி அதை ஒரு குற்றமில்லை என்றாக்குவது - இந்த எட்டும்தான் எனக்கு மாநிலத்தில் நடக்கிற திமுக ஆட்சி மீது இருக்கும் குற்றச்சாட்டுகள். பல சந்தர்ப்பங்களில் இது திராவிட ஆட்சிதானா எனக் குழப்பம் வருகிறது.

இந்தக் காரணங்களால் எனக்கு இன்றைய திமுகவின் மீது பெரிய நம்பிக்கை ஏதும் இல்லை. தொடர்ச்சியாக கவனித்ததில் அவர்கள் திருந்த வாய்ப்பே இல்லை என்றே தோன்றுகிறது. அவர்கள் விமர்சனங்களுக்குச் செவி தரவே தயாரில்லை. எனவே அவர்களுக்குப் பயம் வர வேண்டும் என்றால் மூன்றாவதாக ஒருவர் வர வேண்டும். முன்பு (பாஜக என்ற) பிரச்சனையின் அடிப்படையில் திமுகவை ஆதரித்தது போல் இப்போது (திமுக என்ற) பிரச்சனையின் அடிப்படையில் அதிமுக - பாஜக தவிர்த்த யாராவது ஒருவரை ஆதரிக்க வேண்டிய கட்டாயத்தில் இருக்கிறோம்.

அதற்கு இப்போது இருக்கும் முதன்மை வாய்ப்பு விஜய்தான். அவருடன் நாதக, விசிக, கம்யூனிஸ்ட்கள் சேர்ந்தால் நல்லது. கமலும், தேமுதிகவும் வந்தாலும் பரிசீலிக்கலாம். மொத்தத்தில் ஒரு வலுவான கூட்டணி உண்டாக்கவேண்டும். இரு பெருங்கட்சிகளின்

மீது அதிருப்தியில் இருப்போர், சுயேட்சை / NOTAவிற்குப் போடுவோர் வாக்குகளை இக்கூட்டணியால் அள்ள முடியும். அதோடு விஜய்க்கு விழும் வாக்குகள். இந்தக் கூட்டணி மட்டும் சாத்தியப்பட்டால் என் கணக்கில் சுமார் 25% வாக்குகளைத் தொட முடியும்.

இவர்களால் 2026ல் ஆட்சிக்கு வர முடியாதுதான். அதனால் திமுக வாக்கு வங்கியில் கடும் சேதாரத்தை உண்டாக்க முடியும். மறுபடி திமுக ஆட்சிக்கு வந்தாலும் ஒரு பயம் இருக்கும். தயங்கித் தயங்கிதான் குற்றம் செய்வார்கள். ஒருவேளை, வாக்கு பிரிந்து அதிமுக - பாஜக ஆட்சிக்கு வந்தாலும் அது மக்களின் தவறு இல்லை, ஏன் மூன்றாம் அணியை இத்தனை மக்கள் விரும்புகிறார்கள் என யோசிக்கவும் திருந்தவும் முனையாத திமுகவுடையது. பாஜக வரக்கூடாது என நாம் மட்டும் நினைத்தால் போதுமா? திமுக அதற்கு மனது வைக்க வேண்டாமா? அதற்கேற்ப நடக்க வேண்டாமா!

சரி, திமுகவுக்குப் பாடம் புகட்ட மூன்றாம் அணி என்பதெல்லாம் சரி. அது ஏன் விஜய்? அது அவரது அரசியல் தெளிவோ அவர் பக்கம் இருக்கும் ஆட்கள் மீதோ வந்த நம்பிக்கை அல்ல. அப்படி ஏதும் நேர்மறையாக அவரிடம் இல்லை. ஆனால் அவரிடம் பெரிய மக்கள் ஆதரவு இருக்கிறது. அவர் பின்னால் முனைப்புடன் வேலை செய்ய ரசிகர் படை உண்டு. எனவே தேர்தல் களப் பணி ஆற்றும் வல்லமை அவர் தரப்பில் இருக்கிறது. ஓரளவு ஜெயிக்கிற குதிரை. அதனால்தான் அவர் மீது இந்தச் சாய்வு வருகிறது நமக்கு.

எம்ஜிஆர் மட்டுமே இப்படி சினிமாவில் உச்சத்தில் இருக்கையில் அரசியலுக்கு வந்தார். ஆனால் அவருமே தொடர்ந்து படம் நடித்தார். அவ்வகையில் விஜய் சினிமாவில் தன் உச்ச இடத்தை நிரந்தரமாக நிராகரித்து அரசியலில் இறங்குவது இந்திய அளவிலேயே முன்னுதாரணம் இல்லாதது. எனவே கமல் ஹாசன், சரத் குமார், கார்த்திக் மாதிரி பிரியாணி சாப்பிட்டு ஏப்பம் விடும் இடைவெளியில் பொழுதுபோக்காக அரசியல் செய்பவர் அல்லர் விஜய். அதையும் பொருட்படுத்தி ஆதரிக்க வேண்டியதாகிறது.

இன்னொன்று விஜய் மாதிரி அரைகுறை லெவலில் இருப்பவரையே ஆதரிக்கும் இக்கட்டு என்றால் திமுக மீது அத்தனை மனக்குறை மக்களாகிய நமக்கு இருக்கிறது என்றுதான் புரிந்து கொள்ள வேண்டும். எனவே வலுவான ஒரு மூன்றாம் தரப்பு யார் வந்தாலும் ஆதரிப்பதைத் தவிர வேறு வழியில்லை - அவர் சங்கியாக, சாதி வெறியராக இல்லாத பட்சத்தில் - இப்போதைக்கு நமக்குப் புரிந்த அளவில் விஜய் இரண்டும் இல்லை.

விஜய் இன்னும் தன் கொள்கைகளை அறிவிக்கவில்லையே, அவர் தன் துறையான திரை உலகிலேயே ஒன்றும் மாற்றம் கொண்டுவர முடியவில்லையே, விஜய்யிடம் அரசியல் தெளிவு ஒன்றும் தென்படவில்லையே என்றெல்லாம் ஒருவர் கேட்கலாம். நியாயம்தான். திமுக ஆதரவு குறித்தும் இதே போல் பற்பல கேள்விகளை ஒருவர் எழுப்ப முடியும். அதெல்லாம் தெரிந்தேதானே பிரச்சனை அடிப்படையில் திமுகவைப் பல காலமாக ஆதரித்தோம்! இப்போது விஜய்க்கு மட்டும் என்ன திடீர் கற்புக்கரசர் ஆகிறோம்!

(அக்டோபர் 22, 2024)

★★★

22. தமிழகத்துக்குப் பத்துக் கொள்கைகள்

நண்பர் பேராசிரியர் அ. ராமசாமி என் விஜய் / தவெக பதிவுகளை ஒட்டி அளித்திருக்கும் ஆலோசனை இது: "சரவணகார்த்திகேயனிடம் ஒரு வேண்டுகோள் வைக்க நினைக்கிறேன். தனக்கென அரசியல் பார்வையும் கலைப்பார்வையும் சமூகப்புரிதலும் உள்ள அவர், விஜயின் தவெக.விற்கு நல்லதொரு கொள்கைத்திட்டத்தையும் அதனைச் செயலாக்கம் செய்யத் தேவையான கட்சியமைப்புகள், இலக்கு வாக்காளர்கள், ஆளுமைகளை உருவாக்கப் பயிலரங்குகள்/ செயலரங்குகள், பரப்புரை உத்திகள், நிதித்தேவைக்கான வழிமுறைகள் போன்றவற்றை விளக்கி ஒரு வரைவறிக்கையை எழுதித்தரலாம். அதனைச் சமூக ஊடகங்களில் விவாதப்படுத்தி, விஜயின் கவனத்தை ஈர்க்கலாம். அதன் மூலம் நல்லதொரு அரசியல் கட்சியாக அதனை மாற்றப் பங்களிக்கலாம். நாளை நடக்க இருக்கும் மாநாட்டுக்கு முன்பே அதனைச் செய்துவிட்டால், நாளைக்கே கூட அதற்கான எதிர்வினை இருக்கக் கூடும்."

என் பதில்:

நீங்கள் சொல்வது ஒரு பெரிய வேலை. சிந்தையும் நேரமும் உழைப்பும் கோரக்கூடிய ஒன்று. எல்லாவற்றுக்கும் மேல் தொடர்ந்து *evolve* ஆக வேண்டிய விஷயம் - அதாவது தொடர்ந்து உடனிருந்து சூழலுக்கேற்பச் சிந்தித்து மாற்றங்கள் செய்து பார்த்துக் கொள்ள வேண்டியது. எனவே போகிற போக்கில் அதைச் செய்யக் கூடாது / முடியாது.

அப்படி இறங்கிச் செய்ய எங்களுக்குள் பரஸ்பர நம்பிக்கையும் புரிதலும் வர வேண்டும். எனக்கு விஜய் மீது நப்பாசையில் நிகழும் சாய்வு மட்டுமே இருக்கிறது. அவருக்கோ என்னை யாரென்றே தெரியாது. இந்நிலையில் நான் மட்டும் தொடர்ந்து உள்ளீடுகள் தந்து கொண்டிருப்பது அர்த்தமற்றது என்றே தோன்றுகிறது.

நாங்கள் உரையாடி ஒரு புரிதல் புள்ளிக்கு வந்தால் இதை யோசிக்கலாம். கைதட்டலுக்கு இரு கரங்கள் அவசியம்.

என் இதுவரையிலான நிலைப்பாடு விஜய் தன் கட்சிக் கொள்கைகளை அறிவிக்கட்டும் பிறகு பார்க்கலாம் என்பதாகவே இருக்கிறது. அதுவே நான் அவரை ஓரளவு புரிதலுடனும் நம்பிக்கையுடனும் ஆதரிக்க வாய்ப்புள்ள முதற்புள்ளி. நீங்கள் அக்கொள்கைகளையே நான் *influence* செய்யலாம் என்று சொல்கிறீர்கள். என்னை அவர் அறிந்து கொள்ளும் வரை அதற்குச் சாத்தியமில்லை. அதுவும் இப்போது இன்னும் மாநாட்டுக்கு 24 மணி நேரம் கூட இல்லாத நிலையில் இது மிகத் தாமதம். ஒரு *Technical Program Manager* என்ற வகையில் இப்படி இறுதி நேர மாற்றங்களை - அதுவும் *touching the heart of the code* விஷயங்களில் - செய்ய அனுமதிக்க மாட்டேன். அதையேதான் அவர்களும் செய்வார்கள்.

ஆனால் தமிழகத்தில் இன்று ஒரு நல்ல கட்சியின் கொள்கைகள் என்னவாக இருக்கும் என்பது போல் ஒரு பட்டியலை இப்போதைக்கு அளிக்க முடியும். பார்க்கலாம்.

★

1970ல் கலைஞர் திமுகவின் ஐம்பெரும் கொள்கை முழக்கங்களைத் தந்தார். அது ஒரு பிரமாதமான பட்டியல். அதே போல் இன்று தமிழ் நாட்டில் ஒரு கட்சி தொடங்கப் பட்டால் அதன் அடிப்படைக் கொள்கைகள் என்னவாக இருக்க வேண்டும்? மாநிலத்தின் இன்றைய பிரச்சனைகளையும், நம் வரலாற்றையும், எதிர்காலக் கனவுகளையும் கணக்கில் கொண்டு யோசிக்கலாம் எனப்படுகிறது.

1) மேம்பட்ட சமூக நீதி (Enhanced Social Justice): பட்டியலினம் மற்றும் பழங்குடிகளின் கல்வி, வேலை வாய்ப்பு, அரசியல் அதிகாரம் ஆகியவற்றை நடைமுறையில் சமரசமற்று உறுதி செய்தல். அவர்களின் பாதுகாப்புக்கு சட்டரீதியாகவும் சமூகரீதியாகவும் உத்தரவாதம் அளித்தல். அவர்களைக் கௌரவமற்ற, சுகாதாரமற்ற, பாதுகாப்பற்ற பணிகளிலிருந்து முற்றிலும் நீக்கி இயந்திர மயமாக்குதல் (உதா: மலம் அள்ளுதல்). அவர்களுக்கு எதிரான குற்றங்களுக்குத் தனிச் சட்டம் இயற்றுதல் (உதா: ஆணவக்

கொலைகள்). இட ஒதுக்கீடு முதலான விஷயங்களின் பலன்களை ஆராய்தல், தொலைநோக்குத் திட்டங்களை உருவாக்குதல், இலக்குகள் நிர்ணயித்தல், சூழலுக்கேற்ப மாற்றங்கள் கொண்டு வருதல். அவர்களுக்கான சமூக ஏற்பும், சமத்துவமும், மரியாதையும் கிட்ட வழிவகை செய்தல். சாதிகளிடையே நல்லிணக்கமும், சிநேகமும், கலப்பும் தீவிரமாக உண்டாக ஊக்குவித்தல், திட்டங்கள் செயல்படுத்தல்.

2) நேர்மையான மண் *(Land of Honesty)*: அமைச்சரவை, அரசாங்க ஊழியர்கள், மக்கள் பிரதிநிதிகள், மக்கள் என்ற இந்த ஐந்து தரப்பும் நேர்மையாகச் செயல்பட வழிவகை செய்தல். அதற்கு ஊழல், லஞ்சம், வாக்குக்குப் பணம் என்ற மூன்று விஷயங்களை முழுமையாக ஒழிக்க வேண்டும். சிபாரிசு, வாரிசு போன்றவை மூலம் உரியோருக்கு வாய்ப்பு வருவதைத் தடுப்பதை ஒழித்தல். நேர்மையாக இருத்தலே உயர்ந்தது என்ற நிலைப்பாட்டையும் எவையெல்லாம் நேர்மை இல்லை என்ற புரிதலையும் மக்கள் மத்தியில் உண்டாக்குதல். ஊடகங்களின் நேர்மையையும் இதன் பகுதியாக உறுதி செய்தல்.

3) நிர்வாகச் செம்மையாக்கம் *(Administrative Excellence)*: மாநில நிர்வாகத்தில் கார்பரேட் முறையைக் கொண்டு வருதல். சாதனைகளை அங்கீகரித்தல், குறைகளைத் தண்டித்தல் வழியாக அரசு ஊழியர்கள், ஆசிரியர்களின் திறனின்மை, பொறுப்பின்மை ஆகியவற்றை ஒழித்தல். அரசுத் திட்டங்களின் தரம், துரிதம் இரண்டையும் மேம்படுத்துதல். நிர்வாகக் கோளாறுகளை, போதாமைகளை உரியோர் பார்வைக்கு உடனடியாகக் கொண்டு செல்ல வழிவகை செய்தல். இயற்கைச் சீற்றங்களை திறம்படக் கையாளுதல். பிரச்சனைகள் வந்த பின் பதற்றத்துடன் அணுகித் தீர்க்காமல், வரப் போவதைக் முன்கூட்டியே கணித்துச் செயலாற்றுதல். செயற்கை நுண்ணறிவை *(Artificial Intelligence)* அதற்கு நிர்வாகத்தின் அனைத்து மட்டங்களிலும் பயன்படுத்துதல்.

4) நிம்மதியான பிரதேசம் *(Peaceful Place)*: காவல் துறை, நீதித் துறை இரண்டிலும் அடிப்படை மாற்றங்களைக் கொண்டு வருவதன் மூலம் அவர்கள் நேர்மை தவறிச் செயல்படுவதைத் தடுத்தல். அதிகார துஷ்பிரயோகம், கடமை தவறுதல் ஆகியவற்றைச் செய்ய முடியாத கண்காணிப்பை, கட்டுக்கோப்பை உருவாக்குதல்.

இதன் வழி மாநிலத்தை மக்கள் அமைதியாகவும் நிம்மதியாகவும் வாழத்தக்க இடமாக மாற்றுதல். மக்களின், நிறுவனங்களின் பாதுகாப்பையும் சுதந்திர செயல்பாட்டையும் உறுதி செய்தல்.

5) புதிய மாநில சுயாட்சி (New Fedaralism): மத்திய அரசின் அதிகாரக் குவிப்பு முனைப்பை உடைத்து இன்றைய தேவைக்கேற்ப ரிச்சர்ட் நிக்சன் பாணியில் மாநில உரிமைகள் புதுப்பிக்கப்பட மார்க்கம் காணுதல். உயர்கல்வியை மாநிலப் பட்டியலுக்கு மாற்றுவது முதலான மாற்றங்களை உள்ளடக்கியது இது. மாநில அரசுகளின் கூட்டமைப்பு ஒன்று உருவாக்கி அது மத்திய அரசோடு பேச்சுவார்த்தை நடத்த வழிவகை செய்தல். ஆளுநர் என்ற ஒருபக்கச் சார்பான இடைத்தரகுப் பணியை ஒழிக்கப் பரிசீலனை செய்தல். ராணுவம், வெளியுறவுக் கொள்கை தவிர ஒரு தனி நாடாக இயங்குவதற்கு வேண்டிய அத்தனை சுதந்திரமும் உரிமையும் மாநில அரசுக்குக் கிட்ட வேண்டும்.

6) புரட்சிகள் மீள்பார்வை (Revolutions Revisit): பசுமைப் புரட்சி, வெண்மைப் புரட்சி, நீலப் புரட்சி போன்றவை போல் விவசாயம் முதல் தகவல் தொழில்நுட்பம் முதல் ஒவ்வொரு துறையும் துரிதமாக மேம்பட பக்கவிளைவுகள் இல்லாத புதிய திட்டங்களையும், உரிய மாற்றங்களைக் கொண்டு வருதல். எல்லா வகைகளிலும் தன்னிறைவு மிகுந்த மாநிலமாதல். இதன் வழி மாநில வருமானத்தை விரைந்து இரு மடங்கு ஆக்குதல். மக்களுக்கு மது விற்றுத்தான் மாநிலம் வருமானம் ஈட்ட வேண்டும் என்ற நிலையிலிருந்து வெளிவருதல். அரசு தொடர்புடைய விலைகள் எல்லாவற்றையும் ஆய்வு செய்து கூட்டியோ குறைத்தோ மாற்றுதல். மாநிலத்தின் கடன்களை அடைத்து பொருளாதாரச் சுதந்திரம் எய்துதல்.

7) மாநிலத்தை மாதிரியாக்குதல் (Model State): அனைத்துத் துறைகளிலும் மாநிலத்தை தேசிய அளவில் முதன்மை பெறச் செய்தல். அது எளிய மக்கள் முதல் பணம் படைத்தோர் வரை அனைவரையும் உள்ளடக்கிய வளர்ச்சியாக இருப்பதை உறுதி செய்தல். குறைந்தபட்ச தனிநபர் வருமானத்தையும், சராசரி தனிநபர் வருமானத்தையும் முன்னேறிய நாடுகளோடு ஒப்பிடத்தக்க வகையில் உயர்த்தல். பொருளாதாரச் சீர்திருத்தங்கள் வழி விலைவாசியையும் வருமானத்தையும் நேர்விகித மாறுபாட்டில்

வைத்தல். அறிவியல், பொருளாதாரம், கணிதம் முதலிய துறைகளில் நொபேல் பரிசுத் தரத்திலான ஆய்வுகளை முன்னெடுத்தல், சர்வதேசியப் பேடண்ட்களை *(Intellectual Property)* அதிகரித்தல், முனைவர் பட்ட ஆய்வுகளைத் *(Doctoral Researches)* தரம் உயர்த்தல். கல்வி, மருத்துவம், சட்டம் ஒழுங்கு, தொழில் வளர்ச்சி, சமத்துவம் ஆகியவற்றில் மற்ற மாநிலங்களுக்கு முன்மாதிரியாக *(Role Model)* விளங்குமளவு உயர்தல்.

8) நாக்குச் சுதந்திரம் (Freedom of Tongue): எந்த மொழி பேச வேண்டும், என்ன பேச வேண்டும், என்ன உண்ண வேண்டும் இந்த மூன்றிலும் தனிமனிதச் சுதந்திரம் பேணப்பட வேண்டும். இதில் அரசு, அமைப்புகள் என எவையும் எவ்வகைத் திணிப்பும் நெரிப்பும் செய்யக்கூடாது. கருத்துரிமை *(Right to express)*, தேர்வுரிமை *(Right to choose)* இரண்டையும் உறுதி செய்தல் இதன் பிரதான அங்கம். ஒரு விஷயத்தைப் பேசியதற்காகவோ, தின்றதற்காகவோ தண்டிக்கப்படும் நிலை அறவே கூடாது. மது ஒழிப்பை விடவும் அரசு மதுவை விற்பதையும், சகல இடங்களிலும் மதுக்கூடங்கள் வியாபித்திருப்பதையும் ஒழிக்க வேண்டும். மதுப் போதையில் செய்த குற்றங்களுக்குக் குற்றத்துக்குரிய தண்டனையுடன் கூடுதல் தண்டனையும் அதீதமான அபராதமும் விதிக்க வேண்டும்.

9) பிரிவினை கடந்த நல்லிணக்கம் (Harmony in Differences): மதம், இனம், மொழி போன்ற அடையாளப் பிரிவினைகள் யதார்த்தம். அவை பண்பாட்டுக் கூறுகள் என்பதால் பேணவும் செய்யலாம். ஆனால் இவற்றைத் தாண்டிய நல்லிணக்கம் மக்களிடையே உண்டாவது முக்கியமானது. அதற்கு மக்களும் சரி அமைப்புகளும் சரி வெறுப்பரசியல் பேசும் *(Polarisation)*, பிரித்தாளும் சூழ்ச்சி *(Divide & Rule)* செய்யும் ஆட்கள், கட்சிகளிடமிருந்து தள்ளி நிற்க வேண்டும். அவர்களை அதிகாரம் அடைய விடாமல் செய்தல். பிறப்பு சார்ந்த போலிப் பெருமிதங்களுக்கு மதிப்பில்லாமல் செய்தல். மக்களிடையே இது தொடர்பான தொடர்ச்சியான விழிப்புணர்வுகளை உண்டாக்கி ஒற்றுமையாக வாழச் செய்தல். அதை நீர்க்காமல் பேணும்படியான கண்காணிப்பு ஏற்பாடுகளைச் செய்தல்.

10) பெண்களின் மகிழ்ச்சி (Happiness of Women): பெண்கள் மகிழ்ச்சியாக வாழ வழிவகை செய்தல் - அதற்கு அவர்களுக்கு

என்னென்ன தேவையோ அவை கிட்ட ஏற்பாடு செய்தல் - அது கல்வி, வேலை, சுதந்திரம், உரிமை என எதுவாகவும் இருக்கலாம். பெண்கள் எல்லோருமே சிறிய அளவிலான வேலைக்கேனும் போக வழி காணுதல் - உரிமைத்தொகையைவிட, தாலிக்குப் பொன் என்பதை விட அது மேலானது. எல்லோருக்கும் ஒரே பணம் என்பதாக இல்லாமல் தேவைக்கும், தகுதிக்கும் ஏற்ப சம்பாதித்துக் கொள்ளலாம். எல்லா மதங்களிலும் திருமணத்திலும் விவாகரத்திலும் பெண் விருப்பத்துக்கு மதிப்பளிக்க மேலும் கூரான சட்டங்களை உண்டாக்குதல். பாலியல் குற்றங்களில் பாதிப்புற்ற பெண்கள் தைரியமாக வெளியே வந்து சொல்லவும், பிறகு இயல்பான வாழ்க்கை மேற்கொள்ளவுமான சமூகக் கட்டமைப்பை உண்டாக்குதல்.

11) சுற்றுச்சூழல் பொறுப்புணர்வு (Environmental Conscious): இன்று நிலம், நீர், காற்று மூன்றிலும் அசுத்தம் கூடிக் கொண்டே இருக்கிறது. தனி மனிதர்களும், நிறுவனங்களும், அரசும் இதில் பொறுப்பேற்று பூமியை மனிதர்கள் வாழுமிடமாகவே தக்க வைத்தல் மிக அத்தியாவசியமானது. அதற்குரிய சட்டங்கள், திட்டங்கள், படிப்பினைகள் வழி எல்லா மட்டங்களிலும் சகல தரப்பிலும் புரிதல்களை, மாற்றங்களைக் கொண்டு வருதல். குறைவாக இருக்க வேண்டிய சுற்றுச்சூழல் தொடர்பான மாநிலத்தின் எண்கள் அத்தனையையும் சில ஆண்டுகளில் பாதியாக்க உறுதி கொள்தல்.

12) அறிவு மற்றும் கலை எழுச்சி (Rise of Thoughts & Arts): எழுத்து, கூத்து, ஓவியம், சிற்பம், பாரம்பரிய இசை, நடனம், கட்டிடக் கலை உள்ளிட்ட குறைப் பிரபலக் கலைகளையும், வரலாற்றையும் தத்துவத்தையும் மாநிலத்தில் மிக மதிப்புக்குரியதாக உயர்த்துதல். தரமான வாசிப்பை, ரசனையைப் பள்ளிப் பருவத்திலிருந்தே ஊக்குவிப்பதன் வழி மாநில மக்களை அறிவார்ந்த மனிதர்களாக உயர்த்துதல். கல்வி முறை மற்றும் கல்விக் கொள்கைகளைப் புதுப்பிப்பதன் மூலம் கல்வியில் மறுமலர்ச்சி உண்டாக்குதல். அறிவியல் விழிப்புணர்வை உண்டாக்குதல், தர்க்கரீதியாகச் சிந்தித்தலை ஊக்குவித்தல், மூட நம்பிக்கை ஒழிப்பு. சிறுவயதிலிருந்தே தன்னம்பிக்கை மிக்க, தகுதி வாய்ந்த, அறம் மிக்க, பொறுப்பான பிரஜைகளை இம்மண்ணில் உண்டாக்குதல்.

இவற்றைப் பட்டியலிடத் தூண்டிய பேராசிரியர் அ.ராமசாமிக்கு நன்றி. சில மணி நேரச் சிந்தையில் நான் வந்தடைந்த விஷயங்கள் இவை. எனவே விடுபாடுகள் இருக்கலாம். ஆனால் பிரதானமானவை இவை எனக் கொள்ளலாம். மற்றபடி, இதற்கு நீட்டிப்போ, துணைப் பட்டியலோ சாத்தியமுண்டுதான். இவற்றை விஜய் / தவெக என்றில்லை. தமிழ் நாடு சிறக்க விரும்பும் மனிதர்கள் எவரும், அமைப்புகள் எதுவும் கை கொள்ளலாம். பார்க்கலாம் - இவை என்றேனும் இந்த மாநிலத்தில் சாசனமேறுகிறதா என!)

(அக்டோபர் 26, 2024)

★★★

23. GOAT–ன் மாநாடு

உத்தேசமாகப் பத்து லட்சம் என்கிறார்கள் - அக்டோபர் 27 அன்று விக்கிரவாண்டியில் நடந்த தமிழக வெற்றிக் கழகத்தின் முதல் மாநில மாநாட்டிற்கு வந்தோர் எண்ணிக்கை.

கடந்த ஒரு மாதமாகவே மாநாடு குறித்த அறிவிப்புகளை விஜய் மூன்று அறிக்கைகளின் வழி வெளியிட்டிருந்தார். மூன்றிலும் மாநாடு நடந்த இடமான வி.சாலையை வெவ்வேறு விதமாகக் குறிப்பிட்டிருந்தார்: வெற்றிச் சாலை, விவேக சாலை, வியூகச் சாலை. மாநாடு விவேகத்துடன் திட்டமிடப்பட்டு, நல்ல வியூகம் வகுக்கப்பட்டு வெற்றிகரமாக நடந்தது.

இம்மாநாடு தவெக என்ற அரசியல் கட்சியின் திசைகளை, யுக்திகளை வெகுமக்களுக்கு எளிதாக விளங்குமளவு தெளிவாகவும் அளவாகவும் அடிக்கோடிட்டுக் காட்டியிருக்கிறது.

1949ல் ராபின்சன் பூங்காவில் மழை கொட்ட அண்ணா திமுகவைத் தொடங்கிப் பேசிய போது நனைந்தபடி கேட்ட கொள்கைக் கூட்டமல்ல இன்றிருப்பது. 75 ஆண்டுகளில் மக்கள் நிறைய மாறி விட்டார்கள். கட்சி மாநாடுகளும் அதற்கேற்ப மாற வேண்டும். ரிமோட்டில் கொடியேற்றுவது, கட்சி, கொடி, கொள்கை விளக்கங்களை வீடியோவாக வெளியிடுவது என மாறியிருக்கிறார்கள். ஆனால் கட்-அவுட்களைக் கை விடவில்லை.

மாநாட்டில் விஜய் தன் அரசியல் கன்னியுரையை ஆற்றினார். தமிழகத்தின் அரசியல் மேடைப் பேச்சு முறையைத் தலைகீழாக்கம் செய்து உடல்மொழியை நாடகீயமாகவும் சொற்தேர்வை இயல்பாகவும் அமைத்துக் கொண்டார். ஒரு புறம் திரைப் படப்பிடிப்பில் நுழைந்த நடிகனைப் போலவும், மறுபக்கம் “ஸாரி ப்ரோ” போன்ற சொற்கள் உச்சரித்து புத்தாயிரத் தலைமுறையினன்

போலவும் நடந்து கொண்டார். தவிர, தமிழ் மட்டுமே பேசுவேன் என்ற பிடிவாதமின்றி கொள்கை தொடர்பான சில முக்கிய விஷயங்களுக்கு இணையான ஆங்கிலச் சொற்றொடர்களையும் பகிர்ந்தார். இந்தப் பாணி முதல் முறை வாக்காளர்களான மயப்படாத இளைஞர்களை எளிதில் ஈர்க்கக்கூடும். அவர்கள்தாம் அவர் குறிவைக்கும் பிரதான ஓட்டு வங்கி என்பதை இதிலிருந்து புரிந்து கொள்ளலாம்.

ஒரு புதிய கட்சியை முன்னெடுக்க அதன் எதிரி யாரென அறிமுகம் செய்ய வேண்டியது அவசியம். அண்ணா திமுகவைத் தொடங்கிய போது கொள்கைரீதியாக பார்ப்பனரை எதிரியாக வரித்தார், அவர்களால் பாதிக்கப்பட்டோர் அவர் பின்னால் அணிவகுத்தனர். எம்ஜிஆர் அதிமுக ஆரம்பித்த போது அரசியல்ரீதியாக திமுக எதிரி என்றார். அக்கட்சி மீது அதிருப்தியில் இருந்தோர் இக்கட்சியை ஆதரித்தனர். ஆச்சரியகரமாக மாநாட்டில் விஜய் இந்த இரண்டு வகையான எதிரிகளையும் அறிவித்தார். கட்சி அல்லது ஆட்களை நேரடியாகப் பெயர் குறிப்பிடவில்லையே தவிர, மதவாதம் (பாஜக) தன் கொள்கை எதிரி என்றும் ஊழல் (திமுக) தனக்கு அரசியல் எதிரி என்றும் தெளிவாகவே பிரகடனப்படுத்தி விட்டார். கமலின் முதல் மாநாட்டை விட விஜய் சில அடி மேலேறி நிற்பது இங்கேதான்.

அதிலும் திமுகவை ஒரு படி அதிகமாகவே இறங்கி அடித்து விட்டார். ஊழல் செய்யும் கரப்ஷன் கபடதாரிகள், பெரியார், அண்ணா பெயர் சொல்லி தமிழகத்தைச் சுரண்டிக் கொள்ளையடிக்கும் குடும்பச் சுயநலக் கூட்டம், திராவிட மாடல் எனச் சொல்லி ஏமாற்றி அரசியல் செய்பவர்கள், சிறுபான்மை *Vs* பெரும்பான்மை எனப் பயமுறுத்தி சீன் போட்டு ஓட்டு வாங்குபவர்கள், எதிர்ப்பவர்களை பி டீம், காவிச் சாயம் எனப் பொய்ப் பிரச்சாரம் செய்பவர்கள், சோஷியல் மீடியாவில் ட்ரோல் செய்பவர்கள் என்றெல்லாம் நேரடியாகத் தாக்குகிறார். எல்லாவற்றுக்கும் மேல் "அவுங்க ஃபாஸிசம்னா நீங்க என்ன பாயாசமா?" என அடிமடியிலேயே கை வைக்கிறார். தமிழக அரசியல் களத்தில் நெடுங்காலத்துக்கு விஜய்யின் இந்தப் பஞ்ச் வசனம் திமுகவுக்கு எதிராகப் புழக்கத்தில் இருக்கப் போகிறது.

பாஜக பற்றி பிளவுவாதிகள், சமத்துவத்தை மறுப்பவர்கள் என்று

சொன்னார். அனிதா மரணத்தை முன்னிட்டு நீட் தேர்வை விமர்சித்தார். அதைத் தாண்டி பெரிதாக பாஜகவை ஏதும் விமர்சிக்கவில்லை. இப்போதைக்குத் தனது இலக்கு தமிழக அரசியலே என்பதில் தெளிவாக இருக்கிறார் விஜய். சரி, கட்சியின் பெயரே தமிழக வெற்றிக் கழகம்தானே!

தமிழகத்தில் பெரிய அளவில் வெல்லாத பாஜக குறித்து கூட மாநாட்டில் பேசி விட்டார், ஆனால் அதிமுக குறித்து விமர்சிக்கவே இல்லை என்ற அடிப்படையில் அதிமுகவுடன் அவர் கூட்டணி போக வாய்ப்பிருக்கிறது என்கிறார்கள். அதிமுக பொருட்படுத்திப் பேச வேண்டிய உயரத்தில் இன்று இல்லை என்பதாகவே இதைப் புரிந்து கொள்ள வேண்டும். விஜய்யின் பிரதான அடையாளமே திமுக, அதிமுக இரண்டுக்கும் மாற்று என்பதுதான். கடந்த கால் நூற்றாண்டாக அப்படி ஒரு மாற்றுக்குக் காத்திருக்கும் 15% வாக்குகளைக் (முன்பு மதிமுக, தேமுதிக, நாதக, மநகூவை ஆதரித்தவர்கள்) குறி வைத்தே அரசியல் களம் காண்கிறார் விஜய். ஆக, அவர் அதிமுகவுடன் கூட்டணி வைக்க வாய்ப்பில்லை.

"பிறப்பொக்கும் எல்லா உயிர்க்கும்" என்பதையே அடிநாதமாகச் சொல்லி மதச் சார்பற்ற சமூக நீதியே தன் கொள்கை என்கிறார். அவர் சொல்லும் சமத்துவம், சமூக நீதி, சமய நல்லிணக்கம், பெண்கள் முன்னேற்றம், பகுத்தறிவுச் சிந்தனை, மாநிலத் தன்னாட்சி, இருமொழிக் கொள்கை என யாவும் திராவிடச் சித்தாந்தங்களே! திமுக, அதிமுக என்ற இரு கட்சிகளும் ஏற்றுக் கொண்டவையே. பிறகு எதற்கு ஒரு புதிய கட்சி எனக் கேள்வி எழலாம். இக்கொள்கைகள் யாவும் ஏட்டளவில் இருக்கின்றனவே ஒழிய நடைமுறையில் அமலில் இல்லை என்று மறைமுகமாகக் குற்றம் சாட்டுவதாகக் கொள்ளலாம். இயற்கை வளப் பாதுகாப்பு, போதை ஒழிப்பு ஆகியவற்றை க் கட்சியின் கொள்கைப் பட்டியலில் வைத்திருப்பது விஜய் அசல் பிரச்சனைகளை உணர்ந்திருக்கிறார் எனக் காட்டுகிறது.

எல்லோருக்கும் எல்லாம் கிடைப்பதே இலக்கு என்கிறார். அதாவது அனைவருக்கும் வாழ வீடு, உண்ணச் சோறு, சம்பாதிக்க வேலையை உறுதி செய்வது. மீன் பிடிக்கவும் கற்றுக் கொடுப்போம், முடியாதோருக்கு மீன் பிடித்துக் கொடுப்போம் என்கிறார். மக்களுக்கு வழங்கப்படும் இலவசங்களைத் தொடரும் தொனி

அதில் இருக்கிறது. (சர்கார் படத்தில் சொன்ன இலவசங்கள் எதிர்ப்பு என்பது இயக்குநரின் குரல் எனப் புரிந்து கொள்ளலாம்.)

சாதிவாரிக் கணக்கெடுப்பே இட ஒதுக்கீட்டைச் சீர் செய்யும் என்று விஜய் நம்புகிறார். பெரியார், அம்பேத்கர், காமராஜர், வேலு நாச்சியார், அஞ்சலை அம்மாள் ஆகியோரைத் தன் வழிகாட்டிகள் என்கிறார். இதிலும் மறைமுகமாக சாதிரீதிப் பிரதிநிதித்துவத்தை அடிக்கோடிடுகிறார் - தெலுங்கர்கள், தலித்கள், நாடார்கள், தேவர்கள், வன்னியர்கள் எனத் தமிழகத்தில் பெருவாரியாக இருக்கும் சாதிகளின் வாக்குகளை உத்தேசித்தது (கவுண்டர்கள் மட்டும் ஏனோ இதில் விடுபட்டிருக்கிறார்கள்). தமிழகத்தில் சாதியத்தைக் கூர் தீட்டும் விஷயங்களில் முக்கியமான ஒன்று சாதி அடிப்படையில் வேட்பாளர்களை நிறுத்துவது. தனித் தொகுதி தவிர வேறெங்கும் தலித்கள் நிற்க முடியாது என்ற நிலை இருக்கிறது. விஜய் அதை ஆதரிக்கும் வகையில் இறங்கியிருப்பது ஏமாற்றமளிக்கிறது.

பெண்களுக்குத் தன் கட்சியில் முக்கியத்துவம் இருக்கும் என்கிறார். வழிகாட்டிகளில் இருவர் பெண்கள் என்ற வகையில் அதை அடையாளப்படுத்துகிறார். அவருக்கு விழப் போகும் பெரும்பாலான வாக்குகள் பெண்களுடையவை என்பதை உணர்ந்திருக்கிறார்.

மற்ற வழிகாட்டிகளை முழுமையாக ஏற்கும் விஜய், பெரியாருக்கு மட்டும் இறை மறுப்பு தவிர என்ற நிபந்தனை போடுகிறார். பெரியார் பேசியது வறட்டு நாத்திகவாதம் அல்ல; மதவாத, சாதிய எதிர்ப்புக்கு அஸ்திவாரமாகவே கடவுள் மறுப்பைக் கை கொண்டவர். எனவே அதைத் தவிர்த்த சமூக நீதி என்பது அசட்டு நிலைப்பாடு. வாக்கு அரசியலுக்காக அண்ணா அதை முன்வைத்தது போலவே விஜய்யும் செய்கிறார். ஆனால் அண்ணா ஏற்ற ஒற்றைத் தேவனைக் கலைஞர் ஏற்கவில்லை என்பதையும் அண்ணாவை விடவும் அதிக சமூக நீதித் திட்டங்களை கலைஞரே முன்னெடுத்தார் என்பதையும் கவனிக்கலாம்.

திராவிடத்தையும் தமிழ்த்தேசியத்தையும் பிரித்துப் பார்க்கவில்லை, இம்மண்ணின் இரு கண்கள் இரண்டும் என்கிறார். அடையாள அரசியலுக்குள் சிக்காமல் தப்பிக்கும் உத்தி என்றாலும் இது நாதகவுக்கான மறைமுக அழைப்பும்தான். அவர்கள் கூட்டணி

காண வாய்ப்புண்டு. திமுக, அதிமுகவுக்கு மாற்று என இருவரும் குறி வைப்பது ஒரே வாக்கு வங்கி என்றாலும் இருவரும் இணைவது அதைச் சிந்தாமல் சிதறாமல் ஒரே தரப்புக்கு விழச் செய்யும். 2026 தேர்தலில் மட்டுமாவது அதைச் செய்வதே புத்திசாலித்தனமானது.

மாநாட்டில் வீசிய அரசியல் வெடிகுண்டு ஆட்சியதிகாரத்தில் பங்கு என்ற அறிவிப்பு. இந்தியாவின் மற்ற மாநிலங்கள் போலல்லாது கடந்த 70 ஆண்டுகளாகக் கூட்டணி ஆட்சியே இல்லா மண் தமிழ்நாடு. திமுக, அதிமுக இரண்டும் இதில் ஒற்றுமையாகக் கவனம் காட்டின. 2006ல் கூட்டணி பலத்தோடுதான் திமுக பெரும்பான்மை பெற்றது எனினும் காங்கிரஸ், பாமகவுக்கு அமைச்சரவையில் இடம் அளிக்கவில்லை. எனவே, விஜய்யின் இந்த அறிவிப்பை விசிக, கம்யூனிஸ்ட்கள், தேமுதிக எல்லோருக்குமான தூண்டில் என்றே பார்க்க வேண்டும். உண்மையிலேயே 2026 தேர்தல் கூட்டணியில் மாற்றம் உண்டாக்கப் போகும் மாஸ்டர் ஸ்ட்ரோக் அரசியல் உத்தி அதிகாரப் பகிர்வு!

திருமாவளவன் "பண்டிகைச் சலுகை" என இதைக் கடுமையாக விமர்சித்திருந்தாலும், அது கூட்டணி அழுத்தத்தால் நிகழ்ந்திருக்கும் என ஊகிக்க இடமுண்டு. இதனால் அவர் விஜய்யுடன் கூட்டணி அமைக்கவே வாய்ப்பில்லை என்று அறுதியிட்டுக் கூற இயலாது.

விஜய் பிறப்பால் கிறிஸ்துவர் என்பதால் தான் மதச்சார்பற்றவன் எனப் பெரும்பான்மை மதத்தவரிடம் சொல்லிக் கொள்ளும் அழுத்தம் உண்டு. எனவே அரசியல் சாசனத்தோடு கீதையும் குரானும் பைபிளும் மேடையில் விஜய்க்கு வழங்கப்பட்டன. இதில் திருக்குறள் இல்லை என்பதும் ('பிறப்பொக்கும்' வரி குறளே), முக்கியக் கொள்கை சமத்துவத்துக்கு எதிரான வர்ணாசிரமத் தருமத்தை முன்வைக்கும் கீதை வழங்கப்பட்டதும் நெருடல்கள்.

'கூத்தாடி' எனக் கேலி செய்யப்படுவதை ஒட்டி அது கேவலமானதல்ல, மக்கள் மனதுக்கு நெருக்கமான கலை என எம்ஜிஆர், என்டிஆரை முன்வைத்துப் பேசினார். தன் ஆரம்ப காலத் தோற்றம் தொடர்பான கிண்டல்களையும் குறிப்பிட்டார். உரையில் அவர் அதிகம் உணர்ச்சிவசப்பட்ட இடம் அதுவே. தான் திரையுலகில் இன்று உச்சத்தில் இருப்பதையும் பெரிய ஊதியத்தை உதறி விட்டு வருவதையும் சுட்டி அது மக்களை நம்பி என்றார். அது உண்மையாகவே அரிய செயல். சொல்லிக்

கொள்ளத்தக்க பெருமைக்குரிய விஷயம்.

பல ஊடக மற்றும் சமூக ஊடகச் செய்திகளின்படி விளம்பரம், கூட்டம், நற்பணி என்று மக்களுடன் புழங்கும் நேரடிக் களத்தில் விஜய் ரசிகர்கள் ஏற்கெனவே செயல்துடியாக இருப்பது தெரிகிறது. மாநாட்டிற்குக் கூடிய கூட்டமும், அது பற்றிய பரவலான பாஸிடிவ் கருத்துகளும் அவர்களை மேலும் உற்சாகமூட்டி முனைப்புடன் செயல்பட வைக்கும்.

'விசிலடிச்சான் குஞ்சுகள்' என்று விமர்சிப்பது போல் நடந்து கொள்ளக் கூடாது என்று கட்சியினருக்கு அறிவுறுத்தினார் - ரசிகர்கள் என்பதிலிருந்து தொண்டர்களாக மாறும் முதிர்ச்சியை வலியுறுத்தும் நோக்கில். இன்னொரு இடத்தில் "நண்பா, நண்பிஸ்" என்று சொல்லி விட்டு "தோழா, தோழிஸ்" என மாற்றினார். மாநாட்டிலும் நடந்த சில சில்லறை விபத்துகள், பிரச்சனைகளை வைத்துப் பார்க்கையில் இந்த உருமாற்றம் சவாலானதே!

விஜய் முன் இருக்கும் அடுத்த சவால்கள் கட்சியின் இரண்டாம் கட்டத் தலைவர்களை அடையாளம் காண்பதும் 2026 தேர்தலுக்கு வலுவான கூட்டணி அமைப்பதுமே. அதைச் செய்தால் ரசிகர்கள், அதிருப்தியாளர்கள், புதியன விரும்புவோர் எனக் கலந்து கட்டி 25% வாக்குகளை அள்ள முடியும்; முதல்வர் லட்சியம், எதிர்க்கட்சித் தலைவர் நிச்சயம் என்ற நிலையை எட்ட முடியும். அவ்வெற்றியே தமிழகத்தில் ஓர் அரசியல் திருப்புமுனைதான்.

அது நோக்கிய GOAT விஜய்யின் முதல் அடியான விக்கிரவாண்டி மாநாடு தவெக கட்சிக் கொடியில் பாயத் தயாராக நிற்கும் போர் யானை போல களிற்றடியாக அமைந்துள்ளது!

(குமுதம் 13.11.2024 இதழில் கவர் ஸ்டோரியாக வெளியானது)

★★★

24. மாநாட்டின் எதிரொலி

முதல் மாநாட்டு உரையில் உரை தொடங்குகையில் குழந்தைக்குத் தாய்ப் பாசமும் தெரியாது பாம்பு பற்றிய பயமும் இராது. அதே போல்தான் புதியவனான தான் அரசியலில் இறங்கி இருப்பதாகச் சொன்னார். ஒரு முடிவோடு வந்திருக்கிறேன், *no looking back* என்றார் மற்றொரு இடத்தில். கட்சிப் பெயர், கொடி வடிவமைப்பு, தம் வழிகாட்டிகள் பற்றி விரிவாக விளக்கி விஜய் வாய்ஸ் ஓவரில் ஒளிபரப்பப்பட்ட வீடியோவும் நல்ல முயற்சி. வைக்கப்பட்ட கேள்விகளுக்கும் கேலிகளுக்கும் பதில் அதில் உண்டு. ஒட்டுமொத்தப் பேச்சில் பல சின்ன விஷயங்கள் முன்னுக்குப் பின் முரணாக இருந்தன. சில வெற்றுக் கூவல்களாக இருந்தன. ஒரு கன்னிப் பேச்சில் அவற்றை எல்லாம் ஒரு தடுமாற்றமாக அல்லது உணர்ச்சிவசமாகக் கருதி மன்னிக்கலாம்.

அண்ணன் யாரு, தளபதி!

(அக்டோபர் 27, 2024)

★

முதல் நாள் டிக்கெட் ஆயிரம் ரூபாய்க்கு விற்கும் விஜய் எல்லாம் ஊழலைப் பற்றிப் பேசலாமா எனக் குற்றம் கண்டறிந்த ஷெர்லாக் ஹோம்ஸ் பெருமிதத்தோடு குதிக்கிறார்கள் உடன்பிறப்பு நண்பர்கள். தொண்டை கனைத்துக் கேட்கிறேன்:

1) தெரிந்துதான் பேசுகிறீர்களா? இது இருபுறமும் கூரான கத்தி. ரெட் ஜெயின்ட், சன் பிக்சரின் பெரிய படங்களுக்கு முதல் நாள் காட்சிக்கு என்ன விலை வைக்கிறார்கள்?

2) டிக்கெட் விலை அதிகம் வைப்பது தவறுதான். ஆனால் அதை அரசு கண்டிப்புடன் முறைப்படுத்தி, கண்காணித்துத் தடுக்க வேண்டும். விஜய் படம் மட்டுமின்றி ரெட் ஜெயிண்ட், சன் பிக்சர்ஸ் உள்ளிட்ட எல்லாப் படங்களையும். ஆனால் அவர்கள் செய்வதில்லை. இதுவும் சேம் சைட் கோலாகி விடுகிறது.

3) இன்னொரு கோணம்: அதிக விலை வைத்து அதை வாங்கியே ஆக வேண்டும் என எவரையும் வற்புறுத்தவில்லை. மக்கள்தான் ஆர்வத்தில் போய் விழுகிறார்கள். அதை ஊழல் எனச் சொல்வதற்கில்லை. சட்டப்பூர்வக் கொள்ளை என்றுதான் கொள்ளலாம்.

4) டிக்கெட் காசு விஜய்யின் பைக்குப் போவதில்லை - அவர் தயாரிப்பாளராக இருந்தால் கூட. அதனால் அவரை நேரடியாகக் குற்றம் சொல்ல முடியாது. ஆனால் இதன் கறை அவரது கையிலும் இருக்கிறது, அவருக்குத் தெரிந்தே, அவர் விருப்போடுதான் நடக்கிறது என்பதால் நிச்சயம் அவர் இதில் பொறுப்பாளிதான்.

5) விஜய் புனிதமானவர் என நான் நம்பவில்லை. வருமான வரி ஏய்ப்பு, இறக்குமதி வரி ஏய்ப்பு எனச் சிலவற்றை அவர் செய்திருக்க வாய்ப்புண்டு. அவற்றை ஆதாரப்பூர்வமாக நிறுவி இதை எல்லாம் செய்தவர் ஊழலை எதிர்க்கலாமா எனக் கேட்பதே சரியான பதிலடி. இந்த சினிமா டிக்கெட் விற்பனை என்பது சொத்தை பாயிண்ட்.

(அக்டோபர் 28, 2024)

★

அமைப்பாய்த் திரள்வோம் *Vs* கூட்டணிக்கு உருள்வோம்.

திருமாவளவன் “பண்டிகை காலத் தள்ளுபடி போல் ஆட்சியதிகாரத்தில் பங்கு என விஜய் சொல்கிறார்” என்பதாக விமர்சித்திருக்கிறார். உண்மையிலேயே மனதை வருத்தும் சொற்கள். விசிக சேராதது கூடப் பிரச்சனை இல்லை. ஆனால் அந்த அழைப்பை இவ்வளவு கீழ்மையாகப் பேசி யாருக்கோ தன் விசுவாசத்தை நிரூபித்தாக வேண்டுமா?

அவர் 90களிலிருந்து அரசியல் களத்தில் இருக்கிறார். எவர் அதிகாரத்தில் பங்கு எனப் பேசியிருக்கிறார்கள்? சரி, இன்று திமுக

ஆட்சியில் பங்கு தராததை அவர் என்னவாகப் பார்க்கிறார்? ஆறு எம்எல்ஏ சீட் தாண்டி ஒன்றும் கிடையாது என்று சொன்னதை எப்படி எடுக்கிறார்? பண்டிகையில் ஒருவரை வீட்டுக்கு வெளியே நிற்க வைப்பது போலவா?

பாஜக உள்ளே வந்து விடும் எனக் கூறி பூச்சாண்டி காட்டி நமது வாக்குகளைத்தான் வாங்குகிறார்கள் என்று பார்த்தால் திருமாவளவனுக்கே அதுதான் நிலைமை போல!

இப்படியே போய்க் கொண்டிருந்தால் கட்சியை எப்படி வளர்ப்பது? திமுகவுடன் இருந்து பரஸ்பரம் லாபம் பார்த்தாயிற்று. இனி தன் கட்சியின் பலத்தை நிரூபிக்க வேண்டும் என்ற முனைப்புடன் அதற்கு வழி பார்க்க வேண்டாமா? அல்லது இதுதான் விசிகவின் உச்ச கட்டம் என நினைக்கிறாரா? நாம்தான் அதீதமாகக் கற்பனை செய்கிறோமா?

முன்பு ஒரு முறை ஒரு நேர்காணலில் ஒரு போதும் தமிழ்ச் சமூகம் தன்னை முதல்வர் வேட்பாளராக ஏற்காது எனக் குரலுடைந்து சொன்னார். தன் உயரம் வெளிப்படுத்த வாய்ப்பு வந்தும் அதை மறுதலித்து இப்படி இருந்தால் நிச்சயம் ஏற்க மாட்டார்கள்தான்.

விஜய்யை இப்படி அவமதித்ததற்கு உடன்பிறப்புகள் அவரைக் கொண்டாடுவதைப் பார்த்தால் திருமாவளவன் தன் வாழ்நாளில் செய்த ஆகப் பெரிய சமூகப் பங்களிப்பு இந்த அறிக்கைப் போர்தான் எனத் தோன்றுகிறது. இப்பேரன்பு மழையில் நனைவதை விட அதிகாரப் பகிர்வெல்லாம் பெரிய விஷயமே இல்லை. *Wise decision. Way to go!*

(அக்டோபர் 28, 2024)

★

விஜய் கட்சி தெளிவான கொள்கை வரையறையோடு வந்திருப்பது நல்ல விஷயம். இச்சூழலில் கொள்கை கொண்ட கட்சிகள் என்ன கிழித்தன என்ற பேச்சுகள் அவரை விரும்பாத் தரப்புகளிலிருந்து எழுந்து கொண்டிருக்கின்றன. அது பற்றிய சிந்தனைகள்:

1) மக்கள் நலன் என்பது கொள்கை அல்ல. அது ஓர் ஆசை மட்டுமே. அதை ஒரு கட்சி தன் கொள்கை என்று சொன்னால் மற்ற கட்சிகள் "நீ வாழவந்தான்னா நாங்க மட்டும் என்ன சாகவா

வந்தோம்” என்றே கோபமாகக் கேட்பார்கள்.

2) தேச சுதந்திரம் என்பது ஆசை என்றால் அஹிம்சை என்பது அதற்கான கொள்கை. போர் என்பது இன்னொரு கொள்கை. காந்தியின் வழி முதலாவது. போஸின் வழி இரண்டாவது. எல்லோருக்கும் சுதந்திரம் என்பது ஆசைதான். ஆனால் யாரோடு நிற்கிறோம் என்பதற்கு அந்த ஆசை நோக்கிய பயணத்தில் ஓர் அமைப்பின் வழிமுறை / கொள்கை என்ன என்று அறிவது முக்கியம். எனவே கொள்கை முக்கியமில்லை எனக் கருதிய எம்ஜிஆர், கமல் போன்றோர் அறியாமையில் இருந்தார்கள் அல்லது மக்களின் அறியாமையை நம்பி இருந்தார்கள்.

3) கொள்கை இல்லை என்றால் அடுத்து வருபவன் எதைத் தன் வழிகாட்டியாகக் கொள்வான்? அது ஒரு தவறான setting. ஆளாளுக்கு அளவுகோள், பார்வை மாறுபடும். கட்சி அப்படி அலைக்கழிய முடியாது. இன்று கார்ப்பரேட்டில் ஒரு சிறிய டீம் அமைக்கக்கூட ஆழமான சிந்தனைகளின் உள்ளீட்டுடன் கவனமாக *tenets* எழுதப்படுகின்றன. *Guiding principles* அமைப்புக்கு மிக மிக முக்கியம்.

4) நல்லது, கெட்டது என்ற புரிதல் ஆளாளுக்கு மாறுபடும். கொள்கை அடிப்படை திசையைக் காட்டி விடும். கொள்கை இன்மை தனிமனித சர்வாதகாரத்தையே உண்டாக்கும். கட்சியினர் தலைமையைக் கேள்வி கேட்க முடியாது. அதிமுகவுக்குக் கொள்கை இல்லாததால்தான் ஜெயலலிதா என்ற சர்வாதிகாரி உருவானார். கட்சியினர் எல்லோரையும் அடிமையாக வைத்திருந்தார். அதனால்தான் அங்கே தலைவர்களே உருவாகாமல் போனார்கள்.

5) திமுகவும் இந்த விஷயத்தில் கொஞ்சமும் சளைத்ததல்ல. அவர்கள் கொள்கையை வைத்துக் கொண்டே இதே நிலை நோக்கிப் போய்க் கொண்டிருக்கிறார்கள். கொள்கை பெயரளவில் இருப்பதும் கொள்கை இல்லாததற்குச் சமமே. எனவே கொள்கை இருப்பதும் முக்கியம் அதைச் செயல்பாட்டில் வைத்திருப்பதும் சமமாக முக்கியம்.

6) கொள்கை இல்லாத தலைவன் மக்களுக்கு நல்லது செய்வது ஒரு குரங்கிடம் கணிணி கீபோர்ட் கொடுத்தால் அது டைப் செய்து கவிதை எழுத முயற்சி செய்வதைப் போன்றதே. கவிதை

எப்போதேனும் நடந்து விடலாம். ஆனால் அது வழிமுறை அல்ல.

7) கொள்கை கொண்டோர் கொடுங்கோலர்கள் ஆனார்கள் என்பதற்காக கொள்கை என்பதே தவறு என்று பொதுமைப்படுத்துவது சரியல்ல. வீடு பூட்டியிருந்தும் கொள்ளையடித்தார்கள் என்பதற்காக வீட்டைத் திறந்து போடுவதே பாதுகாப்பு என முடிவெடுப்பது அறிவீனம்.

(நவம்பர் 27, 2024)

★★★

25. விஜய்: அடுத்த கட்டம்

விஜய் அம்பேத்கர் நூல் வெளியீட்டு விழாவில் கலந்து கொள்வதை முன்னிட்டு திமுக இரண்டாம் கட்டத்தலைவர்கள் முதல் இணைய அடியாட்கள் வரை பதறுகிறார்கள்.

திமுக ஏன் விஜய் பற்றி இவ்வளவு பயப்படுகிறது என வியப்பாக இருக்கிறது. மோசமான மூவ். உண்மையில் விஜய் மீதான நம்பிக்கை மக்கள் மத்தியில் பெருகவே இதுதான் காரணமாக இருக்கப் போகிறது. குறைந்தது பயத்தை வெளிக்காட்டாமல் இருக்கலாம்.

(டிசம்பர் 3, 2024)

★

விஜய் கலந்து கொண்ட அம்பேத்கர் நூல் வெளியீட்டு விழாவிற்குப் பின் திமுகவின் அழுத்தத்தை முன்னிட்டு திருமா தன் கட்சித் துணைப் பொதுச் செயலாளர் ஆதவ் அர்ஜுனாவை கட்சியிலிருந்து தற்காலிகமாக நீக்கியிருக்கிறார். மேலோட்டச் செய்தி அவர் விஜய்யின் அழைப்பை நிராகரித்து திமுக கூட்டணியில் தொடர விரும்புகிறார்.

திருமாவளவன் கணக்கு விஜய் தரும் எம்எல்ஏ சீட்களில் பாதியையேனும் திமுகவில் பேரம் பேசி வாங்கி விட்டால் வெல்லும் தொகுதிகளின் நிச்சயத்தன்மை கூடும்.

விஜய்யிடம் 50 தொகுதி வாங்கி அதில் 10 தொகுதி ஜெயிப்பதற்குப் பதில் திமுகவிடம் 25 வாங்கி 20ல் ஜெயிக்கலாம். முந்தைய சூழலில் 10-12 தொகுதிகள்தான் தருவார்கள். இப்போது 25 கேட்கலாம்.

அதற்கான தன் *bargaining power*-ஐ அதிகரித்துக் கொள்கிறார்.

(டிசம்பர் 9, 2024)

★

*Too early*தான். ஆனாலும் சொல்லி வைப்போம்.

ஏதாவது மேஜிக் நடந்து தவெக - நாதக - விசிக - கம்யூனிஸ்ட்கள் - தேமுதிக எனக் கூட்டணி அமைந்தால் அது 2026 சட்டமன்றத் தேர்தலில் 70 முதல் 80 தொகுதிகளை வெல்லும். தவெக அதில் அதிகபட்சத் தொகுதிகளைப் பெற்ற கட்சி எனில் விஜய் எதிர்க்கட்சித் தலைவர் ஆவார். திமுக தனி மெஜாரிட்டி பெறாமல் கூட்டணி பலத்தில் ஆட்சி அமைக்கும். வேறு வழியின்றி இம்முறை ஆட்சியில் பங்கு தரும். ஆனால் இதை நடத்தவே திருமாவளவன் திமுக கூட்டணியிலிருந்து வெளியேற வேண்டி இருக்கும். துரதிர்ஷ்டவசமாக அதன் கனிகளை (ஆட்சியில் பங்கு) அவர் அனுபவிக்க முடியாது.

(டிசம்பர் 9, 2024)

★

விஜய் அடுத்துச் செய்ய வேண்டியவை:

1) வலுவான இரண்டாம் கட்டத் தலைவர்களை இனங்காண்பது (அ) வெளியிலிருந்து வளைத்துப் போடுவது). இன்று விஜய் மட்டுமே தவெகவில் தெரிந்த முகம். சினிமாவுக்கு அவர் முகம் மட்டுமே படம் ஓடப் போதுமானது. மாநாட்டுக்குக் கூட்டம் கூடவும் அது உதவலாம். ஆனால் அரசியலில் வாக்காக மாற கட்சி மீது மக்களுக்கு நம்பகத்தன்மை வேண்டும். இது எம்ஜிஆர் காலமல்ல. ஒரு முகமே போதும் என்று சொல்ல. திமுக, அதிமுக மாதிரியான பிரம்மாண்டங்களைத் தாண்டி வேறொன்றுக்கு வாக்களிக்கலாம் என்ற நம்பிக்கை வர வைக்க தனி மனிதரைத் தாண்டிய ஒரு தலைமைக் குழு அவசியம்.

2) கூட்டணிக்கான பேச்சுவார்த்தைகளில் திரைமறைவில் ஈடுபடத் தொடங்க வேண்டும். விசிகவுடன் பொதுவெளியில் மேடையைப் பகிரும் முயற்சி முடிவுக்குக் கொண்டு சேர்க்கவில்லை. தற்போது கட்சியிலிருந்து இடைநீக்கம் செய்யப்பட்டிருக்கும் ஆதவ்

அர்ஜுனாவை இதற்குக் கருவியாகப் பயன்படுத்திக் கொள்ள வேண்டும். இன்னொரு விஷயம் கூட்டணியைப் பரிசீலிக்கும் கட்சிகளுக்கு விஜய் அதிகாரப் பகிர்வை அளிப்பார் என நம்பிக்கை இருக்கலாம். ஆனால் அவர் அதிகாரத்தை அடைவாரா என்ற சந்தேகம் இருக்கும். எனவே தன் மக்கள் செல்வாக்கை அவர் நிரூபிக்க வேண்டும்.

3) மாநிலமெங்கும் விஜய் பயணம் செய்யவேண்டும் - இப்போதிருந்து அடுத்த ஓர் ஆண்டுக்கு. 234 தொகுதிகளிலும் தவெக கட்சிக் கொடியை ஏற்றி வைத்து உரையாற்ற வேண்டும். மக்களை நேரடியாகச் சந்தித்து மக்களின் குறைகளைக் கேட்டறிவது, அவர்களிடம் ஆளுங்கட்சியின் போதாமைகளைச் சொல்லிப் புரிய வைப்பது.

4) சிறிய மக்கள் பிரச்சனைகளை தவெக கட்சியினரே களத்தில் இறங்கிச் சரி செய்ய வேண்டும். அதில் தேவைப்படும் பணமும் உழைப்பும் தரத் தயாராக இருக்க வேண்டும். இது மாதிரி குறைந்தது 100 உதாரணங்களை அடுத்த ஓராண்டில் உருவாக்க வேண்டும். அது தேர்தல் பிரச்சாரத்தின் போது சொல்லி ஓட்டுக் கேட்க உதவும். அதிகாரமற்ற அமைப்பாகவே இவ்வளவு செய்யும் போது கையில் அதிகாரம் கிடைத்தால் மேலும் செய்வோம் என்பது அடிப்படைக் கோரிக்கையாக இருக்க வேண்டும்.

5) தொடர்ந்து தன் பற்றிய செய்திகள் ஊடகங்களில் இருந்து கொண்டே இருக்கும்படி பார்த்துக் கொள்ள வேண்டும். இன்று ஊடகங்களே இதை முன்னெடுக்கின்றன, விஜய் செய்வதில்லை. மாறாக, அவர் தொடர்ந்து அறிக்கைகள், நேர்காணல், மேடை உரை, பத்திரிக்கையாளர் சந்திப்பு எனப் பரபரப்பாக இயங்க வேண்டும். வாரம் மூன்று நாளாவது தொலைக்காட்சி விவாதங்கள் அவரைச் சுற்றியதாக இருக்க வேண்டும்.

6) கட்சியின் 2026 சட்டமன்றத் தேர்தல் அறிக்கையை இப்போதிருந்தே தயார் செய்ய வேண்டும். அது அடுத்த ஓராண்டில் மேலும் மேலும் திருத்தம் செய்து எல்லாத் தரப்பு மக்களையும் ஈர்க்கும் படி அமைவதாகப் பார்த்துக் கொள்ள வேண்டும். முதல் முறை இதைச் செய்கிறார்கள் என்பதால் இப்போது தொடங்குவது முக்கியம்.

7) விஜய் தன்னை அரசியல் மற்றும் சமூக அறிவுரீதியாக மேம்படுத்திக் கொள்ள வேண்டும். அது வாசிப்பு அல்லது யாரிடமாவது கற்றுக் கொள்வது என இருக்கலாம். இனி நேரடியாக மக்களைச் சந்திக்கும் போதும் சரி, தொலைக்காட்சி விவாதங்களிலும், உரையிலும் சரி, அவர் தன்னம்பிக்கையுடன் பேச சரக்கு இருக்க வேண்டியது அவசியம்.

(டிசம்பர் 15, 2024)

★

மத்திய உள்துறை அமைச்சர் அமித் ஷா என்பவர் அம்பேத்கரை அவமதிப்பது போல் பாராளுமன்றத்தில் பேசியதற்கு தவெக தலைவர் விஜய் அவரை மிகக் கடுமையாக விமர்சித்திருக்கிறார். நல்ல விஷயம். அதே தெளிவை அவர் சாதியத் தலைவர்களின் குருபூஜைக்கு வாழ்த்துச் சொல்லும் போதும் காட்ட வேண்டும் என்பதே நமது அவா!

(டிசம்பர் 20, 2024)

★

அதிகாரப் பகிர்வு என ஆசை காட்டிய விஜய்யை நிராகரித்து விட்டு இப்போது திடீரென திமுகவிடம் 25 தொகுதி கேட்கிறது விசிக (வன்னி அரசு வாயிலாக). ஆனால் அது அவரது தனிப்பட்ட கருத்து மட்டுமே என்கிறார் திருமா. தவெக விஷயத்தில் முதல் பந்து ஆதவ் அர்ஜுனாவை சாமிக்கு விட்டார்கள். திமுக விஷயத்தில் முதல் பந்து வன்னி அரசுவை சாமிக்கு விட்டிருக்கிறார்கள். விஜய் கூட்டணிக்கு விசிக வர இன்னும் வாய்ப்பிருக்கிறது.

(டிசம்பர் 23, 2024)

★

உதயநிதியை வாரிசு என விமர்சித்தால் ஒரு நடிகரான விஜய் மட்டும் அரசியலுக்கு வரலாமா எனக் கேட்கிறார்கள் உடன்பிறப்புகள். இரண்டுக்கும் வேறுபாடு உண்டு: நடிகர்கள் அரசியலுக்கு வருகிறார்கள். வாரிசுகள் அதிகாரத்துக்கு வருகிறார்கள்.

அவ்வகையில் ஒரு பாடலும் ஒரு வசனமும் விஜய்யின் அரசியலை நினைவூட்டுகின்றன:

1) “வெற்றி நிச்சயம், இது வேத சத்தியம்; கொள்கை வெல்வதே நான் கொண்ட லட்சியம்.” - அண்ணாமலை படத்தில் ரஜினி. இதை விஜய் தனக்குப் பொருத்தமாக்க வேண்டும்.

2) "எதிர்ப்பு எங்கே இருக்கோ அங்கே சிக்ஸர் அடிச்சிட்டு, சேர் போட்டு உட்கார்வதுதான் என் ஸ்டைல்." - ஆதி படத்தில் விஜய். அதை அவர் இப்போது செயலாக்க வேண்டும்.

(டிசம்பர் 24, 2024)

★

வாரிசு படத்தில் ஒரு காட்சி. சுரங்கப் பெருநிறுவன முதலாளியான விஜய் சுரங்கத்திற்கு விஜயம் செய்வார். அங்கிருக்கும் ஒரு தொழிலாளி “நீங்க எங்க ஸார் இங்க?” எனக் கேட்பார். விஜய் புன்னகை செய்தபடி “அங்கிருந்து பார்த்தா எல்லாம் சரியா இருக்கற மாதிரிதான் தெரியும். இங்கே பக்கத்துல வந்தாத்தான் என்ன குறை இருக்குனு தெரிஞ்சுக்க முடியும்” என்பார். அரசியலுக்கும் அது மிகப் பொருந்தும்.

விஜய்க்கு அருகே இருப்போர் அவரை மிகத் தவறாக வழி நடத்துகிறார்கள் எனத் தோன்றுகிறது. தலைவர்களின் பிறந்த நாள், நினைவு நாளுக்கு வீட்டிலிருந்தபடி அவர்களின் படங்களுக்கு மரியாதை செலுத்துவது Work From Home எனக் கேலி செய்யப்படுகிறது. இப்படிப் பிம்பம் உருவாவது அரசியல் எதிர்காலத்துக்கு நல்லதல்ல.

நீங்கள் கேட்கலாம்: சமாதி, சிலை, வீட்டிலுள்ள புகைப்படம் யாவுமே அடையாளம்தான், எங்கே மரியாதை செலுத்தினாலும் ஒன்றுதான், மரியாதை மனதில் இருந்தால் போதாதா என. அது உண்மைதான். ஆனால் புதிதாக உருவாகும் தலைவன் மக்களைச் சதா சந்தித்தபடி இருக்க வேண்டும். அதற்குரிய எந்த வாய்ப்பையும் தவற விடலாகாது.

சிறந்த மன்னனுக்குரிய இலக்கணத்தை விவரிக்கும் வள்ளுவர் முதல் சொல்லே காட்சிக்கெளியன் என்கிறார். அதாவது எளிதில் பார்க்க வாய்க்கிறவன். அவ்வகையில் தலைவன் நடிகனுக்குத் தலைகீழ். நடிகன் தன் தரிசனத்தை அரிதாக வைத்துக் கொள்ள வேண்டும். அப்போதுதான் திரையரங்கில் அவனைப் பாக்கும்

ஆவலாதி அதிகரித்து அவனுக்கான ஒரு மவுசு இருக்கும். ஆனால் தலைவன் மக்கள் கண்களில் பட்டுக் கொண்டே இருந்தால்தான் அவர்கள் மனதில் ஊடுருவி நிற்க முடியும்.

அப்படி பார்க்கச் செல்லும் போது மக்களின் மனநிலை பற்றி அத்தலைவன் அறிந்து கொள்ள இயலும். அது அவனது திட்டமிடலை, முடிவுகளைத் துல்லியப்படுத்தும். எனவே விஜய் இந்த அடையாள சமாச்சாரங்களை விடுத்து தெருவில் இறங்க வேண்டும். (ஒருவேளை நேர நெருக்கடி உள்ளிட்ட காரணங்களால் இப்போதைக்கு விஜய் நேரில் போக முடியாது எனில் இப்படிப் பூச்சூவும் படங்களைப் போடாமல் சும்மா இருக்கலாம்.)

விஜய் அடுத்த 365 நாட்களில் 234 தொகுதிகளுக்கும் சுற்றுப்பயணம் செல்ல வேண்டும். அங்கே மக்களை நேரடியாகச் சந்தித்துப் பேச வேண்டும். அது தேர்தல் பிரச்சாரம் அல்ல; தன்னை மக்களுக்கும், மக்களைத் தனக்கும் அறிமுகம் செய்யும் பரஸ்பரப் புரிதற் பயணம். அதை முடித்து விட்டு மிக அனுபவத்துடனும், தன்னம்பிக்கையுடனும் ஜனவரி 2026 முதல் தேர்தல் பிரச்சாரத்தைத் தொடங்க வேண்டும். விஜய் சட்டசபையில் எதிர்க்கட்சித் தலைவராகவேனும் அமர இதை விட்டால் வழியில்லை. விழித்துக் கொள்க!

(டிசம்பர் 26, 2024)

★

நிஜமாகவே மதச்சார்பின்மை பேசும் எந்தக் கட்சியும் பாஜகவுடன் கூட்டணி வைக்காது. நிஜமாகவே சாதி எதிர்ப்புப் பேசும் எந்தக் கட்சியும் பாமகவுடன் கூட்டணி வைக்காது. திமுகவும், அதிமுகவும் கடந்த காலத்தில் இக்கட்சிகளுடன் கூட்டணி கண்டுள்ளன. இனியும் சாத்தியமும் அவசியமும் இருந்தால் கூட்டணி வைப்பார்கள். எனவே அவர்களுக்கு மத நல்லிணக்கத்திலோ, சாதியொழிப்பிலோ எந்த அக்கறையும் கிடையாது என்பது தெளிவு. இவ்விஷயத்தில் இரு கட்சிகளுமே ஒரே குட்டையில் ஊறிய மட்டைகளே. எனவே விஜய் திமுகவைத் தன் எதிர்தரப்பாகப் பாவிப்பது போல் அதிமுகவையும் பாவிக்க வேண்டும். அதனோடு இணங்குவது அவர் கற்புக்குப் பங்கம்.

அதிமுகவுடன் ஒருவேளை கூட்டணி வைத்தால் தவெக அனைத்து

தொகுதிகளிலும் டெபாஸிட் இழக்கும். ஆட்சி மாற்றத்துக்காக அல்ல, இரு கட்சிக்கும் மாற்று என்பதுதான் அரசியல் களத்தில் விஜய்யின் தனித்துவம். இதை அவர் நினைவிற் கொள்ள வேண்டும்.

(டிசம்பர் 27, 2024)

★★★

பகுதி – 4

இன்ன பிற...

26. இதன் பெயர் மறுபங்கீடு!

இட ஒதுக்கீட்டை நிறுத்த வேண்டும் என்ற கோரிக்கையே அதை நிறுத்தக்கூடாது என்பதற்கான நிரூபணத் தரவு. எல்லாச் சமூகங்களுக்கும் ஒரே மாதிரியான அளவு வாய்ப்புகள் வந்து விட்டது, ஒரே மாதிரியான திறமை உயரம் பெற்று விட்டார்கள் என்ற நிலை வந்து விட்டதென்றால் இட ஒதுக்கீடு இருந்தாலும் இல்லாவிட்டாலும் எந்த வித்தியாசமும் இல்லையே! (இத்தனைக்கும் குறிப்பிட்ட சமூகங்களின் மக்கள் தொகையை விட அவர்வர்க்கு கொடுக்கப்பட்டுள்ள இட ஒதுக்கீடு குறைவானது என்பதையும் இங்கே கவனிக்க வேண்டும்.) அப்படியான ஒரு நிலை இன்னும் வரவில்லை என்பதால் தானே, இட ஒதுக்கீட்டை ஒழித்தால், தான் அதிகம் பலன் பெறலாம் என்பதால் தானே, அதை எதிர்க்கிறார்கள்! அதாவது அதன் மூலம் சாதிரீதி advantage இருப்பதை, சமத்துவம் இன்னும் வரவில்லை என்பதை மறைமுகமாய் ஒப்புக் கொள்கிறார்கள் தானே! ஆக, இட ஒதுக்கீடு எதிர்ப்பு நிற்கும் காலகட்டம் எதுவோ அதுவே அதை ரத்து செய்ய வேண்டிய காலகட்டம். அது வரை அது தொடரத்தான் செய்யும்.

இட ஒதுக்கீட்டுக்கு சாதியைப் பயன்படுத்துவர், ஆனால் சாதிப் பெயர் சொல்லி அழைத்தால் குற்றமா? என்றொரு குதர்க்கக் கருத்து கண்டேன். தாராளமாக அழைக்கலாம். என்ன ஒரே விஷயம், இந்த வன்கொடுமையையும் காரணமாக்கி இன்னும் ஆயிரம் வருடங்களுக்கு இட ஒதுக்கீடு நீட்டிக்கப்படும். அப்புறம் 99% மார்க் வாங்கியும் மெடிக்கல் சீட் கிடைக்கல என இன்னும் முப்பது, நாற்பது தலைமுறைகள் புலம்பிக் கொண்டிருக்க வேண்டியதுதான். இடஒதுக்கீடு என்பதே சமூக சமத்துவம் கொண்டு வரத்தான். சமத்துவத்தை உடைக்க முயலும் ஒவ்வொரு செயலும் இட ஒதுக்கீட்டின் ஆயுளை அதிகரிக்கவே செய்யும். அதனால் 99%

மதிப்பெண் வாங்கியும் உங்களுக்கு சீட் கிடைக்காமல் போகக் காரணம் தலித் அல்ல; உங்கள் சாதியிலேயே இன்னமும் சாதி வெறி கொண்டு வன்கொடுமைகள் நிகழ்த்துபவர்கள்தாம்.

சர்க்கரை வியாதிக்கான மருந்தை நிறுத்த வேண்டும் என்று நினைப்பவர்கள் உணவுக் கட்டுப்பாட்டில் ஈடுபடுவார்கள்; உடற்பயிற்சி செய்வார்கள். புலம்ப மாட்டார்கள். அதேபோல் இட ஒதுக்கீடு, தனித்தொகுதி போன்றவை நீங்க வேண்டுமென நினைப்பவர்கள் சாதி ஏற்றத்தாழ்வுகளை ஒழியுங்கள்; கலப்பு மணங்களைச் சாதாரணமாக்குங்கள். மருந்து ஒழிய வேண்டுமெனில் நோய் முற்றிலும் ஒழிய வேண்டும். எளிய சமன்பாடு. நோயைப் பற்றிப் புலம்புவதால், கோபப்படுவதால் எந்தப் பயனுமில்லை.

இன்னும் எத்தனை காலம் இட ஒதுக்கீடு தொடரும் என உச்ச நீதிமன்றம் கேட்கிறது. நியாயமான பதில் - இந்தியாவில் சாதி வெறி முற்றிலும் ஒழியும் வரை தொடரும். நேரடியான பதில் வேண்டும் என்றால் கிபி 3000 வரை என வைத்துக் கொள்ளுங்கள்.

(இட ஒதுக்கீட்டுச் சீர்திருத்தங்களுக்கு நான் எதிரி அல்லன். கலைஞர் கொண்டு வந்த அருந்ததியர் உள்ஒதுக்கீடு போன்ற ஆக்கப்பூர்வ மாற்றங்கள் தேவைதான்.)

(செப்டெம்பர் 6, 2015)

★

ஒரு முறை இட ஒதுக்கீட்டைப் பயன்படுத்தியவர் அடுத்த தலைமுறையில் அதைத்தான் பயன்படுத்தாமல் அப்பிரிவிலேயே அடுத்தவருக்கு விட்டுக் கொடுக்க வேண்டும் என்பது பொதுவாக இட ஒதுக்கீடு சார்ந்த விவாதங்களில் எழுப்பப்படும் (அறம் போல் தோன்றும்) ஒரு கோரிக்கை. இதை எழுப்பும் கணிசமானோரின் நோக்கம் எல்லோரும் பயன் பெற வேண்டுமே என்பதல்லாமல், இப்படிச் செய்தால் எல்லோருக்கும் இட ஒதுக்கீட்டுப் பலன் கிடைத்து விட்டதாக 10 ஆண்டுகளில் கணக்குக் காட்டி, இட ஒதுக்கீட்டை மொத்தமாய் ரத்து செய்து விடலாம் என்பதுதான். உண்மை அக்கறை கொண்டோருக்காக இப்பதிவு.

பலன் பெறாதவர்களுக்கு வாய்ப்பு கொடுப்பது சரியே. ஆனால் அதோடு அது முடியக் கூடாது. சுழற்சி முறையில் மறுபடியும்

விட்டுக் கொடுத்தவர் குடும்பத்துக்கு வர வேண்டும். இது குறிப்பிட்ட காலம் வரை நீடிக்க வேண்டும். முன்னேறியவர்கள் என்று அறியப்படுபவர்களுக்கு இணையாய் எல்லோரும் இயல்பாய்ப் போட்டி போடும் நிலை வரும் வரை (அந்நிலையை தரவுகளின் அடிப்படையில் வலுவாக மத்திய அரசு நிரூபிக்க வேண்டும்) இட ஒதுக்கீடு தொடர வேண்டும். இட ஒதுக்கீட்டில் அவ்வப்போது சிறுமாற்றங்கள் இருக்கலாம் என்பது சரியே. சுருக்கமாய் சொன்னால் இட ஒதுக்கீடு இல்லாமலேயே இட ஒதுக்கீடு இயல்பாய் நிகழும் நிலை வரும் வரை இட ஒதுக்கீடு தொடர வேண்டும். எல்லோரும் அறிவு / திறன் அடிப்படையில் சமம்தான்; பல நூற்றாண்டு வாய்ப்புகளும் பயிற்சியுமே இன்றைய ஏற்றத்தாழ்வுகளுக்குக் காரணம் என்று உளமார நம்புபவர்களுக்கு இதை ஏற்பதில் எந்தத் தொந்தரவும் இராது.

(அக்டோபர் 26, 2015)

★

சாதி வெறி கொண்டுள்ள அனைவருக்கும் இட ஒதுக்கீட்டை ரத்து செய்ய வேண்டும். அது தேவரோ, கவுண்டரோ, வன்னியரோ, தலித்தோ.

(மார்ச் 26, 2016)

★

பிரபல ஆளுமைகள் இட ஒதுக்கீடு குறித்து எந்த அடிப்படைப் புரிதலுமின்றி ஆஃபாயில் தனமாக இப்படிக் கருத்துச் சொல்வதை விளையாட்டாகக் கருதிக் கடக்க முடியாது. இதனால் இரண்டு மிக முக்கியமான சமூகப் பாதிப்புகள் நிகழ்கின்றன - ஒன்று பொது மக்கள் மத்தியில் பொருளாதார இட ஒதுக்கீடே சரி என்ற எண்ணம் விதைக்கப்படுகிறது; மற்றொன்று சாதி அடிப்படையில் இட ஒதுக்கீடு பெறுவோரைக் குற்றவுணர்வுக்கு ஆளாக்கும். ஏதோ உளறல் என்று எண்ணிக் கடந்தால் இது மக்கள் மனங்களில் நீண்ட கால அடிப்படையில் சிக்கல்களை உண்டாக்க வல்லது. அப்படிப் பேசியவர்கள் விரிவாக மன்னிப்புக் கோர அழுத்தத்துக்கு உள்ளாகும் சூழலை உண்டாக்க வேண்டும்.

இட ஒதுக்கீடு தொடர்பாய் இரண்டு எதிரெதிர் நிலைப்பாடுகள்

இருக்கின்றன: ஒன்று மண்டல் கமிஷன்; மற்றது மெண்டல் கமிஷன். எத்தனை நன்கு படித்து, எத்தனை நல்லறிவு பெற்றிருந்தாலும் இட ஓதுக்கீடு என்று வரும் போதுதான் பலரும் சறுக்குகிறார்கள். இட ஓதுக்கீடு என்பதை ஏதோ பிச்சை என்பது மாதிரி நினைக்கிறார்கள். அது மறுபங்கீடு. பாவங்களுக்கான பிராயச்சித்தம். இந்திய மக்களிடையே செயற்கையாய்ப் புகுத்தப்பட்ட ஏற்றத்தாழ்வை அதே பாணியில் செயற்கையாகவே களைந்தெறியும் முயற்சி. சீரான இடைவெளியில் நேரடிப் பலன்கள், ஒட்டுமொத்த விளைவுகள் நேர்மையான பன்முக அறிஞர் குழுவால் ஆராயப்பட்டு இட ஓதுக்கீட்டில் காலத்துக்கேற்ப மாற்றங்கள் கொண்டு வரப்பட வேண்டும் என்பதில் மாற்றுக் கருத்தில்லை. ஆனால் இரண்டாயிரம், மூவாயிரமாண்டு அக்கிரமத்தை எழுபதாண்டுகளில் சரி செய்து விட்டதாக நம்புவது மூடத்தனம், தடித்தனம். இந்த 70 ஆண்டுகளில் கூட இட ஓதுக்கீட்டைச் சரியாக அமல்படுத்தவில்லை எனபதே நிஜம்.

சில யதார்த்த பார்ப்பனர்களுக்கு இட ஓதுக்கீட்டை ஒழிக்க முடியாது என்று தெரியும். அதனால் பல்லைக் கடித்துக் கொண்டு இட ஓதுக்கீடு பொருளாதார அடிப்படையில் அமைய வேண்டும் என்று பெனாத்துவார்கள். அல்லது இட ஓதுக்கீடு ஏற்கனவே பலனடைந்தவர்களுக்கே மீண்டும் மீண்டும் பயன் தருகிறது என்று ஆட்டின் மீது ஆக்கறை கொண்ட ஓநாய் ஆகி விடுவர். இட ஓதுக்கீட்டைப் பிச்சையிடுதல் என்று எண்ணிக் கொண்டிருக்கும் வரை இட ஓதுக்கீடு ஒழியாது. அந்தக் கருத்தே சுயஆப்பு!

சாதி வெறி இருக்கும் வரை இட ஓதுக்கீடு இருக்கத்தான் செய்யும். இட ஓதுக்கீட்டை ஒழிக்க விரும்பினால் சாதி வெறியை ஒழியுங்கள் முதலில். எம்மிடம் பெண் கொடுத்துப் பெண் எடுங்கள் முதலில். அடுத்த நூறாண்டில் சேர்ந்து இட ஓதுக்கீட்டை ஒழிப்போம்.

(ஜூலை 10, 2020)

★

சாதி மறுப்பும் இட ஓதுக்கீடும் எதிரெதிர் கருத்தாக்கங்கள் அல்ல; இரண்டுமே ஒன்றிணைந்தவை. ஒன்று பாவம் செய்யாதிருப்பது; மற்றது பரிகாரம் செய்வது.

சாதிரீதியான இட ஓதுக்கீடுதான் சமூக நீதி. பொருளாதாரரீதி

இட ஒதுக்கீடு என்பது பிச்சை மட்டுமே. காரணம் இரண்டாயிரம் வருடங்களாய் ஒடுக்கப்பட்டோருக்கு கல்வி, பணி என வாய்ப்புகள் மறுக்கப்பட்டது சாதியினால்தான், ஏழை என்பதால் அல்ல.

பொருளாதாரரீதி இடஒதுக்கீடு என்பது சமூக நீதிக்கே எதிரானது. ஏழையின் மகன் பணக்காரன் ஆக முடியும்; ஏன் ஏழையே காலப்போக்கில் (அல்லது ஒற்றை இரவிலும் கூட) பணக்காரன் ஆக முடியும். ஆனால் பழங்குடியின் மகன் பழங்குடிதான்; தலித்தின் மகன் தலித்தான்; பிற்படுத்தப்பட்டவன் மகன் பிற்படுத்தப்பட்டவன்தான் எப்போதும்.

பொருளாதார இட ஒதுக்கீடு எவ்வளவு சதவிகிதம் வேண்டுமானாலும் செய்யலாம், ஆனால் அதற்குள் வழக்கமான சாதி அடிப்படையிலான உள் ஒதுக்கீடு வேண்டும். எல்லா ஏழையும் ஏழைதானே? முன்னேறிய பிரிவின் ஏழைக்கு என்ன தனி ஒதுக்கீடு?

அபத்தமான சட்டம்.

(செப்டெம்பர் 20, 2020)

★

கணிசமான உயர்சாதியினர் இட ஒதுக்கீட்டை எதிர்ப்பதற்குச் சொல்லும் காரணம்: "98% மதிப்பெண் பெற்ற எனக்கு சீட் இல்லை, ஆனால் 95% மதிப்பெண் பெற்றவனுக்கு கோட்டாவில் சீட் கிடைத்து விடுகிறது. இதில் சமத்துவம் அடிபடுகிறது. அநியாயம்." (பொதுவாக தலித்களும் பிற்படுத்தப்பட்டோரும் இதைக் கேட்டதும் குற்றவுணர்ச்சியும் அவமானமும் கொள்கின்றனர். அது அவசியமில்லை என்று தெளிவுறுத்தவே இப்பதிவு.)

“பெண்களை ரேப் செய்தால் குற்றமாம்” என்று ஆண்கள் இந்திய தண்டனைச் சட்டத்தை நொந்து கொள்வது மாதிரி கேடுகெட்ட அபத்தமே “ரிசர்வேஷனில் வந்து விட்டார்கள்” என்று உயர்சாதியினர் அலுத்துக்கொள்வதும். இட ஒதுக்கீடு என்பது பாதுகாப்புச் சட்டம்.

இட ஒதுக்கீடு சமத்துவத்துக்கு எதிரானது என்று சொல்லும் ஒருவரும் தன் பெற்றோர் வழி வரும் assets, support மற்றும் தன் சாதி வழி வரும் privileges, power என எவற்றையும் துறக்கத்

தயாரில்லை. நீங்கள் அவ்வளவு நேர்மையான கொம்பன் எனில் யாவற்றையும் விடுத்து பூஜ்யத்தில் இருந்து தொடங்க வேண்டும் (ஆரம்பக் கல்வி முதல்). உங்கள் மூதாதையர் மற்றும் சமூகத்தின் வழி வரும் லாபங்களை உங்களுக்கு அனுபவிக்க உரிமை உண்டு என்றால் அவர்கள் முற்காலத்தில் செய்த சுரண்டல்களுக்குப் பதிலளிக்கும் கடமையும் உங்களுக்குப் பூரணமாக இருக்கிறது தானே!

யாரோ எப்பொழுதோ செய்த பாவத்துக்கு நான் ஏன் இப்போது பரிகாரம் செய்ய வேண்டும் என இட ஒதுக்கீடு பற்றிக் கேட்பவர்களுக்கு: யாரோ எப்போதோ சேர்த்து வைத்த சொத்துக்களை வேண்டாம் என்று சொல்லும் துணிவு எல்லோருக்கும் வரட்டும். அடுத்தவன் வாய்ப்பைச் சுரண்டி தலைமுறைகள் சேர்த்த சொத்துதானே அது! அதை எல்லாம் அறுத்தெறிந்து விட்டு வரட்டும். பிறகு இட ஒதுக்கீட்டை ஒழிப்பதைப் பற்றிப் பேசலாம். (எவ்வளவு ஏழையாக இருந்தாலும் இது பொருந்தும். பூஜ்யமாகிட வேண்டும்.)

சுருங்கச் சொன்னால் பிறப்புவழி இயல்பாகவே பெற்ற ஏராள அனுகூலங்களுடன் வாழும் உங்களுடன் அதெல்லாம் மறுக்கப்பட்டு கீழே இருக்கும் ஒருவன் சமமாகப் போட்டியிட அவனுக்குக் கொடுக்கப்படும் கூடுதல் பலம்தான் இட ஒதுக்கீடு. *Reservation is not inequality. Indeed, it is implemented for bringing in proper equality in the competition.*

அதாவது அத்தனை அனுகூலங்கள் இருந்தும் நீ வாங்கும் 98% மதிப்பெண்ணை விட அந்த அனுகூலங்கள் ஏதுமின்றி அவன் வாங்கும் 95% உயர்வானது என்பதுதான் சமூக நீதி சொல்லும் சாரம். கால் நன்றாக இருப்பவன் 10 கிமீ நடப்பது சாதனையல்ல; ஆனால் கால் ஊனமுற்றவன் 2 கிமீ நகர்வது சாதனை - அது பாராட்டப்படும். அதே போல்தான் இதுவும்: அந்த மார்க்குக்கு அவனுக்குச் சீட்டு உண்டு, உனக்கு இல்லை.

மற்றபடி இட ஒதுக்கீட்டின் வழி அவன் உன்னைச் சுரண்டவும் இல்லை, நீ எதையும் இழக்கவும் இல்லை. அதை விட முக்கியமாய் இட ஒதுக்கீடு என்பது நீ அவனுக்குப் பிச்சை இடுவது இல்லை; வரலாற்றையும் நடப்பு நிலையையும் கணக்கில் கொண்டு மறுபகிர்வு

செய்யும் நீதிபரிபாலனம். அறிவும் நேர்மையும் உள்ளவன் உணர்க!

(ஜூன் 6, 2021)

★

இட ஒதுக்கீடு தொடர்பான உயர்சாதியினரின் இன்னொரு எதிர்ப்பு வாதம் அதன் பலன்கள் பணக்கார / உயர்குடி தலித்களுக்கு மட்டுமே செல்கிறது, நிஜமாகத் "தேவையுள்ள" ஏழை / கீழ்த்தட்டு தலித்கள் பெறுவதில்லை என்பது. (தலித் ஐஏஎஸ் அதிகாரி மகனுக்கு எதற்கு இட ஒதுக்கீடு?) இது ஆடு நனைகிறதென ஓநாய் அழுத கதைதான். யார் பயன்பெற்றாலும் அந்தக் குறிப்பிட்ட இட ஒதுக்கீடு யாரோ தலித்துக்கே போகும். உயர் சாதியினர் வெளியே நின்று கருத்து சொல்ல மட்டுமே பயன்படும்.

அதை அவர்களும் அறிவர். ஆனாலும் ஏன் இதைத் தொடர்ந்து சொல்லிக் கொண்டே இருக்கிறார்கள்? அவர்களுக்கு ஏழை / கீழ்த்தட்டு தலித்கள் மீது அக்கறை இல்லை. அவர்கள் நோக்கம் இரண்டு:

1) இப்படிச் சொல்லி தலித்களிலேயே பலர் பலன் பெற்று விட்டனர் என்று நிறுவி அதற்கே மெல்ல மெல்ல இட ஒதுக்கீட்டின் சதவிகிதம் சுருக்கி இல்லாமல் ஆக்குவது.

2) இட ஒதுக்கீட்டில் பொருளாதார அடிப்படையைத் திணிப்பது.

என் வரையில் பணக்கார தலித்தும் இட ஒதுக்கீட்டுக்கு உரிமையுள்ளவனே. அவன் பணம் சம்பாதித்து விட்டதால் சாதிய இழிவு நீங்கி விட்டதா என்ன? ஆக, அது நிகழும் வரை அவனுக்கும் இட ஒதுக்கீட்டு உரிமை உண்டு. ஆனால் இன்னொரு தலித்துக்கு வாய்ப்பு வர வேண்டும் என்ற அற அடிப்படையில் சுழற்சி முறையைக் கொண்டு வரலாம். அப்படிச் சில ஆண்டுகளில் எல்லா தலித் குடும்பங்களும் பயனை எட்டிய பின் மீண்டும் பணக்கார தலித் குடும்பமும் பெறத் தொடங்கலாம். ஆனால் இட ஒதுக்கீடு சதவிகிதத்தை இந்தக் காரணத்தை முன்னிட்டுக் குறைக்கவே கூடாது. (மக்கள் தொகைக் கணக்கீடுகளின் அடிப்படையில் அதிகரிக்க வேண்டுமானால் செய்யலாம்.)

எனில் எப்போது இட ஒதுக்கீட்டை ஒழிக்கலாம்? ஐந்தாண்டுகளில்? அல்லது பத்தாண்டுகளில்? ஐம்பதாண்டுகளில்? ஒரு நூற்றாண்டில்? அது தலித்களின் கையில் இல்லை. உயர்சாதியினர் கையில்தான் இருக்கிறது. என்றைக்கு சாதிய இழிவு முற்றிலும் நீங்குகிறதோ, எக்காலத்தில் போஜனம் முதல் திருமணம் வரைக்குமான சகல விஷயங்களிலும் தலித் சமமாக மதிக்கப் படுகிறானோ அப்போதுதான் இட ஒதுக்கீடு ஒழிக்கப்படும். அதாவது புறரீதியாகவும் அகரீதியாகவும் என்றைக்கு எல்லோரும் சமம் என்றாகிறதோ அப்போது சந்தோஷமாக இட ஒதுக்கீட்டைத் தூக்கி எறிந்து விடலாம்.

(ஜூன் 6, 2021)

★★★

27. கலப்பு விவாஹம் ஏன்?

சாதி ஒழிப்பு உரையில் அம்பேத்கர் சாதியை ஒழிக்க 3 வழிமுறைகள் முன்வைக்கிறார்:

1) கலப்பு மணம் (காந்தி போன்றோர் முன்வைத்த சமபந்தி போஜனம் வேலைக்கு ஆகாது, ரத்தக் கலப்பு நிகழ வேண்டும் என்கிறார்). 2) இந்து மதச் சாஸ்திரங்கள் (மனுதர்மம் போன்றவை என்று புரிந்து கொள்கிறேன்) மக்கள் மனதில் விதைத்திருக்கும் எண்ணங்களை, நம்பிக்கைகளை அகற்றுதல். 3) பார்ப்பனர்களிடமிருந்து அதிகாரத்தைப் பிடுங்குதல் (பார்ப்பனர்களில் வைதீகம், முற்போக்கு என்பதெல்லாம் மேம்போக்கு, இருவரும் அவசியமேற்பட்டால் ஒருவருக்கு மற்றவர் கை கொடுப்பர்).

இந்தியாவில் சாதி வேறுபாடுகளை ஒழிக்க நீண்ட கால நோக்கில் இரண்டு வழிகள்தாம்: ஒன்று இட ஒதுக்கீடு; மற்றது கலப்புத் மணம். முதலாவது சீர்திருத்தங்களுடன் தொடர வேண்டும். இரண்டாவது மேலும் தீவிரமாக, பரவலாக முன்னெடுக்கப்பட வேண்டும்.

இட ஒதுக்கீட்டின் இன்றைய வடிவில் குறைபாடுகள் உண்டு. அவை நிச்சயம் சரி செய்யப்பட வேண்டும். அப்போதுதான் இட ஒதுக்கீட்டின் பலன்கள் பரவலாய்ச் சென்றடையும். ஒரு விஷயத்தின் பிழைகளைச் சொல்லி அவ்விஷயத்தையே முழுக்க அழிக்க நினைப்பவர்களின் வாயை மூட வைக்கவேணும் அதைச் செய்ய வேண்டும். ஆனால் இதெல்லாம் பாராளுமன்ற ஒப்புதலுடன் மத்திய அரசு மாற்றி அமைக்க வேண்டியவை என்பதால் மீண்டும் மீண்டும் பேசியும் எழுதியும் விவாதித்தும்

போராடியும் அரசை வலியுறுத்துவது மற்றும் இதற்கு இணக்கமான அரசு ஒன்றைத் தேர்ந்தெடுப்பது தாண்டி நாம் செய்யும் விஷயம் ஒன்றுமில்லை.

அடுத்த விஷயம் கலப்பு மணம். சாதியை நிஜமாகவே மறுக்கும் ஒவ்வொருவரும் சாதிக்கு வெளியேதான் திருமணம் செய்வது என்பதில் உறுதியாய் இருக்க வேண்டும். (மீறி விபத்தாக சொந்த சாதியில் அமைவது வேறு விஷயம்.) அது காதல் திருமணம் அல்லது வீட்டார் ஏற்பாடு செய்வது எதுவாகவும் இருக்கலாம். இன்று வெறும் 3%தான் தமிழகத்தில் கலப்பு மணங்கள் என்கிறார்கள். மற்றவை எல்லாம் சாதி மணங்கள் என்று தானே அர்த்தம். (இதில் தலித்களும் அடக்கம்.) காதலிக்க எத்தனிக்கையில் கூட சாதி வரைமுறை வைத்து ஆள் தேடியவர்களை நேரடியாய் நான் அறிவேன்.

குறிப்பாக நேர்மையான உயர் சாதிக்காரர்கள் இந்தக் கலப்பு மண முன்னெடுப்பைத் தம் வாழ்வில் செயல்படுத்தியே ஆக வேண்டும். (இதில் தலித்களுக்குள்ளான உயர் சாதியும் அடக்கம்.) திட்டமிட்டுப் பிடிவாதமாய் நிகழும் சொந்த சாதி மணம் என்பது வழக்கொழிய வேண்டும். இன்னொரு விஷயம் இப்போது நடக்கும் கலப்பு மணங்களில் கூட உயர்சாதி ஆண், அதற்குக் கீழ் சாதிப் பெண்ணை மணப்பது அரிதாகவே இருக்கிறது. அதுவும் நிச்சயம் சரி செய்யப்பட வேண்டும்.

இங்கு அடுத்த அரை நூற்றாண்டில் 90% கலப்பு மணங்கள் என்றாக வேண்டும். அப்போதுதான் சாதியின் வீச்சம் நம் மூன்றாம் தலைமுறையிலாவது ஒழியும்.

(மார்ச் 26, 2016)

★

"கலப்பு மணம் சாதியை ஒழிக்கும்."

"எதையும் திணிக்கக்கூடாது, ப்ரோ."

"ஆண்டாண்டு காலமா அதே சாதிக்குள் கல்யாணம் பண்ணக் கட்டாயப் படுத்திட்டு இருக்கீங்க. அது திணிப்பில்ல. விரும்பறவங்க கலப்பு மணம் பண்றது திணிப்பா?"

நான் சொல்வது பல முற்போக்கு நண்பர்களையே காயப்படுத்தும்.

ஆனாலும் வேறு வழியில்லை. சொந்தச் சாதிக்குள் மணம் முடித்த எல்லோரும் மெல்லிய அளவிலேனும் சாதியவாதிகளே! கலப்பு மணம் மட்டுமே நீண்ட கால நோக்கில் சாதியத்தை ஒழிக்கும். அதைச் செய்யாதவர்கள் அடுத்த தலைமுறையிலேனும் செயல்படுத்த வேண்டும். (ஏற்கனவே செய்தவர்கள் அடுத்த தலைமுறையிலும் தொடர வேண்டும்.)

ஒரே சாதிக்குள் கல்யாணம் செய்வதை எப்போது எதிர்த்து எழுதினாலும் கணிசமான ஆண்ட சாதிக்காரர்கள் கொண்டு வரும் தர்க்கம்: “தெரியாம சொந்த சாதிக்குள் காதல் வந்திருச்சுனா அதைத் தவிர்க்கவா முடியும்?” என்பது. அதாவது இவர்கள் காதலுக்கு மரியாதை செய்து கிழிக்கிறார்களாம். தங்கை முறை, சித்தி முறையில் இருக்கற பெண்ணோடு "தெரியாமல்" காதல் வந்தாலும் இதே போல்தான் தூக்கி வருவார்களா? அதே மாதிரி சொந்த சாதிக்குள்ளயே செய்யும் கல்யாணமும் *incest* என நினைக்கலாம்.

சொந்த சாதிக்குள் காதல் வரவே கூடாது என்பதல்ல நான் சொல்வது. தாராளமாகப் பண்ணட்டும். ஆனால் கலப்பு மணம் பற்றிய உரையாடலில் சுயசாதிக்குள் காதல் என்ற விஷயத்தைத் தூக்கி வருபவர்களின் உண்மை அக்கறை காதல் மீதானதோ, தனிமனிதச் சுதந்திரம் மீதானதோ அல்ல; சாதிய எண்ணம்தான். அதை வெளிப்படுத்த முடியாத முற்போக்கு முகமூடி அணிந்திருப்பார்கள். அதனால் காதலைக் கேடயமாக்குகிறார்கள்.

ஒரே சாதிக்குள் திருமணம் செய்ய ஒரு லட்சம் ரூபாய் வரி விதிக்க வேண்டும். கலப்பு மணங்களுக்கு இரண்டு லட்சம் ரூபாய் ஊக்கத்தொகையாக வழங்கப்பட வேண்டும்.

இட ஒதுக்கீடு சாதி ஏற்றத்தாழ்வை நீக்கும் தற்காலிகக் கருவி மட்டுமே. ஆனால் அது சாதியை ஒழிக்காது. அதை ஒழிக்க ஒரே வழி கலப்பு மணங்கள். இனி அவை மட்டுமே நடக்கத் தொடங்கினால் பத்து தலைமுறைக்குப் பின் (சுமார் 250 ஆண்டுகள்) ஒவ்வொரு இந்தியனும் சுமார் 1000 ஜாதிகளைத் தன் உடலில் கொண்டிருப்பான். அதன் பிறகு ஆண்ட பரம்பரையாவது மயிராவது. இட ஒதுக்கீட்டால் தம் வாய்ப்பு பறிபோகிறது என்று புலம்புவோருக்குத் தமது அடுத்த தலைமுறையிலாவது அதைக் கையாள ஓர் எளிய உபாயம் உண்டு. இட ஒதுக்கீடு பெறும்

சாதிகளில் திருமண பந்தம் கொண்டால் பிள்ளைகளுக்கு இட ஒதுக்கீட்டுப் பலனைப் பெறலாம். சிந்திப்பீர். கலப்பு மணம் புரிவீர்!

(செப்டெம்பர் 30, 2018)

★

சாதிய எதிர்ப்பின் முதல் படி சாதி துறத்தல். அதைச் செய்யும் ஒரே வழி கலப்பு மணம் புரிவதே. சாதியை விட்டு வெளியேறாமல் ஒருவர் எப்படிச் சாதியை எதிர்க்க முடியும்?

மறுபடி சொல்கிறேன். கலப்பு மணங்களே சாதி ஒழிய ஒரே வழி. சாதிக்குள் மணம் செய்யும் ஒவ்வொருவரும் சாதி வெறியை தெரிந்தோ தெரியாமலோ ஆதரிக்கிறார்கள் என்றே அர்த்தம். நடக்கும் சாதி ஆணவப் படுகொலையின் ரத்தக்கறை அவர்கள் ஒவ்வொருவர் கையிலும் படிந்திருக்கிறது. நீங்கள் உண்மையிலேயே சாதியை எதிர்ப்பவர் என்றால் கலப்பு மணம் புரியுங்கள். உங்கள் உடன் பிறந்தோருக்கு, பிள்ளைகளுக்குக் கலப்பு மணம் மட்டுமே செய்வது என்று உறுதியாய் இருங்கள்.

தாயையும், தங்கையையும் மணம் செய்வது எப்படி கேவலமான, தடை செய்யப்பட்ட விஷயம் என்ற சமூகத் தடை இருக்கிறதோ அதே போல் சொந்தச் சாதிக்குள் மணம் செய்வதும் வக்கிரம் பிடித்த ஆபாசச் செயலாக ஆக்கப்பட வேண்டும். செயற்கையாக உருவாக்கப்பட்ட அந்தத் தடையை மனித இனம் எந்தக் கேள்வியும் இன்றி பல்லாயிரமாண்டுகளாகப் பின்பற்றும் போது இதையும் ஏன் பின்பற்றக்கூடாது?

சாதி ஆணவப்படுகொலையில் ஈடுபடுவதைத் தீவிரவாதத்துக்கு ஒப்பாகக் கருதி தூக்கு தண்டனை வழங்கப்பட வேண்டும். குற்றம் செய்தவர், அதற்குத் திட்டமிட்டவர் அல்லது தூண்டியவர் அனைவருக்கும் இதே தண்டனைதான். அவர்களின் சொத்துக்கள் அனைத்தும் பறிமுதல் செய்யப்பட வேண்டும். அது கலப்புத்திருமணப் பாதுகாப்புத் துறையின் கணக்குக்கு மாற்றப்பட வேண்டும். அவர்களின் கணவன் / மனைவி, பிள்ளைகள், உடன்பிறந்தோர், அனைவருக்கும் - குற்றம் நடக்கையில் 18 வயதுக்கு மேல் ஆகி இருந்தால், குற்றத்தைத் தடுக்க வலுவான முயற்சிகள் மேற்கொண்டார்கள் என்பது நிரூபிக்கப்படவில்லை

எனில் - பாஸ்போர்ட், ஓட்டுநர் உரிமம், ஆதார் அட்டை, ரேஷன் அட்டை, வாக்காளர் அட்டை, பள்ளி, கல்லூரி கல்விச் சான்றிதழ்கள், அலைபேசி, இணைய இணைப்புகள் எல்லாம் ரத்து செய்யப்பட வேண்டும். குற்றம் நடந்து அதிகபட்சம் ஓராண்டுக்குள் விசாரித்து வழக்கை முடிக்க வேண்டும்.

மறுபுறம் கலப்பு மணம் புரியும் ஜோடிக்கு அதிலொருவர் பட்டியலினம் / பழங்குடியாக இருந்தால் - அரசு குறைந்தது 10 லட்சம் ரூபாய் ஊக்கத்தொகை வழங்க வேண்டும்.

(நவம்பர் 16, 2018)

★

ஓர் ஆணவக் கொலைச் செய்தி கலப்பு மணம் பற்றிய அச்சத்தை சமூகத்தில் விதைக்கிறது. எனவே அக்குற்றம் செய்தோருக்கான தண்டனை அந்த அச்சத்தைச் சமூகத்தில் போக்குவதாக இருக்க வேண்டும். உதாரணமாக ஆயிரக் கணக்கான பொது மக்கள் வேடிக்கை பார்க்க, தொலைக்காட்சியில் நேரலை ஓட, வெட்டவெளி மைதானத்தில் ஆணவக் கொலை செய்த தாயோளிகளை அம்மணமாக ஓட விட்டு அரசாங்கமே கல்லால் அடித்துக் கொல்லும் தண்டனை அமலுக்கு வர வேண்டும்.

பெருகி வரும் சாதி ஆணவப் படுகொலைகளை எதிர்க்கும் முகமாக இனிமேல் எனக்கு வரும் திருமண அழைப்புகளில் அது சாதி மறுப்புத் திருமணமாக இருந்தால் மட்டுமே கலந்து கொள்வது என்று உறுதியாய் முடிவெடுக்கலாமா எனக் கடந்த ஓராண்டாகவே யோசித்துக் கொண்டிருக்கிறேன். (மறுமணம், காதல் மணம், மத / இனக் கலப்பு மணம், சுயமரியாதைத் திருமணம், ஓரினச் சேர்க்கை மணத்துக்கு விதிவிலக்கு அளிக்கலாம்.)

ஆனால் பழகி விட்ட நண்பர்கள், உறவினர்களுடன் சங்கடம் / பகைமை கொள்ள நேரிடுமே எனத் தயக்கம். (இப்படியான தனிமனிதத் தயக்கங்களில்தான் இங்கே சாதி வாழ்கிறது.) என் போல் அல்லாது மனவலிமை கொண்ட நண்பர்கள் இதை ஓர் இயக்கமாக முன்னெடுக்கலாம். என்றேனும் நானும் இணைந்து கொள்வேன்.

(மே 2, 2019)

★

2011 சென்சஸ்படி இந்தியாவில் வெறும் 5.8%தான் கலப்பு மணங்கள். அதுவும் எத்தனை உயர்சாதி / ஆண்ட சாதி மற்றும் தலித் / பழங்குடி இடையிலானது எனத் தெரியவில்லை. அதிகபட்சம் 1% இருக்கலாம் என்பது என் கணிப்பு. அப்புறம் எப்படி சாதி வெறி ஒழியும்?

உயர்சாதிக்கும் ஆண்ட சாதி எனச் சொல்லிக் கொள்ளும் பிற்பட்ட சாதிக்கும் நடப்பது கலப்புக் கல்யாணமே அல்ல. அதில் எந்தச் சமூக மாற்றமும் வராது. உதா: ஐயரும் தேவரும் கல்யாணம் செய்தால் செட்டியாரும் கவுண்டரும் திருமணம் செய்தால் அதில் எந்த முற்போக்கும் இல்லை. அது இரு சின்னஞ்சிறிய சமரசம்.

நீங்கள் சாதிக்கு எதிரானவர் என்றால் நீங்கள் கலப்பு மணம் செய்வதைத் தவிர அதற்கு நியாயம் செய்ய வேறு வழியில்லை. ஒருவேளை ஏற்கனவே மணமாகி விட்டதெனில் குறைந்தது உங்கள் அடுத்த தலைமுறையிலாவது அதை நிகழ்த்த வேண்டும். அப்படிக் கட்டாயமாய்ச் செய்தால்தான் மூன்று தலைமுறைகளுக்குப் பின் சாதி பேதம் ஓரளவு குறைந்திருக்கும். எப்படி சகோதர சகோதரிக்குள் மணம் என்பது நம் கலாசாரத்தில் அபச்சாரமோ போலவே சாதிக்குள் மணம் செய்வதும் *incest*-ஆகக் கருதப்பட வேண்டும்.

இதைச் செய்வது சுலபம்தான். காதல்தான் செய்ய வேண்டும் என்றில்லை. இன்றைய மேட்ரிமோனியல் முறையில் கூட செய்யலாம். ஒருவர் உயர்சாதி / ஆண்ட சாதி எனில் தலித் / பழங்குடியில்தான் பெண் / மாப்பிள்ளை வேண்டும் எனச் சொல்லலாம். தலித் / பழங்குடிகளும் இதே போல் உயர்சாதி / ஆண்ட சாதியில் மட்டும் வரன் தேடலாம்.

என் மகன் / மகள் மீது என் எண்ணத்தை எப்படித் திணிப்பது எனக் கேட்டால் அவ்வளவு அன்பும் அக்கறையும் இருப்போர் சகோதர முறை கொண்ட ஒருவரைத் தன் விருப்பமாகக் கை காட்டினாலும் எப்படித் திணிப்பது என அவரது முடிவை ஆதரிப்பீர்களா என யோசிக்கலாம். பாசாங்கு செய்யாமல் சாதி எதிர்ப்பு செய்யுங்கள். அல்லது வெளிப்படையாக சாதி வெறியராகவே இருங்கள். *That's better.*

(அக்டோபர் 12, 2019)

★

கட்டாய சாதி மறுப்புத் திருமணம் பேசுகிற போது ஏன் மத மறுப்புத் திருமணமும் கூடாது? என மதிப்புற்குரிய ஒரு நண்பர் கேட்டிருந்தார். கூடாதெனச் சொல்லவில்லை. ஆனால் இரண்டுக்கும் நோக்கில் வித்தியாசம் உண்டு. மாற்று மதத்தின் மீது ஒருவருக்கு இருப்பது வெறுப்பு மட்டுமே. மாறாக தாழ்த்தப்பட்ட சாதி மீது காட்டுவது ஆதிக்க வெறி.

ஏன் கலப்பு மணம் வேணுமெனில் சாதியில் ஏற்றத்தாழ்வும் தீண்டாமையும் இருப்பதால். மதத்துக்குள் அப்படி ஏதும் இல்லை. அங்கே ஒருவித எரிச்சல், சகிப்பின்மை இருக்கிறது (அதைத்தான் மாற்றுமதம், தாழ்ந்த சாதி என்ற சொற்களால் மேலே குறிப்பிட்டேன்.) அதனால் மதத்துக்குள் கலப்பு நடந்தாலும் நடக்கா விட்டாலும், அது முக்கியமே இல்லை.

மதக் கலப்பு மணம் என்ற தர்க்கத்தை நீட்டித்து ஒரே நாட்டுக்குள் மணம் செய்யக் கூடாது, ஒரே கிரகத்துக்குள் மணம் செய்யக்கூடாது என்றும் கூடக் கொண்டு போகலாம். விஷயம் அது இல்லை. கவனியுங்கள்: நாம் சாதி ஒழிப்புத்தான் பேசுகிறோம்; மத ஒழிப்பு பேசவில்லை. மாறாக மத நல்லிணக்கம், மதச் சகிப்புத்தன்மை பேசுகிறோம். இதன் பொருள்: இரண்டு சமமானவர்கள் இடையே மட்டுமே நல்லிணக்கம் என்பது சாத்தியம். ஆண்டான், அடிமை மத்தியில் அல்ல. அதனால்தான் அங்கு கலப்பு நிகழ வேண்டும்.

(பிப்ரவரி 5, 2021)

★

தமிழகத்தில் கலப்பு மணங்கள் வெறும் 2.2% மட்டுமே. பிறகு தமிழகத்தில் காதலிப்பவர்கள் எல்லாம் என்னதான் செய்கிறீர்கள்? முடிந்த வரை படுத்து எழுந்து விட்டு பரஸ்பரம் குட்டை சொல்லி விடுகிறீர்களா! எனில் கலப்புக் கலவி நிகழ்ந்து கொண்டுதான் இருக்கிறது; பாவம், கலப்பு மணத்துக்குத்தான் நாதி இல்லை.

இந்தியப் பெண்களில் 60% பேர் கலப்பு மணம் செய்யத் தயார் எனச் சொல்லி இருப்பதாக ஓர் ஆய்வு முடிவில் சொல்கிறார்கள். அதில் எத்தனை பேர் பட்டியலின / பழங்குடியின ஆட்களை மணம் செய்ய விரும்புவர் என்று அறிந்தால் சுவாரஸ்யமாய் இருக்கும். சொல்லப் போனால் மற்றதெல்லாம் கலப்பு மணத்தின் கணக்கிலேயே வராது.

தமிழகத்தில் எந்தச் சாதிப் பெண்கள் அதிகம் கலப்பு மணம் புரிகிறார்கள் என ஒரு கேள்வி. இதிலென்ன சந்தேகம்! பிராமணர்கள். ஆண்களில்? *Obviously*, தலித்கள்.

மிகப் பரவலாய் நம்பப்படும் விஷயம்: பிராமணர்களே ஒப்பீட்டளவில் அதிக கலப்பு மணங்களை ஏற்கிறார்கள் என்பது. அது நிஜம்தான். பிற்படுத்தப்பட்ட சாதிகள் வெட்டுவேன் என்றோ தற்கொலை செய்வேன் என்றோ மிரட்டி மகள் கலப்பு மணம் செய்யாமல் பார்த்துக் கொள்வார்கள். ஆனால் பிராமணர்கள் முதலில் பேசி மனம் மாற்றப் பார்ப்பார்கள். பெண் உறுதியாக இருப்பது தெரிந்தால் பிரச்சனை செய்யாமல் கல்யாணம் செய்து வைத்து விடுவார்கள். ஆனால் இதில் கூடுதலாய் ஓர் இழை உண்டு.

மாப்பிள்ளை நல்ல படிப்பு, நல்ல வேலை, நல்ல சம்பளம், நல்ல சமூக அந்தஸ்து என இருந்தால் மட்டுமே இது நடக்கும். அதாவது பிராமண சாதியில் வரன் பார்த்தால் அக்குடும்பத்தின் சக்திக்கு, அப்பெண்ணின் தகுதிக்குக் கிடைக்கும் மாப்பிள்ளையை விட சில படிகளேனும் அதிகமாக இந்தக் காதல் மாபிள்ளை இருந்தால் மட்டுமே கல்யாணம் சுமூகமாக நிகழும். சும்மா, காதல் வாழ்க என்றெல்லாம் இராது. சாதியை விட்டுத் தருவதால் கிட்டுவதென்ன என்ற லாப நஷ்டக் கணக்கின்படியான முடிவுதான். இதை ஒரு குற்றமெனச் சொல்ல வரவில்லை. *Just* இந்த *nuance*-ஐ அடிக்கோடிடுகிறேன்.

மற்றபடி, கலப்பு மணம் செய்த வள்ளிக்கான கும்மி ஆடும் பெண்களிடம் போய் சொந்த சாதிப் பையனை மணம் செய்வேன் எனச் சத்தியம் வாங்கும் அபத்தம் செய்வதில்லை.!

(ஏப்ரல் 12, 2021)

★

கலப்பு மணம் எப்படி சாதியை ஒழிக்கும்? கலப்பு மணம் செய்தோரின் பிள்ளைக்குத் தாய் / தந்தையின் சாதியைப் போட்டுத்தானே சாதிச் சான்றிதழ் வாங்குகிறார்கள்?

இது அடிக்கடி எழுப்பப்படும் வினா. முற்போக்கு சிந்தனை கொண்ட சிலரும் கூட குழப்பிக் கொள்ளும் விஷயம். ஆனால்

இக்கேள்வியைப் பெரும்பாலும் எழுப்பிக் கொண்டாடுவது கலப்பு மணத்தை வெறுக்கும் பிற்போக்குச் சாதி வெறித் தறுதலைகள்தாம். பதில் இதோ: சாதி ஒழிப்பு என்பது ஒருவருக்கு பத்து சாதி அடையாளங்கள் கொண்டு வருவதன் மூலம் சாத்தியம். சாதிச் சான்றிதழ் எல்லாம் விஷயமே இல்லை. கலப்பு மணத்தில் பிறந்த குழந்தையை இரண்டு சாதியிலுமே சற்று வித்தியாசமாகத்தான் பார்ப்பர். அதுதான் முக்கியம். தொடர்ந்து கலப்பு மணம் நடக்கும் போது இன்னும் நான்கைந்து தலைமுறையில் பிறக்கப் போகும் குழந்தைக்கு ஏழெட்டு சாதி அடையாளங்கள் சுலபமாக இருக்கும். "இவன் நம்மவன்" என்ற சாதிப் பாச எண்ணமே அழிந்து போகும். அதற்குக் காதல்தான் ஒரே வழி. இட ஒதுக்கீட்டைக் கூட பல்லைக் கடித்துக் கொண்டு பொறுத்துக் கொள்கிறார்கள். ஆனால் கலப்பு மணம் எனப் பேசினாலே பதறுகிறார்கள்! இதிலிருந்தே தெரியவில்லையா? *That's the path forward!*

(பிப்ரவரி 14, 2022)

★★★

28. சாதியம்: சில புரிதல்கள்

பூணூலை ஏன் இன்றைய முற்போக்கு பிராமணர்கள் இன்னும் துறக்கவில்லை? மாமிசம் உண்பது போல், கலப்பு மணம் புரிவது போல் பூணூல் பகிஷ்கரிப்பும் சிந்திக்கும் பிராமணர்களிடையே பரவியிருக்க வேண்டாமா? எது ஒன்று உங்கள் சாதியை உங்களுக்கும் மற்றவருக்கும் நினைவூட்டியபடியே இருக்கிறதோ அதைத் தூக்கி எறியாத வரை ஒருவர் சாதியத்தைக் கடந்ததாகக் கருத முடியுமா? முற்போக்கு பேசும் பிராமணர்களில் பூணூலிலிருந்து விடுதலை பெற்றவர் எத்தனை பேர்?

அவ்வகையில் கமல் அசலான முற்போக்குவாதி. பூணூலைத் துறந்ததோடு, அதைப் பற்றிக் கேட்ட போது, "குளிக்கையில் முதுகு தேய்க்க எனக்கு வேறு உபாயங்கள் உண்டு" என்று சொல்லி இருக்கிறார். ஹே ராம் படத்தில் அவர் பூணூல் அணிந்து நடிக்க வேண்டி வந்த போது, அதை விரும்பாமல் க்ராஃபிக்ஸில் சேர்த்ததாகவும் ஒரு கதையுண்டு.

(மார்ச் 8, 2018)

★

வைரமுத்து பற்றி சாதியுணர்வு கொண்டவர் என்ற பிம்பம்தான் எனக்கு இருக்கிறது. கடந்த காலங்களில் அவரது எழுத்துக்களிலும், பல்வேறு செயல்களிலும் அது வெளிப்பட்டிருக்கிறது. அதனால் அவர் பேசும் சாதி எதிர்ப்பு என்பது ஓர் எல்லைக்கு உட்பட்டது, மேலோட்டமானது. இன்னும் சொன்னால் ஒரு மாதிரி பாவனை.

தலித் அல்லாதவர்களின் தலித் பற்றி கொண்டிருக்கும் கற்பிதங்களில் *(notion)* பிரதானமான ஒன்று அவர்களின் சுத்தம் பற்றியது. அவர்கள் ஒழுங்காய்க் குளிக்க மாட்டார்கள், உடற்சுகாதாரம் பேண மாட்டர், உணவு சுத்தமாய் இராது, உடைகள், பாத்திரங்கள்

அழுக்கானவை, வீட்டில் அசுத்தம் மண்டியிருக்கும் போன்ற எண்ணங்கள். தலித்களை வெளியிலிருந்து பார்க்கும் அவர்கள் தொழிலின் அடிப்படையில் உருவாக்கிக் கொள்ளும் பிம்பம். சாக்கடை அள்ளுபவர், செருப்புத் தைப்பவர், சவரம் செய்பவர், துணி வெளுப்பவர், பறை அடிப்பவர், பிணம் எரிப்பவர் எப்படி சுத்தமாய் இருக்க முடியும் என நினைக்கிறார்கள். சிறுவயதிலிருந்து அந்த எண்ணம் விதைக்கப்படுகிறது. அது மிக ஆழமாக அவர்கள் மனதில் பதிந்து போகிறது. இன்னும் சொன்னால் தீண்டாமையின் ஆணி வேரே இந்தச் சுத்தமின்மை என்ற கருதுகோள்தான்.

வைரமுத்து போன்ற படித்த, உலக ஞானமுடைய, விரிந்த தளத்தில் சிந்திக்கும் ஒருவருக்கே இம்மாதிரி எண்ணம்தான் இருக்கிறது எனும் போது சாதாரணர்களின் சாதி ஆணவக் கொலைகளின் உளவியலை எளிதில் விளங்கிக் கொள்ள முடிகிறது.

செல்ல வேண்டிய தூரம் நிறைய இருக்கிறது, அம்பேத்கர், பெரியார் கைகள் பற்றி!

(ஜூன் 16, 2018)

★

மசூதியை இடிக்கும் வேலையைச் செய்த அடிமைச் சாதியினர் தம் கையில் கத்தி, கடப்பாறையுடன் புகைப்படத்துக்குப் போஸ் கொடுக்குமளவு மத வெறியை வெளிப்படையாகக் கொண்டவர்கள். அவர்கள் இயல்பிலேயே வாழ்வில் இழக்க ஒன்றுமற்ற பொறுக்கிகள் என்பதால் அதில் அவர்களுக்கு பாதிப்பு ஒன்றுமில்லை. ஆனால் மசூதியை இடிக்கத் தூண்டுபவர்கள், அது இடிந்ததில் மகிழ்ச்சி கொள்பவர்கள், அதன் இறுதித் தீர்ப்பைக் கொண்டாடுபவர்கள் எல்லாம் அப்படி வெளிப்படையாகத் தம் மத வெறியைக் காட்ட முடியாது. அவர்களின் சமூக பிம்பம் அப்படி. உயர்ந்த பணிகளில் இருப்பவர்கள், சமூக மதிப்புடன் வாழ்பவர்கள், நிறையப் பணம் சம்பாதிப்பவர்கள், பல நாட்டுப் பிரஜைகளோடு பணிநிமித்தம் சேர்ந்து இயங்குபவர்கள். இந்த மதவெறி தெரிந்தால் அவர்கள் இவர்களைக் காறித் துப்புவார்கள். வாய்ப்புகள் பறிபோகும். அவர்கள் தயவு எப்போதும் இவர்களுக்கு அவசியம். அதனால் இவர்களுக்கு ஒரு முகமூடி போட்டு மதவெறியை, இன்ன பிற சாதிய மேட்டிமைகளைப் பேச ஓர் இடம் தேவை.

அதுதான் மத்யமர் மாதிரி குழுமங்கள்.

(ஜனவரி 17, 2021)

★

சேரிகளில் இருப்போரை அங்கிருந்து துரத்தி (அப்புறப்படுத்தி) விட்டு வேறு இடமொன்றில் மாற்றுக் குடியிருப்பு தரப்படும் போதெல்லாம் அதைப் பெறுபவர்களே ஏன் எதிர்க்கிறார்கள்? அந்த 'அறியாமை' கண்டு கொதித்து இந்தச் சாக்கடையிலா வாழ விரும்புகிறீர்கள் என எதிர்த்தரப்பு ஏன் அதைக் கேலி செய்கிறார்கள்?

அதை அவர்கள் நிலத்தின் மீதான் பிடிப்பு, செண்டிமெண்ட் என்றும் மேலோட்டமாகச் சொல்லலாம். ஆனால் காரணம் இன்னும் யதார்த்தமானது. அவர்கள் வாழுமிடத்தின் சொகுசுக் குறைவு, சுகாதாரப் போதாமை இவற்றை விட அவ்விடத்திலிருந்து அவர்கள் வேலைக்கும் பிற தேவைகளுக்கும் போய் வருவது அவர்களுக்கு வசதியாக இருக்கிறது. அதைப் பிடுங்கி பல கிமீருக்கு அந்தப்புறம் ஒரு வீட்டை அரசு தரும் போது அந்த வீட்டின் வசதி, சூழலின் சுத்தம் தாண்டி வேலைக்கும், பிற விஷயங்களுக்கும் தினம் அலைய வேண்டி வரும் என்ற பதற்றமே அவர்களை அதை ஏற்க மறுக்கச் செய்கிறது. அது மிக நியாயமான கவலைதான். (அதனால்தான் குடிசை மாற்று வாரியக் குடியிருப்புகளைச் சிலர் வெளி ஆட்களுக்கு வாடகைக்கு விடுகிறார்கள்.)

அது ஒரு *mindset*. அதன் மீது நம் சிந்தனை முறையைப் போட்டு இதெல்லாம் ஒரு கஷ்டமா, பஸ் ஏறினால் முடிந்தது, பைக் எடுத்தால் தீர்ந்தது எனக் கேட்பதில்தான் சிக்கல் தொடங்குகிறது. இதே கேள்வியை நீங்கள் பழங்குடிகளுக்கும் போட்டுப் பார்க்கலாம். எப்படி அவர்களை நாம் தொந்தரவு செய்யாமல் விடுகிறோமோ அப்படியே சேரிகளையும் கையாள வேண்டும். அவர்களின் வேர்களைத் தொடாமல் விட்டு விடுவதே அவர்களுக்குத் தரும் மரியாதை, செய்யும் உபகாரம்.

மாறாக அரசு அவர்கள் அனைவரையும் முறையாகக் கணக்கெடுத்து, அதே இடத்தில் குடிசை மாற்று வாரியக் குடியிருப்புகள் உருவாக்கி வழங்கலாம். அவர்களை மொத்தமாக வெளியேற்றாமல் பேட்ச் பேட்சாக சுழற்சி முறையில் சேரிக்குப் பக்கத்திலேயே தற்காலிகக்

குடியிருப்புக்குப் பெயரச் செய்து (அரசே வாடகை செலுத்தி) புதிய வீடுகள் கட்டி முடிக்கப்படும் வரை அங்கே இருக்கச் செய்து (அதிகபட்சம் ஆறு மாதங்கள்) பின் மீண்டும் அவர்கள் இடத்திலேயே குடியமர்த்தலாம்.

இதில் மிக முக்கியமானது அவர்களின் நம்பிக்கையையும் வீடு கட்டும் திட்டத்திற்கு அவர்கள் சம்மதத்தையும் பெறுவது. (இந்த சுழற்சி முறையினால் அவர்களுக்கும் நம்பிக்கை வரும், அரசுக்கும் நிறையத் தற்காலிகக் குடியிருப்புகள் தேவைப்படாது.)

அரசின் நோக்கம் சேரி மக்களின் நல்வாழ்வு என்றால் இதைச் செய்ய நிச்சயம் மனம் வரும். மாறாக நகர மத்தியில் இருக்கும் நிலம் என்ற கவர்ச்சியாக இருந்தால் சொல்வதற்கு ஒன்றும் இல்லை. அவர்கள் அந்த இடத்திற்குப் பட்டா போட்டு வந்தார்களா ஆக்ரமிப்பில் வந்தார்களா என்பதை எல்லாம் தாண்டி அந்நிலம் அவர்கள் சொத்து என முதலில் அரசு உளமார நம்ப வேண்டும். அது வரையிலும் சட்ட விதிகள், அவர்கள் மீதான அக்கறை என எதையேனும் காரணம் காட்டி அவர்களைப் புறநகருக்கு விரட்டியடிக்கும் / அப்புறப்படுத்தும் நமது அயோக்கியத்தனத்துக்குத் தீர்வில்லை.

அப்படிப் பார்த்தால் உலகம் முழுக்க எந்த ஊரை எடுத்துக் கொண்டாலும் அதைத் தன் வேர்வையால், குருதியால் கட்டியெழுப்பிய எல்லாப் பூர்வகுடியும் ஆக்ரமிப்பாளன்தான். அதற்கு என்ன செய்ய முடியும்! வரலாறு அப்படித்தான் இயங்க முடியும். சட்டத்தை விட அறம் எப்போதும் ஒருபடி மேலானது. சட்டம் காலத்திற்கேற்ப மாறும். அறம் ஒன்றுதான்!

(ஜூலை 30, 2021)

★

பிறப்பின் அடிப்படையில் ஒரு குணத்தை முடிச்சிடுவது அது எந்தச் சாதி எனினும் தவறானது - பிராமணர்கள் என்றாலும்.

பார்ப்பனியம் என்பது பிறப்பால் பிராமணர் என்ற அடிப்படையில் மட்டும் வருவதல்ல; வளர்ப்பின், வார்ப்பின் விளைவாக வருவது. அந்தச் சூழல் சாதியத்தையும், மூட நம்பிக்கைகளையும் மனதில் ஏற்றி விடுகிறது. பிராமணர்கள் புத்திசாலிகள் என்ற நம்பிக்கையும்

அத்தகையதே. அது இயல்பாகவே அமையும் சுற்றத்தின் அறிவு நிலை, அதனால் உண்டாகும் ஓர் அழுத்தம் *(peer pressure)*, மிக எளிதாகக் கிட்டும் வாய்ப்புகள் ஆகியவற்றால் நிகழ்வது. இதனால்தான் நவபார்ப்பனீயம் சாதி கடந்தது என்கிறோம். இதனால்தான் சாதிக்கும் திறமைக்கும் தொடர்பில்லை என்கிறோம். இச்சூழலில் கலாக்ஷேத்ரா பாலியல் தொந்தரவு விவகாரத்தில் ஒட்டுமொத்த பிராமணப் பெண்கள், குடும்பங்களின் ஒழுக்கத்தைக் கேள்வி, கேலிக்குள்ளாக்குவது தவறான அணுகுமுறை.

கலாக்ஷேத்ரா குற்றவாளிகளைக் காப்பாற்ற பார்ப்பனியம் நிச்சயம் முயற்சி எடுக்கும். அது எதிர்க்கப்பட வேண்டியதே. ஆனால் பிராமண நிறுவனங்களில், குடும்பங்களில் இத்தகைய தொந்தரவுகள் சகஜம், அவர்கள் இதைக் கண்டும் காணாமல் போகப் பழகியவர்கள் என்ற ரீதியில் சொல்வது சரியல்ல. அது நிஜமும் அல்ல என்பதே என் புரிதல் மற்றும் அனுபவம். (ஒருவேளை உண்மை இருந்தாலும் பிராமணப் பெண்களோ ஆண்களோ வெளியே வந்து அதைப் பொதுமைப்படுத்திப் பேசுவதே முறை.)

நிறுவனரீதியாகவும் குடும்பரீதியாகவும் ஒரு குற்றத்தை நியாயப்படுத்த முனைவது ஆதிக்க சக்தி கொண்ட எல்லாச் சாதியிலும் நடப்பதே. இல்லையெனில் நிறுவனமும், குடும்பமும் நிரந்தரமாகத் தலைகுனிய வேண்டும், அதன் நீட்சியாக கடும் நஷ்டம், தனிமைப்படுத்தல் ஆகிய விளைவுகளைச் சந்திக்க வேண்டும் என்ற அச்சம்தான் காரணம். சாதிரீதியான ஒன்றுகூடல் நிகழ்ந்தாலும் சாதி இங்கே இரண்டாம்பட்சம்தான். (கவனித்தால் கணிசமான சமயம் பாதிக்கப்பட்ட தரப்பும் அதே சாதியாக இருக்கும்.)

உதாரணமாக கள்ளக்குறிச்சி மாணவி மர்ம மரண விவகாரத்தில் பள்ளி நிர்வாகியின் சாதியினர் அவருக்கு ஆதரவாக நின்றதைக் கண்டோம். பொள்ளாச்சி பாலியல் விவகாரத்தில் ஒரு குற்றவாளியின் தாய், பாதிக்கப்பட்ட பெண்கள் பாலியல் தொழிலாளிகள் என்று சொன்னார், அப்படித்தான். அதன் அர்த்தம் அச்சாதியில் இத்தகு பாலியல் தொந்தரவுகள் சகஜம், அதற்குக் குடும்பமே ஒத்துழைக்கும் என்பதல்ல. மாறாக, அது இக்கட்டிலிருந்து தன் நிறுவன / குடும்ப ஆள் விடுவிக்க முனையும்

சில தனி நபர்களின், நிறுவனப் பிரதிநிதிகளின் சுயநல வெறி உளறல்.

அவ்வகையில் தன் சுற்றம், தன் சாதி என்பதால் குற்றச் செயல்களை ஆதரிப்பது இங்கே வழமையாக நடப்பதுதான். அபிராமி வெங்கடாசலம் போன்ற ஆஃபாயில்கள் செய்வதும் அதேதான். அங்கே முதலில் நிற்பது முரட்டு நிறுவனப் பாசம். அடுத்து சாதிப் பாசம். அதனால் ஒன்று குற்றமே நடக்கவில்லை என்பது, அல்லது குற்றத்தைக் குறைத்துக் கூறுவது, அல்லது குற்றத்தை நியாயப்படுத்துவது. கலாக்ஷேத்ராவில் நடந்ததை மறைக்க முடியவில்லை என்றால் பெண்ணின் சம்மதத்துடன் நடந்தது என்பார்கள், சம்மதித்து இருப்பினும் மைனர் பெண்ணா என்பதற்குள் போகாமல் மழுப்புவார்கள்.

முழு உண்மை வெளியே வந்தால் சாதி மீது பொதுமைப்படுத்திய கறை விழுமே என்ற அச்சம் அவர்கள் மனதில் இருக்கிறதுதான். அதற்காக சாதிரீதியாக ஒன்று கூடி நீதியைக் கொல்ல முனைவார்கள். அது சாதிய நடவடிக்கைதான். அதைக் கடுமையாக எதிர்க்க வேண்டும், முறியடிக்கவும் வேண்டும். ஆனால் அதற்காக அச்சாதிக்கு ஒரு முத்திரை குத்துவது அப்போராட்டத்தின் ஒரு பகுதியல்ல. அது மலினப்படுத்தல் மட்டுமே. அப்படி மொத்தச் சாதியையும் அவதூறு செய்யும் *collateral damage* அறமும் அல்ல.

பார்ப்பனியத்தில் ஏராள அசிங்கங்கள் இருக்கின்றன - ஆனால் நிச்சயம் பாலியல் சமரசங்கள் அவற்றில் ஒன்று அல்ல. எல்லாவற்றையும் பார்ப்பனியத்தின் பெயரில் எழுதி நாமே அதன் எதிர்ப்பு வீரியத்தை நீர்த்துப் போகச் செய்து விடக்கூடாது.

(ஏப்ரல் 5, 2023)

★

பிராமணர்கள் ஒருவரின் சாதியை அறிந்து கொள்ள அதிகம் முனைய மாட்டார்கள் என்பதைக் கவனித்திருக்கலாம். ஏனெனில் அவர்களுக்கு பிராமணர்கள் தவிர மற்ற எல்லோரும் வேறு சாதிதான்; கீழேதான். ஒருவர் பிராமணரா இல்லையா என்பது எளிதில் தெரிந்து விடும். அதனால் அதற்கு மேல் உட்பிரிவினையில் அவர்கள் ஆர்வம் காட்டுவதில்லை. மற்றபடி ஒருவரின் சாதியறிய அதிகமும் முனைப்புக் காட்டுவது இடைநிலைச் சாதியினர்தான்.

அவர்களுக்குள் எப்போதும் அந்தக் குறுகுறுப்பு இருந்து கொண்டே இருக்கும். சாதியறிய வேண்டும். அறிந்து? தலித் என்றால் ஒதுக்க வேண்டும்.

(ஏப்ரல் 17, 2023)

★

OK. Acid Test for சநாதன தர்மம்:

1) சாதிச் சமத்துவத்துக்கு அதில் இடமுண்டா?

2) சாதிக் கலப்பு மணத்துக்கு அதில் இடமுண்டா?

3) மதச் சகோதரத்துவத்துக்கு அதில் இடமுண்டா?

4) பெண்ணுரிமைக்கு அதில் இடமுண்டா?

5) பகுத்தறிவுக்கு அதில் இடமுண்டா?

ஆம் என்றால் மேற்கொண்டு பேசலாம். இல்லை எனில் அத்தர்மம் அவசியமில்லை. அதை நாங்கள் மதிக்க வேண்டியதும் இல்லை. ஒரு வாழ்முறை இன்றைய சூழலில் இருந்து முன்னோக்கி நகர்த்த வேண்டும், மாறாகப் பின்னோக்கி இழுக்கும் எதுவும் பொருட்படுத்தத் தக்கதல்ல. அதை ஆதரித்துப் பேசுவோர் இழிந்தவர்களே!

சனாதன தர்மத்தில் சாதிச் சமத்துவமும் மதச் சகோதரத்துவமும் இருக்கிறதென்றால் அதை அடையாளப்படுத்தும் விதமாக சனாதனிகள் இரண்டு விஷயங்களைச் செய்யுங்கள்: 1) உங்கள் குடும்பங்களில் சாதிக் கலப்பு மணம் செய்யுங்கள். 2) மசூதியை இடித்துக் கட்டப்படும் ராமர் கோயிலை நிறுத்துங்கள். அதற்கு வக்கு இல்லையென்றால் சகல துவாரங்களையும் பொத்திக் கொண்டு சனாதனம் என்பது உங்கள் கீழ்த்தரமான சாதி வெறிக்கும் ஆபாசமான மத வெறுப்புக்கும் நீங்கள் கூச்சத்துடன் அணிவிக்கும் ஜிகினா சட்டை என்று ஒப்புக் கொண்டு விலகுங்கள். (நசநசன்னு பெனாத்திக்கிட்டு.)

(செப்டெம்பர் 3, 2023)

★

சூத்திரர்களிடம் "பிராமணர்கள் உங்களைக் கோயில் கருவறைக்குள் விடவில்லையே, திருப்பதி லட்டு உருட்ட அனுமதிக்க மறுக்கிறார்களே?" எனப் பேசிக் கொண்டிருப்பதில் பயனில்லை. அது எந்த விழிப்புணர்வையும் தராது, ஒரு மாற்றத்தையும் உண்டாக்காது.

ஏனெனில் அவர்கள் அதுதானே முறை என உங்களிடம் பதிலுக்குக் கேட்பார்கள். அதாவது அவர்கள் அதில் எந்த அவமானத்தையும் உணர்வது இல்லை. பிராமணர்கள் தமக்கு மேலான உயர்ந்த சாதி, கடவுளுக்கு வேண்டப்பட்ட சாதி, எனவே அவர்களுக்குத் தம்மை விட அதிகமாக சாமி விவகாரங்களில் உரிமை உண்டு என்று மனப்பூர்வமாக எவ்விதமான உறுத்தலுமின்றி சூத்திரர்கள் பரவலாக நம்புகிறார்கள். அதனால் அது பற்றி அவர்களுக்கு ஒரு கவலையும் இல்லை.

மாறாக, அவர்களுக்குத் தம் காலுக்குக் கீழே சில தலித்களும் பழங்குடிகளும் இருந்தால் மகிழ்ச்சியும் பெருமையும் நிறைந்து விடும். அது இல்லாமல் கீழே வைக்கப்பட்டவர்கள் தமக்குச் சமமாக வந்து உட்கார்ந்தால்தான் கோபம் வரும். மேலே போனால் அவ்வளவுதான், கலவரமே வெடிக்கும்.

அதுதான் வர்ணாசிரமத்தின் வெற்றி. சனாதனத்தை நம் சமூகத்தில் இருந்து வேரறுப்பது சாதாரணமான விஷயமல்ல. ஏனெனில் அதனுள்ளே எல்லாச் சாதியுமே சந்தோஷமாக இருக்கும்படியாக ஒரு செட்டிங் செய்திருக்கிறார்கள். தனக்குக் கீழே ஒருவன் இருக்கும் வரை தனக்கு மேலே ஒருவன் இருப்பதைப் பற்றிக் கவலை இல்லை.

அதனால்தான் சாதி ஒழிப்பில் பிற்படுத்தப் பட்டவர்களின் போராட்டமும் தலித்களின் போராட்டமும் ஒன்றல்ல. அதனால்தான் திராவிடக் கட்சிகளால் தலித் கட்சிகளின் தேவையை இல்லாமல் ஆக்க முடியவில்லை.

(நவம்பர் 25, 2023)

★

சாதி ஆணவக் கொலைக் குற்றவாளிகள் ஏன் தண்டிக்கப் படுவதில்லை?

ஏனெனில் நாம் ஒரு சமூகமாக ஆணவக் கொலைகளை நிகழ்த்துகிறோம். எனவே, அரசு, நீதி, சட்டம், ஊடகம் என நான்கு தூண்களும் மறைமுகமாக அவற்றை ஆதரிக்கின்றன. ஆனால் ஒவ்வொரு முறையும் சம்மந்தப்பட்ட தனி மனிதர்களைக் கை காட்டிப் பாசாங்காகக் கண்டித்து விட்டு நேக்காகக் கடந்து விடுகிறோம். அவ்வளவுதான். நிம்மதி!

ஆணவக் கொலைகளைச் சமூகத் தீவிரவாதச் செயலாகக் கருதி ஒரு மாதத்தில் விசாரித்து மரண தண்டனை வழங்கும் சிறப்புச் சட்டத்தை எந்தக் கட்சியாவது கொண்டு வரட்டுமே! எவருக்கும் திராணி இல்லை. இன்னும் சொல்லப் போனால் எவருக்கும் அக்கறை இல்லை. அமைப்பில் உள்ள எல்லோரும் ஆழ்மனதில் அதை ஒரு விதமான சமநிலைப்படுத்தும் செயலாகவே பார்க்கிறார்கள் - *act of checks & balances!*

இன்னும் எல்லாக் கட்சிகளும் சாதி பார்த்து தேர்தலில் வேட்பாளர் நிறுத்திக் கொண்டிருக்கிறார்கள். இவர்களா சாதி ஆணவக் கொலைகளைத் தடுக்கப் போகிறார்கள்? அப்படியே நம்பி வாயைப் பார்த்துக் கொண்டிருக்க வேண்டியதுதான்.

தமிழன் மத்திய அரசு தன்னை அடிக்கும் போதோ (உதா: ஜல்லிக்கட்டு, இந்தித் திணிப்பு, நீட்) மற்ற மாநிலங்கள் அடிக்கும் போதோ (உதா: காவிரிப் பிரச்சனை, செம்மரக் கடத்தல் கொலைகள்) மட்டும்தான் தமிழனாய்த் தன்னை உணர்கிறான். மற்ற நேரங்களில் எல்லாம் தன் சாதியோடு மட்டுமே தன்னை அடையாளப்படுத்திக் கொள்கிறான். தமிழன் என்ற மொழி, இன உணர்வெல்லாம் தற்காலிக அலங்காரம்தான் தமிழனுக்கு. சாதிதான் அவனது சமரசமற்ற, நிரந்தரச் சொத்து.

(ஜனவரி 10, 2024)

★★★

29. சாதியம்: சில சவால்கள்

சத்துணவில் சாதியம் நுழைக்கும் முட்டாள் மூதேவிகளைக் கண்டிக்கும் / கேலி செய்யும் முனைப்பில் சத்துணவு என்ற விஷயத்தையே சிலர் இழிவு செய்கின்றனர் ("அவ்வளவு திமிர் இருந்தா வீட்லயே திங்க வேண்டியதுதானே!"). சத்துணவு என்பது பிச்சை அல்ல. சமூக ஏற்றத்தாழ்வுகளைக் களைய இட ஒதுக்கீடு இருப்பது போல் பொருளாதார ஏற்றத்தாழ்வினால் கல்வி பெறும் வாய்ப்பு பாதிப்படையக்கூடாது என்று கொண்டு வரப்பட்டதுதான் சத்துணவு. அதை ஒருவர் உரிமையோடு மகிழ்ச்சியாகவே ஏற்கலாம். அவர்களுக்கு அவமான உணர்வு ஏற்படுத்துவதாக நம் மொழி அமையக்கூடாது.

ஏதோ சில சொறி நாய்கள் வெறி பிடித்து சத்துணவில் சாதிய விஷம் கலந்ததற்கு சத்துணவு கொள்ளும் லட்சம் மாணவர்கள் மற்றும் குடும்பத்தாரை அவமதிக்கும் / புண்படுத்தும்படி நாம் பேசலாகாது. இன்னொரு விஷயம்: வீட்டிலேயே தின்னும் வசதி இல்லாததால்தான் உனக்கு சாதியம் பேச வக்கில்லை, இருந்தால் பேசலாம் என்றும் பொருள் வருகிறது. இதை எல்லாம் யாரும் திட்டமிட்டுப் பேசவில்லை எனப் புரிகிறது.

சாதிப் பித்தர்கள் மீதான கோபமே அது. ஆனால் சாதிய விஷயத்தில் கோபத்தில் கூட குறி தவறி collateral damage ஆகக்கூடாது என்பதில் மேலும் கவனம் கொள்வோம்!

(ஜூலை 19, 2018)

★

வள்ளியூர் கொலையைக் காதல் கொலை என்று சொல்லலாம். அல்லது ஆணாதிக்கக் கொலை என்று சொல்லலாம். அங்கே சாதிக்கு எந்த வேலையும் இல்லை என்பதே என் புரிதல். சாதி

ஆணவக் கொலை என்பது முற்றிலும் வேறு. அது தன் சாதி உயர்ந்தது என்ற ஆணவத்தால் கலப்பு கல்யாணம் செய்தவர்களை அல்லது காதலிப்பவர்களைக் கொலை செய்வது. அங்கே காதல் பிரச்சனை இல்லை; சாதிதான் பிரச்சனை. வள்ளியூரில் அப்படி இல்லை. ஆனால் அதுவே அந்த காதல் அல்லது ஆணாதிக்கக் கொலையில் இறந்த பெண் தாழ்த்தப்பட்ட சாதி என்றால் கொலை முதல் வழக்குப்பதிவு, காவல் விசாரணை வரை அனைத்திலும் தாமதங்களும், அலட்சியங்களும் இருக்கும். அதனால் அங்கே தலித் கொலை என அடையாளப்படுத்துவது தவிர்க்க முடியாதது.

(இங்கே சமூக வலைதளங்களில் இருக்கும் தலித் ஆதரவைக் கொண்டு தலித்களுக்கு எதிரான குற்றங்கள் எல்லாம் நின்று விட்டது என்றோ நடந்தாலும் உடனே நீதி வழங்கப்படுகிறது என்றோ நினைத்துக் கொண்டிருக்க வேண்டாம்.)

(நவம்பர் 28, 2018)

★

கௌசல்யாவின் மீது ஏன் போராளி பிம்பம் கொண்டீர்கள், இப்போது கலைக்கிறீர்கள் என லுச்சாத்தனமாய்க் கேட்கிறார்கள். பரவாயில்லை ஆனாலும் சொல்கிறேன்.

1) எந்தப் பெண் ஆணவக் கொலையில் கணவன் இறந்த பின் அவன் வீட்டிலேயே தங்குகிறாள், அவர்களைத் தன் பெற்றோராகப் பாவிக்கிறாள்? தன்னையும் தலித் போலவே அடையாளப்படுத்துகிறாள்?

2) எந்தப் பெண் ஆணவக் கொலை செய்தோர் தன் பெற்றோர் என்றும் பாராமல் நீதிமன்றத்தில் அவர்களுக்குத் தண்டனை வாங்கித் தருகிறாள்?

3) எந்தப் பெண் ஆணவக் கொலையில் பாதிக்கப்பட்டதும் ஓர் அமைப்பு தொடக்கி கலப்பு மணம் புரிவோருக்கு ஆதரவாய் நிற்பேன் எனப் பிரகடனம் செய்திருக்கிறாள்?

4) எந்தப் பெண் ஆணவக் கொலையில் கணவனை இழந்தும் தைரியம் விடாது சாதி ஒழிப்பே என் நோக்கம் எனக் களப்பணியில் இறங்கி இருக்கிறாள்?

5) எந்தப் பெண்ணின் சமூகப் பணிகளுக்குத் தோள் கொடுக்க எவிடென்ஸ் கதிர் முதல் கொளத்தூர் மணி வரை வந்திருக்கிறார்கள்?

இவற்றால் எல்லாம்தான் நான் கௌல்யாவைப் போராளி என வரித்தேன். அது ஒரு தர்க்கப்பூர்வப் புரிதல். அதற்கு நான் இப்போதும் வெட்கப்படவோ வருந்தவோ இல்லை.

(ஜனவரி 1, 2019)

★

Brahminism என்ற சொல் எழுத்தில் அல்லாமல் குரலில் என்னை முதலில் வந்தடைந்த ஆண்டு 2002. அப்போதுதான் கிண்டி பொறியியல் கல்லூரியில் பிஈ சேர்ந்திருந்தேன். ஐஐடி மெட்ராஸ் எங்கள் வளாகத்துக்கு எதிரே சற்று தள்ளி இருந்தது. வெளியே வந்து சர்தார் படேல் சாலையைக் கடந்தால் மெட்ராஸ் ஐஐடி. அங்கே கணிப்பொறியியல் சேர வேண்டும் என்பது என் பள்ளிக்காலக் கனவு. ஈரோடு போன்ற இரண்டாம் நிலை நகரில் படிப்பு மேற்கொண்ட, நுழைவுத் தேர்வுக்கென எந்தப் பயிற்சியும் செல்லக்கூடாது என்ற பிடிவாதம் கொண்டிருந்த எனக்கு ஐஐடியின் கூட்டு நுழைவுத் தேர்வு - முதல் சுற்று தேறினாலும் - அத்தனை எளிதில் உடைக்கக்கூடியதாய் இல்லை என்பதால்தான் என் இரண்டாம் விருப்பமாய் இருந்த அண்ணா பல்கலையில் சேர்ந்திருந்தேன். அங்கே முதுநிலை அறிவியல் படித்திருந்த சீனியர் ஒருவர் நான் தங்கியிருந்த அதே மாணவர் விடுதியில் இருந்தார். அவர்தான் ஐஐடி மெட்ராஸ் ஒரு பார்ப்பனிய வதைக்கூடம் என்றார். அது பற்றிப் பல விஷயங்கள் சொன்னார். எனக்கு பேரதிர்ச்சியாய் இருந்தது. நம்புவதா வேண்டாமா எனத் தயக்கம் இருந்தது. பிறகு அதைப் பற்றி அவ்வப்போது வந்த செய்திகள் அதனை உறுதி செய்வதாகவே இருந்தன. அதன் கலை விழாக்களின் பொருட்டு ஓரிரு முறை நண்பர்களுடன் சென்று வந்திருக்கிறேன். சென்னை நீங்கிய பின் அதைப் பெரிதாய்க் கவனித்ததில்லை. இப்போது அங்கே பேராசிரியர் பணி நியமனங்களில் இட ஒதுக்கீடு பின்பற்றாத ஏமாற்று வேலை அதன் பார்ப்பனிய வெறியை உறுதியாக்குகிறது. அதை நிச்சயம் சீராக்க வேண்டும். அன்றேல் அங்கே துர்மரணங்களும், மாணவ வெளியேறுதல்களும்

நடப்பதைத் தவிர்க்கவே முடியாது.

(நவம்பர் 17, 2019)

★

"பிராமணப் பத்திரிகையான ஆனந்த விகடனை பிராமணரல்லாத திராவிடர்கள் கொஞ்சம் கொஞ்சமாக ஆக்கிரமித்த வெற்றிக் களிப்பு தீர்வதற்குள் இப்படி ஒட்டுமொத்தமாய் வெளியே அனுப்பினால் என்ன அர்த்தம்? - இதை, இப்படிக் கேட்க என்ன கூச்சம்?" என்று பேராசிரியர் டி. தருமராஜ் கேட்டிருந்தார்.

விகடன் குழுமத்தில் சமீப ஆண்டுகளில் நிறைய திராவிட ஆதரவாளச் சிந்தையாளர்கள் இருப்பதான ஒரு பிம்பம் இருந்து கொண்டிருந்து நிஜம் தான். அவர்கள் பெரும்பாலும் இங்கே ஃபேஸ்புக், ட்விட்டரிலிருந்து அல்லது ப்ளாகிலிருந்து உருவாகிப் போனவர்கள். சிலர் நவீன இலக்கியப் பரிச்சயமும் கொண்டவர்கள். நானறிந்த வரை ஊழியர்கள் வெளியேற்றம் திராவிட ஆதரவாளர்களைத் தேர்ந்தெடுத்து நிகழ்த்தப்பட்டதாகத் தெரியவில்லை.

தவிர, அந்தத் திராவிட நுழைவும் ஒரு திட்டமாக நடந்தேறியதாக எனக்குத் தோன்றவில்லை. இயந்திரத்தின் உதிரி பாகங்கள் எல்லாம் ஒவ்வொன்றாய் மாறிக் கொண்டிருக்க திடீரெனப் பார்த்தால் அப்படியொரு நிலை வந்திருந்தது. அதை ஒருவரோ ஒரு சிலரோ திட்டமிட்டு நிகழ்த்தவில்லை. தவிர, அது நிகழ்ந்த பின்னும் அந்தப் பெரும்பான்மையை வைத்து அவர்கள் பிராமணர்களுக்கு பெரிய குடைச்சல் எல்லாம் கொடுக்கவில்லை.

அதற்கு மிக முக்கியமான காரணம் அவர்கள் ஒருங்கிணைக்கப்பட்டவர்களோ வழிநடத்தப்பட்டவர்களோ அல்ல. அவர்கள் தனித்தனியாய் திராவிட அனுதாபிகளாய் இருக்கலாம். அதன் வழி தம் பங்களிப்பாகச் சில திராவிட ஆதரவுக் கட்டுரைகளைப் பத்திரிக்கையினுள் சொருகி இருக்கலாம். ஆனால் அதைத் தங்கள் நிறுவனத்தின் அடையாளமாக ஆக்க முனையவும் இல்லை, முடியவும் இல்லை. தொடர்ந்து திராவிடத்துக்கு எதிரான கருத்துக்களும் விகடனில் இடம் பெற்றுக் கொண்டு தான் இருந்தன.

வெளியே இருந்து பார்க்கும் இரண்டு தரப்புக்கும்தான் அது தொடர்பான பதற்றமும் மகிழ்ச்சியும் அனாவசியமாய் ஒட்டிக் கொண்டது. வெளியிலிருந்து விகடன் திராவிட மயமாகி விட்டது என காலரைத் தூக்கி விட்டும் வயிற்றிலடித்தும் கொண்டார்கள். மாறாக அந்தத் திராவிடர்களோ, விகடனின் ஊழியர்களாக தம் தொழிலைத் தான் பெரும்பாலும் மேற்கொண்டிருந்தனர். வெளியிலிருந்து நாம் அறிந்தோ அறியாமலோ அதற்குச் சித்தாந்தச் சாயம் பூச முயல்கிறோம். ஆனால் துரதிர்ஷ்டவசமாய் இப்படி வெளியிலிருப்பவர்களே வரலாற்றை எழுதுகின்றனர்.

(மே 24, 2020)

★

அவரது புகைப்படம் பார்த்து "எஸ்சி பெண்கள் பருவத்தே அழகு" என்று ஒருவன் சொன்னதற்கு நடிகை ரித்விகாவின் எதிர்வினை மேலோட்டமாக தலித்களுக்கு ஆதரவானதாகவும் சாதியத்தை எதிர்ப்பதாகவும் தோன்றினாலும் அதில் மூன்று பிரச்சனைகள் தென்படுகின்றன:

1) தான் தலித் அல்ல என்று சொல்வதில் காட்டப்பட்ட முனைப்பு. அது உண்மைதானே, சொல்வதில் என்ன தவறெனத் தோன்றலாம். தலித் அல்லாத ஒருவர் தலித் என்று அடையாளப்படுத்தப்படும் போது பதற்றமாகி மறுப்பதிலேயே சாதியத்தை அங்கீகரிக்கும் சாயல் இருக்கிறதல்லவா! என் வரையில் இதற்குச் சரியானதொரு முற்போக்கு பதிலில் ரித்விகா தான் தலித் அல்ல என்றும் ஆதிக்க சாதி என்றும் சொல்ல வேண்டிய அவசியமே இல்லை. அத்தகவல் எந்த வகையிலாவது எதிர்வினையின் தர்க்கத்துக்கு உதவுகிறதா? (ஒரே நன்மை ஆதிக்க சாதியினரின் தலித்களின் மீதான அடக்குமுறையை, அது தவறு என்பதைப் பொதுவெளியில் ஒரு பிரபல நடிகை பதிவு செய்திருப்பதே.)

2) தான் தலித் பெண்ணாகப் பிறக்கவில்லையே என்ற அவரது ஆதங்கம் மிகையாக, நாடகீயமாகவே பட்டது. அது தவறு என்று சொல்லவில்லை; மாறாக மனதிலிருந்து வரும் சொற்களாகத் தோன்றவில்லை. "நான் தலித் வீடுகளில் எல்லாம் சரிசமமாகச் சாப்பிடுவேன், தெரியுமா?" என்று ஆஃபாயில் ஆதிக்க சாதி அரசியல்வாதிகள் சொல்வது போலத்தான் தெரிந்தது. (அவர்

எதிர்காலத்தில் ஒரு தலித் ஆணை மணம் செய்து தான் சொன்னது போலவே தலித் பெண்ணாக மாறுவதன் மூலம் என் முகத்தில் கரி பூசக்கூடும்.)

3) தலித்கள் ஒடுக்கப்படுவதையும், பெண்கள் ஒடுக்கப்படுவதையும் ஒப்பிட்டுப் பேசுவது. நெடுநாளாக பெண்ணியவாதிகள் மத்தியில் உலவும் டெம்ப்ளேட் மோஸ்தர் சித்தாந்தம் இது. இந்தியாவில் தலித்கள் ஒடுக்கப்படுவதோடு வேறு எதையுமே ஒப்பிட முடியாது. அப்படிச் செய்வது தலித் ஒடுக்குமுறையைக் குறைத்துக் காட்டும் குற்றச் செயல் மட்டுமே. இப்படித்தான் முன்பு பிராமணர்களும் தலித்கள் போல் ஒடுக்கப்படுகிறார்கள் என்றார்கள்.

நான் ரித்விகாவின் இடத்தில் இருந்திருந்தால் இப்படி அவனுக்குப் பதிலிறுத்திருப்பேன்: "என் அழகைப் பாராட்டியதற்கு நன்றி. எஸ்சி பெண்கள் மட்டுமல்ல, எல்லாச் சாதிப் பெண்களுமே பருவத்தில் கூடுதல் அழகுதான். அதனால் அதைக் கொண்டு மட்டும் என் சாதியை ஊகிப்பதற்கில்லை."

என் வேண்டுகோள் எல்லாம் தலித்களுக்கு எவரும் இரக்கம் காட்ட வேண்டியதில்லை. அவர்களை மற்ற எந்த சாதியினரையும் போல் இயல்பாக நடந்துவதே சரியான அணுகுமுறை. அந்த இயல்புதான் அசலான சமத்துவம். 'த்ஸோ த்ஸோ', 'ஐயோ பாவம்' என்ற *courtesy* அல்ல. அதெல்லாம் ஹரிஜன் என்று அவர்களை (மதிப்புடன்) வேறுபடுத்திக் காட்டிய காந்தி காலத்தோடு காலாவதியாகி விட்டது.

(ஜூலை 23, 2020)

★

தஞ்சையில் ஒரு தலித்தை ஆண்ட சாதியினர் அடிக்கும் வீடியோவைப் பார்த்தேன். திரும்பத் திரும்பச் சொல்கிறேன். தமிழகத்தின் முதன்மைப் பிரச்சனை சாதியம்தான். வேறெதை விடவும் அதைக் கையாள்வதுதான் ஓர் அசல் திராவிட அரசின் கடமை.

அவ்வகையில் கீழ்க்காணும் விஷயங்களைத் தேர்தல் அறிக்கையில் கொண்டிருக்கும் கட்சிகளைத்தான் நாம் ஆதரிக்க வேண்டும். நாம் என்றால் தலித்கள் மட்டுமல்ல; மனசாட்சியுள்ள எல்லோரும்.

1) SC/ST வன்கொடுமைத் தடுப்புச் சட்டம் மிகத் தீவிரமாக அமல்படுத்தப்பட வேண்டும். அதில் பதிவாகும் குற்றச் செயல்களுக்கு *15* நாட்களில் விசாரணையும் *30* நாளில் தீர்ப்பும் அளிக்க சட்ட திருத்தம் கொண்டு வரப்பட வேண்டும்.

2) சாதி ஆணவக் கொலைகளைத் தீவிரவாதச் செயலாகக் கருதி அதைச் செய்த, தூண்டிய எனச் சம்மந்தப்பட்ட அனைவருக்கும் மரண தண்டனை வழங்கும் சட்ட திருத்தம் கொண்டு வரப்பட வேண்டும். அதுவும் தீர்ப்பு வந்த ஓராண்டுக்குள் நிறைவேற்றப்பட வேண்டும்.

3) ஓராண்டில் மலமள்ளும் தொழில் முற்றிலும் இயந்திரம் மூலம் தானியங்கி மயமாக்கப்பட்டு மாற்றுத் தொழில் மூலம் அத்தொழிலாளிகள் மறுவாழ்வுக்கு வழி அளிக்கப்பட வேண்டும். அவர்கள் எவ்வளவு காலம் அத்தொழிலைச் செய்தார்கள் என்பதைப் பொறுத்து அரசு அவர்களுக்கு ஒரு பெருந்தொகை *(one time settlement)* நஷ்ட ஈடாக அளிக்கப்பட வேண்டும். *(*உதா*:* ஓராண்டுக்கு ஒரு லட்சம் ரூபாய்*.)*

4) கலப்புத் திருமணங்களை ஊக்குவிக்க மணமக்களில் ஒருவர் தலித் என்றால் அரசு அவர்களுக்கு ஒரு லட்சம் ரூபாய் தொகை கொடுத்து அவர்கள் குழந்தைகளின் பட்டப் படிப்பு வரையிலான முழுக் கல்விச் செலவையும் ஏற்க வேண்டும். கல்வி, வேலை வாய்ப்பில் அவர்களுக்குத் தனி ஒதுக்கீடு *(SC / ST*க்கு வெளியே*)* வழங்கப்பட வேண்டும்.

5) சொந்த சாதிக்குள் / சாதிக் குழுவுக்குள் மணம் புரிவோர் அத்திருமணம் நீடிக்கும் வரை ஆண்டுதோறும் குறிப்பிட்ட தொகையை வரியாகச் செலுத்தி வர வேண்டும்.

(பிப்ரவரி 5, 2021)

★

“பொருளாதாரம், கல்வி, ஒழுக்கம், தொழில் இவற்றில் நீங்கள் மேம்பட்டிருந்தால் அங்கே சாதி பின்னால் போய்விடும். சாதி சமரசம் செய்துகொள்ளக்கூடிய இடங்கள் இவை.” என தி இந்து தமிழ் திசை நாளேட்டு அளித்த நேர்காணலில் இமயம் சொல்கிறார்.

தவறு. சமூகப் புரிதலற்ற கருத்து இது. இவற்றில் பொருளாதாரம் மட்டுமே ஓரளவு எடுபடக்கூடியது - அதுவும் பெரும் பொருளாதாரம் வேண்டும். இன்னொரு விஷயம் பதவி / அதிகாரம் - அது சாதியைப் பின்னிழுக்கும். புகழ் அல்லது சமூக அந்தஸ்தும் கூட ஓரளவு செல்லுபடியாகும். மற்றபடி, கல்வி எல்லாம் இவ்விஷயத்தில் பொருட்டே இல்லை. ஒழுக்கத்தில் மேம்பட்டிருப்பது என்றால் என்னவென்றே புரியவில்லை. தொழிலில் மேம்பட்டிருப்பது என்றால் பணமும் செல்வாக்கும்தானே?

(மார்ச் 14, 2021)

★

கள்ளத்தொடர்பு, குறைப் பிரசவம் போன்ற உவமைகள் பிற்போக்குத்தனமானவை. அவற்றை ஓர் எழுத்தாளனாக நான் பயனபடுத்தலாம். ஆனால் ஒரு ஜனநாயக அரசியல்வாதியான ஆ.ராசா அதைப் பயன்படுத்துவதை - அதுவும் தேர்தல் பிரச்சாரக் கூட்டத்தில் - நான் ஆதரிக்கவில்லை. அதை தீப்போறி ஆறுமுகம் பாணி என்றே சொல்ல முடியும். ஆனால் பொதுவெளியிலேயே அதற்கு ஆ.ராசா மன்னிப்புக் கேட்டு விட்ட பிறகும் (அது கடமைக்காகவே இருந்தாலும்) அதைப் பிடித்து அதிமுக கூட்டணியினர் தொங்கிக் கொண்டிருப்பது வெற்று அரசியல் கூப்பாடு மட்டுமே. இதை ஒரு தலித் ஒரு பிற்பட்ட சாதிக்காரப் பெண்ணை ஆபாசமாகப் பேசி விட்டான் என்ற கோணத்தில் ஊத முயற்சிப்பது அயோக்கியத்தனம். ஆ.ராசா பக்கம் நிற்க வேண்டியது நம் கடமை.

(மார்ச் 31, 2021)

★

கர்ணன் (2021) வன்முறைப் படம் இல்லை என்கிறார்கள். அதில் காட்டப்படும் கொலை மற்றும் அடிதடி யாருக்கான செய்தி? தலித்களுக்கா? ஆதிக்க சாதியினருக்கா? காவல் துறை உள்ளிட்ட அரசு இயந்திரத்துக்கா? யாருக்கானது என்றாலும் அது ஓர் அர்த்தமற்ற, உணர்ச்சிவசப்பட்ட செய்தி மட்டுமே. ஒரு வகையில் ஆபத்தான செய்தியும் கூட.

நிஜத்தில் ஒரு காவல்துறை உயரதிகாரியை (ஆதிக்க சாதிக்காரன்) கர்ணன் மாதிரி ஒரு தலித் இந்தப் படத்தில் காட்டியது போல் கழுத்தறுத்துக் கொன்றிருந்தால் அந்த மொத்த கிராமத்தையும் அழித்திருப்பார்கள். கர்ணனையும் கொன்றிருப்பார்கள். அதுதான் இந்தக் கேடுகெட்ட சாதி வெறி சமூகத்தின் நிதர்சனம். அதிகாரம், பணம், ஆள் பலம் மூன்றுமே ஆதிக்க சாதிகளின் கையில் குவிந்து கிடக்கும் போது வேறென்ன நடக்கும்?

ஆனால் படத்தில் பத்தாண்டுகள் கழித்து நாயகன் விடுதலையாகி வருகிறாராம், அங்கே ஊரில் பேருந்து ஓடுகிறதாம். ஆக, கத்தி எடுத்தால்தான் வேலை நடக்கும் என தலித் இளைஞர்களைக் கொம்பு சீவி விடும் செய்திதானே இதில் விடுக்கப்படுகிறது?

அம்பேத்கர் ஏன் ஆயுதம் ஏந்தவில்லை? அவருக்கு இல்லாத மஹர் செல்வாக்கா? இத்தனைக்கும் ராணுவத்தில் பணிபுரிந்த பரம்பரையில் வந்தவர்கள் அவர்கள்.

திருமாவளவன் 'அமைப்பாய்த் திரள்வோம்' எனக் கால் நூற்றாண்டு காலமாய் அத்தனை சிரமங்களுடன் தலித்களை முன்னேற்றப் பாதையில் நடக்க வைக்க முயற்சி செய்து கொண்டிருக்கிறார். ஒரு நொடியில் அதை காலா, கபாலி, அசுரன், கர்ணன் என உடைத்து எறிகிறார்கள். எந்தச் சமூகப் பொறுப்புமின்றி அதைக் கொண்டாட இங்கே நூறு பேர்.

"தூக்குப் போட்டு சாவதற்குப் பதில் சண்டைப் போட்டுச் சாகட்டும்" என்று இதன் இன்னொரு வடிவத்தை மாரி பரியேறும் பெருமாள் படத்திலேயே கோடி காட்டி விட்டார்.

நாங்கள் சாவதற்கு வழி கேட்கவில்லை, மிஸ்டர் மாரி செல்வராஜ். வாழ வேண்டும்!

(ஏப்ரல் 13, 2021)

★

பட்டியலினப் பெண் சமைத்த சத்துணவைத் தன் பிள்ளை சாப்பிட மாட்டான் என்று சொல்ல பெற்றோருக்கு நிச்சயம் முழு உரிமை உண்டு.

ஆனால் அவ்வளவு சுயமரியாதை கொண்ட பெற்றோரின்

ரேஷன் கார்டு, ட்ரைவிங் லைசென்ஸ், ஆதார் கார்ட், பேன் கார்ட், பாஸ்போர்ட், சாதிச் சான்றிதழ், பிறப்பு / திருமணச் சான்றிதழ் என அத்தனையையும் உடனே அரசு ரத்து செய்ய வேண்டும். அவர்கள் மற்றும் அவர்களின் சந்ததி எவருக்கும் அரசுப் பள்ளி, அரசுக் கல்லூரி எதிலும் படிக்கவும் அரசு மற்றும் அரசு நிறுவனங்களில் வேலை செய்யவும் இடமில்லை என அறிவிக்க வேண்டும். அவர்கள் இறந்தால் புதைக்கவோ எரிக்கவோ அரசு சுடுகாடு மற்றும் மின் மயானங்களில் இடமளிக்கக்கூடாது.

(ஆகஸ்ட் 27, 2023)

★★★

30. சாதியற்ற நிலை

சாதியற்ற நிலை பற்றி தன் ட்விட்டர் கேள்வி - பதிலில் சொன்னதை கமல் தெளிவு படுத்த வேண்டும். எல்லோரும் சாதி, மதம் குறிப்பிடாமல் குழந்தைகளைப் பள்ளியில் சேர்க்க வேண்டும் என்கிறார். எந்த தலித்தும் விரும்பித் தன் சாதியைப் பள்ளியில் குறிப்பிடுவதில்லை. கேட்கிறார்களே என்பதற்காகவும், இட ஒதுக்கீட்டிற்காகவும்தான். கமலின் சாதியற்ற நிலையில் இட ஒதுக்கீடு இருக்குமா இருக்காதா?

தன் மகள்களுக்குப் பள்ளியில் சாதி குறிப்பிடவில்லை என்கிறார் கமல். முன்பொருமுறை தான் ஐயங்கார் என்று ஷ்ருதி ஹாசன் பெருமிதமாகக் குறிப்பிட்ட நினைவிருக்கிறது. ஏழாம் அறிவு படத்தில் ரிசர்வேஷனால் நாடு குட்டிச்சுவராகி விட்டது என்பார் ஷ்ருதி ஹாசன். அது வசனத்தில் இல்லை, அவராகச் சேர்த்தது என்று முருகதாஸ் சொல்லி இருக்கிறார். இதுதான் கமல் சிந்திக்கும் சாதியற்ற நிலையா!

ஷ்ருதியின் நிலைப்பாட்டுக்கு கமல் எப்படிப் பொறுப்பாவார் எனக் கேட்கிறார்கள். பொறுப்பு என்று சொல்லவே இல்லை. பள்ளியில் சாதி குறிப்பிடாமல் விட்டால் சாதியை ஒழிக்கலாம் என்று கமல் நம்புகிறார். அதைத்தான் குழந்தைத்தனமானது என்கிறேன். எப்படி அதை நிறுத்தினால் சாதி ஒழியும் எனக் கேட்கிறேன். அப்படிப் பள்ளியில் சாதி கொடுக்காமல் பயின்ற ஷ்ருதியால் சாதியைத் தாண்டி வர முடியவில்லையே என்றுதான் கேட்கிறேன். அதற்காகத்தான் ஷ்ருதியை இதில் இழுக்கிறேனே ஒழிய, அவர் எண்ணங்களுக்கு கமலைப் பொறுப்பாளி ஆக்கவில்லை. சாதியானது மக்கள் மனதிலிருந்து ஒழிய வேண்டும். சான்றிதழ்களில் இருந்து மட்டுமல்ல. சாதியொழிப்பு தொடர்பான கமலின் நோக்கத்தைச் சந்தேகிக்கவில்லை. ஆனால் சாதிய

வீச்சின் நீள, அகலங்களை, கள நிலவரத்தை கமல் புரிந்து கொள்ள வேண்டும் என்றுதான் கேட்கிறேன். அதன் மூலம் அவர் சர்ச்சையாகாமல் கருத்துச் சொல்லவும் முடியும்.

(ஜூலை 1, 2018)

★

ஊர்ப் பற்று என்பதே அபத்தமானது. *Floating population* உள்ள பெருநகரங்கள் தவிர மற்ற ஊர்களில் - குறிப்பாக கிராமப்புறங்களில் - அதற்கும் சாதிப் பற்றுக்கும் மெல்லிய வித்தியாசம்தான். அதனால் ஊர்ப் பற்றைச் சற்று ஆபத்தானதாகவே பார்க்கிறேன்.

இதுவரை பாரத ரத்னா வாங்கிய ஒரே தலித் அம்பேத்கர், இரண்டே பிற்படுத்தப் பட்டவர்கள் சி.சுப்ரமணியமும், காமராஜரும் என்பதும் பேரதிர்ச்சியாக இருக்கிறது.

இந்தியாவில் கிட்டத்தட்ட எல்லா விஷயங்களிலும் சாதி இருக்கிறது. உணவும், உண்ணும் முறையும் அவற்றில் முக்கியமானது. நீங்கள் பட்டியல் இனத்தவராகவோ, பழங்குடி இனத்தவராகவோ, பிற்படுத்தப்பட்டவராகவோ, மிகவும் பிற்படுத்தப்பட்டவராகவோ இருந்து, "தோசையில் சாதி" என்று ஒருவர் சொல்வது கேலிக்குரியதாக இருந்தால், உண்மையில் நீங்கள் சந்தோஷப்பட வேண்டும்! காரணம் (சில்லறை விஷயங்களில் மட்டும்) சாதி ஏற்றத்தாழ்வு கடந்து நீங்கள் எலைட் ஆகி விட்டீர்கள் என்று அர்த்தம்.

(அக்டோபர் 28, 2018)

★

ஒருவர் சாதியற்றவர் என்ற சான்றிதழ் வாங்கி வைத்திருந்தால்தான் அவர் நிஜமாகவே சாதியத்துக்கு எதிரானவராம். இங்கே சாதிச் சான்றிதழ் என்பது எதற்கு உருவானது, இட ஒதுக்கீடு என்றால் என்ன, சாதிச் சான்றிதழுக்கும் சாதிய மனநிலைக்கும் தொடர்பு உண்டா என்பது பற்றிய எந்த அடிப்படைப் புரிதலும் இல்லாமல் ஏராளம் பேர் சுற்றிக் கொண்டிருக்கிறார்கள். சாதி சான்றிதழே வாங்கத் தேவையற்ற சொகுசில் வாழ்ந்தோர் மட்டும்தான் இப்படியெல்லாம் பேச முடியும். அவர்களுக்கு இட ஒதுக்கீடு என்பது சம்மந்தப்பட்டோருக்கு இடப்படும் பிச்சை. அல்லது

அவர்களின் வாய்ப்பைப் பிடுங்கிக் கொள்கிறார்கள். இவர்களை வைத்துக் கொண்டு சாதி ஒழிப்பு சாத்தியமே இல்லை.

இவர்களுக்குச் சாதியை ஒழிக்க சாதிச் சான்றிதழைக் கிழித்துப் போட்டால் போதும். சாதியை ஒழிக்கத்தான் சாதிச் சான்றிதழே வந்தது என்ற மிக மிக அடிப்படைப் புரிதல் கூட இல்லாமல் வாய் கிழிய நொட்டுகிறார்கள். அதுவும் அப்படிப் பேசும் போது தனக்கு எல்லாமே தெரியும் என்கிற அந்த தன்னம்பிக்கை அவர்கள் முகங்களில் தெரியும் பாருங்கள். அடடா! ஆஃப்பாயில்களின் ஆணவத்துக்கு ஈடுஇணையில்லை. (அல்லது தெரிந்தும் சாதி வெறியில் கோரப் பல்லுடன் உண்மையைத் திரித்துப் பேசலாம்.)

சாதி, மதமற்றவர் என்ற சான்றிதழ் பெறுவது என்பது உயர் சாதியினரின் ஃபேஷன் புரட்சி. அதனால் ஒரு பலனும் இல்லை என்பதே என் புரிதல். தலித்கள், பழங்குடிகள், இடை நிலைச் சாதிகளுக்கு இன்னும் இட ஒதுக்கீட்டின் தேவை இருக்கிறது. எனவே அவர்கள் இந்தச் சான்றிதழைப் பெற மிகப் பெரும்பாலும் விரும்ப மாட்டார்கள்.

அவர்களிலேயே தாம் முன்னேறி விட்டதாகவும், அதனால் இட ஒதுக்கீடு தனக்கோ தன் சந்ததியினருக்கோ அவசியம் இல்லை என்று கருதுவோர் இதை வாங்கி வைத்துக் கொள்ளலாம். ஆனால் அது பள்ளியில், கல்லூரியில், வேலையில் சேரும் போது மட்டுமேதான் எந்தச் சாதியும் இல்லை என்று சொல்லிக் கொள்ளப் பயன்படும். நிஜ வாழ்வில் திருமணம், வாடகை வீடு, சக மனிதர்களால் நடத்தப்படுதல் என எல்லா இடங்களிலும் சாதி தொடர்ந்து கொண்டேதான் இருக்கும். அதனால்தான் சொல்கிறேன், இந்தச் சாதி, மதமற்றவர் சான்றிதழால் ஒரு பலனும் இந்தச் சமூகத்துக்கு இல்லை.

உயர் சாதியினர் கூடச் செய்ய வேண்டியது தனக்குச் சாதி இல்லை என்று சொல்வதல்ல; மாறாகச் சமூகப் படிநிலையில் தனக்குக் கீழே வைக்கப்பட்டுள்ளவர்களுக்குச் சாதி இல்லை என்று முழு மனதாக உணர்ந்து அவர்களிடம் பழகுவதுதான். சரி, பழகுவது என்றால் என்ன? பெண் எடுத்துப் பெண் கொடுங்கள், ஐயா!

(ஜூலை 25, 2020)

★

போலீஸ் இருப்பதால்தான் திருடுகிறோம் என்று ஒரு கொள்ளையன் சொன்னால் எப்படி இருக்கும். அதே அபத்தம்தான் சாதிச் சான்றிதழ், இட ஒதுக்கீடு, சாதி அடிப்படைச் சலுகைகள் இருப்பதால்தான் சாதி இன்னும் ஒழியாமல் இருக்கிறது என்று சொல்வதும். லட்சம் முறையாவது சொல்லி இருப்பேன். ஆனாலும் மண்டூகங்களுக்கு மண்டையில் ஏறாததால் மீண்டும் சொல்ல வேண்டி இருக்கிறது. சாதியை ஒழிக்க இரண்டே வழிகள் தாம்: இட ஒதுக்கீடு மற்றும் (வெவ்வேறு படிநிலைகளுக்குள்ளான) கலப்பு மணங்கள்.

இந்த இரண்டையும் மனப்பூர்வமாக ஆதரிப்போரும் வாழ்க்கையில் பின்பற்றுவோரும் மட்டுமே உண்மையான சாதி ஒழிப்பு எண்ணம் கொண்டவர்கள். இந்தியாவில் 100% பேரும் இதை ஒழுக்கமாகப் பின்பற்றினால் அடுத்த தலைமுறையிலேயே உறுத்தலாக இருக்கும் இட ஒதுக்கீட்டையும், சாதிச் சான்றிதழையும் ஒழித்து விடலாம். செய்வீர்களா?

(நவம்பர் 24, 2021)

★

சாதி ஒழிந்து விட்டது என்பதற்கு என்ன அடையாளம்?

1) எச்சாதியிலும் பெண் கொடுத்துப் பெண் எடுத்தல்.

2) எச்சாதியினரும் எக்கோயிலிலும் அர்ச்சகர் ஆதல்.

3) எச்சாதியினரும் எத்தொழிலிலும் ஈடுபடுதல்.

4) எங்கும் தேர்தலில் சாதி பார்த்து வேட்பாளர் நிறுத்தாதிருத்தல்.

5) எவருக்கும் எவர் என்ன சாதி என மனதிலும் கேள்வி எழாதிருத்தல்.

6) எச்சாதியினரும் தம் சாதி சொல்ல கூச்சப்படாதிருத்தல்.

7) எச்சாதியினரும் தம் சாதியில் பெருமை கொள்ளாதிருத்தல்.

(ஜூன் 14, 2022)

★

முதலில் வேங்கைவயல் மாதிரி சாதிய வன்கொடுமை சம்பவங்கள் நடக்கும் போது “இரு சாதி இடையே மோதல்” என்று செய்தி சொல்வதை விட குறிப்பிட்ட ஆதிக்க சாதியின் பெயரை வெளிப்படையாக ஊடகங்கள் குறிக்க வேண்டும். அந்தச் சாதியில் உள்ள மனசாட்சி கொண்டோர் அந்தச் சாதியோடு தம்மை அடையாளப் படுத்திக் கொள்ளக் கூச்சப்பட்டு இதை எல்லாம் கடுமையாக எதிர்க்க வேண்டும். அப்படித்தான் மாற்றம் வரும். ஆனால் இன்று எல்லோரும் வசதியாக மௌனமாக இருந்து கொள்கிறார்கள்.

சாதி ஒழிப்பு என்பது ஆதிக்க சாதியின் பெரும்பான்மை ஜனத்திடம் உண்டாகும் உறுதியான மனமாற்றமே. கீழே இருப்பவன் தான் மேலே இருப்பவனுடன் சமம் என்று கருதுவது மட்டுமல்ல சமத்துவம்; மேலே இருப்பவன் கீழே இருப்பவன் தனக்குச் சமம் என்று உளமாற உணர்வதே சமத்துவம். சாதிப் பிரியர்களுக்கு இறுதியாக ஒரு சொல்:

உங்களை அனாதை ஆசிரமத்திலிருந்து எடுத்து வளர்த்ததாக நாளை உங்கள் பெற்றோர் சொல்லி விட்டால் அக்கணமே தூள் தூளாக உடையக் கூடியது உங்கள் சாதிப் பெருமிதம். மாறாக, உங்கள் பிறப்பு, பொருளாதாரம், செல்வாக்கு என என்ன மாறினாலும் இறுதி வரை உடன் வரக்கூடியவை நீங்கள் கற்ற அறிவும், பயின்ற திறமைகளும், செலுத்திய உழைப்பும், அவற்றால் பெற்ற உயர்வுகளுமே.

(ஜனவரி 17, 2023)

★★★

31. கட்சிகளில் சாதியம்

திமுகவில் ஏன் தலித் தலைவர்கள் உருவாகவில்லை என்று மார்க்ஸிட் ஆதரவாளர்கள் (அல்லது திமுக வெறுப்பாளர்கள்) கேட்கிறார்கள். திமுகவில் கட்சி தொங்கப்பட்டது முதல் இந்த 68 ஆண்டுகளில் கலைஞர் மட்டுமே அதன் தலைவர் பதவியில் இருக்கிறார். அண்ணா இருந்த காலம் வரை தலைவர் பதவியை பெரியாருக்காக காலியாக வைத்திருந்தார். இப்போதும் ஸ்டாலின் செயல் தலைவர்தான். (திமுக என்ன சிபிஎம் போல் ஒருவரை அதிகபட்சம் மூன்று முறைதான் தலைவராகத் தேர்ந்தெடுக்கப்பட முடியும் என்ற விதி கொண்ட கட்சியா!) ஒரே ஒருவர் தலைவராக இருக்கும் போது அடுத்தவர் ஏன் வரவில்லை என்ற கேள்வியே எழவில்லை. அப்புறம் அந்த அடுத்தவர் ஏன் தலித் இல்லை என்ற கேள்வி மட்டும் எப்படிச் செல்லுபடியாகும்?

மாறாக, மார்க்சிஸ்ட் பொலிட் ப்யூரோவில் கடந்த 53 ஆண்டுகளில் சுமார் நூறு பேர் உறுப்பினர்களாக இருந்துள்ளார்கள். அவர்களில் ஒரு தலித் கூட இல்லை என்பது தாண்டி அவர்களில் பெரும்பான்மை பிராமணர்களாகவும் முற்பட்ட சாதியினராகவும் இருக்கிறார்கள். (ரொம்ப அழுத்திக் கேட்டால் நிரம்ப யோசித்து விட்டு பினராயி விஜயனைக் காட்டுகிறார்கள்) 2011 மக்கட்தொகைக் கணக்கெடுப்பின்படி பட்டியல் இனத்தவர் 16.6%, பழங்குடிகள் 8.6%. ஆக, பொதுவாய் நூற்றுக்கு 25 பேர் என்பது தலித் பிரதிநிதித்துவம். அவ்வளவு வேண்டாம், சாதியத்துக்கு எதிரானது என்று தன்னை முன்வைக்கும் கட்சியில் ஏன் ஒருவர் கூட இல்லை என்பது இயல்பாக எழும் கேள்வி.

தலித்களுக்காகப் போராடுவோம், ஆனால் தலைமையில் உயிர்சாதி மட்டுமே என்கிறார்களா! அது சாத்தியமா?

(மார்ச் 16, 2017)

★

இந்தியாவில் ஒரு கட்சி சாதிக்கு எதிரானதா என்பதைச் சில விஷயங்களைக் கொண்டு தீர்மானிக்கலாம்:

1) மாவட்டச் செயலாளர் மற்றும் அதற்கு மேலான கட்சிப் பதவிகளில் தலித்களுக்கு உரிய பிரதிநிதித்துவம்.

2) எம்எல்ஏ / எம்பி சீட் தருகையில் தலித்களுக்கு உரிய பிரதிநிதித்துவம்.

3) மத்தியில் / மாநிலத்தில் ஆட்சிக்கு வரும் போது தரப்படும் / பெறப்படும் அமைச்சர் பதவிகளில் தலித்களுக்கு உரிய பிரதிநிதித்துவம்.

4) தேர்தலில் சாதி பார்த்து வேட்பாளர் நிறுத்தாமல் இருப்பது.

5) ஆணவக் கொலைகள் உள்ளிட்ட சாதிக் கொடுமைகள் நடக்கும் போது தாமதமின்றி அதைக் கண்டிப்பது, அதில் மழுப்பாமல் அது சாதிக் கொடுமை என்பதையும் சம்மந்தப்பட்ட சமூகத்தினர் செய்தார்கள் என்பதையும் குறிப்பிடுவது, குற்றவாளிகள் தண்டனை பெறப் போராடுவது, சட்ட அழுத்தம் தருவது.

6) ஆட்சியில் இருக்கையில் சாதியை ஒழிக்கும், சமத்துவத்தை ஏற்படுத்தும் புதிய திட்டங்களைத் (உதா: சமத்துவபுரம்) தொடர்ந்து கொண்டு வருவது, சுணக்கமின்றி தொடர்ந்து அவற்றைச் செயல்படுத்துவது.

7) ஆட்சியில் இருந்தாலும் இல்லாவிட்டாலும் இட ஒதுக்கீடு தொடர்புடைய பிரச்சனைகளில் சமரசமின்றிப் போராடுவது.

8) முதலில் கட்சி உறுப்பினர்களிடமும் பின் பொது மக்களிடமும் கலப்பு மணத்தை வலுவாக ஆதரிப்பது.

9) கட்சியில் சாதி வெறியுடன் யார் பேசினாலும் எழுதினாலும் செயல்பட்டாலும் அவர் கட்சியில் எவ்வளவு முக்கியஸ்தர் என்றாலும் கட்சியை விட்டு உடனே நீக்குவது.

10) வலுவான தலித் கட்சிகளுடன் தொடர்ந்து கூட்டணியில் இருப்பது, அவர்களுக்கு ஆட்சியில் பங்கு தருவது, ஆண்ட சாதி வாக்கு விழாது என அஞ்சி அவர்களைத் தம் வேட்பாளர்களின் பிரச்சாரத்தில் தவிர்க்காமல் இருப்பது.

11) வாக்குகளுக்காக சாதி வெறித் தலைவர்கள் சிலைகளுக்கு மாலை போடுவதைத் தவிர்ப்பது, அவர்களைப் புகழ்ந்து பேசுவதைத் தவிர்ப்பது.

12) கட்சி மேல்மட்டத் தலைவர்கள் எவரும் தம் சாதியுடன், சாதியினருடன் எங்கும் ஒருபோதும் தம்மை அடையாளப்படுத்திக் கொள்ளாதிருப்பது.

(ஜூலை 8, 2020)

★

மகளை வற்புறுத்தி அல்லது மிரட்டித் திருமணம் செய்து விட்டார் எனப் பெண்ணின் பெற்றோர் புகார் சொல்லி ஒப்பாரி வைக்கின்றனர். அவர்கள் பார்வையில் இது ஒரு நாடகக் காதல். ஆனால் மாலையும் கழுத்துமாகப் புன்னகைக்கும் பெண்ணின் சிரிப்பில் மிரட்டலுக்கு அஞ்சும் தொனியோ, அருகிருக்கும் ஆண் மீதான விருப்பமின்மையோ, வயது வித்தியாசம் குறித்த அருவருப்போ தென்படவில்லை. மகிழ்ச்சியும், நிறைவும், எதிர்கால வாழ்வு குறித்த ஆர்வமுமே தெரிகிறது. அதனால் அவரது பெற்றோர் தான் சாதி (தலித் *Vs* பிராமணர்) அல்லது வயதை (சுமார் 15 ஆண்டுகள் வித்தியாசம்) காரணம் காட்டி கல்யாணத்தை ரத்து செய்ய முனைகிறார்கள் என்றே கணிக்கிறேன். இத்தனைக்கும் மாப்பிள்ளை ஆளுங்கட்சி எம்எல்ஏ!

சம்மந்தப்பட்ட கட்சித் தலைவர்கள் கூட ஆதரவாக வர மாட்டார்கள். அதுதான் சாதியம்!

(அக்டோபர் 6, 2020)

★

நான் ஒரு திராவிடன் அல்ல; அம்பேத்கரைட் என்று ஒருவர் சொன்னால் திராவிடத்தின் கொள்கைகளில் தலித்களின் சில சிக்கல்களுக்குத் தீர்வு இல்லை என்றோ திராவிடக் கட்சிகள்

மற்றும் அதன் தலைவர்கள் சில சாதியச் சிக்கல்களைக் கண்டுகொள்வதில்லை என்றோ அர்த்தம். போலவே, நான் ஒரு கம்யூனிஸ்ட் அல்ல; அம்பேத்கரைட் என்று ஒருவர் சொன்னால் கம்யூனிஸக் கொள்கைகளில் தலித்களின் சில சிக்கல்களுக்குத் தீர்வு இல்லை என்றோ கம்யூனிஸ்ட் கட்சிகள் மற்றும் அதன் தலைவர்கள் சில சாதியச் சிக்கல்களைக் கண்டுகொள்வதில்லை என்றோ அர்த்தம்.

இதை ஒருவர் சொல்வதில் என்னதான் பிரச்சனை? நடைமுறையில் இப்படி இல்லவே இல்லை என்று சொல்ல முடியுமா? உண்மையில் இப்படி இடைவெளிகள் இருப்பதாகத் தலித் சமூகம் நம்புவதால்தான் தலித் கட்சிகளுக்கான தேவை எழுந்தது. நாங்கள் உங்களுக்குச் செய்வதே போதுமானது, உங்களுக்கென்று தனிக் கட்சி அவசியமில்லை என்ற தொனியில் திராவிட / கம்யூனிஸ்ட் இயக்கங்கள் சொல்வதே அராஜகமல்லவா?

தவிர, இன்னோர் இடத்தில் நான் அம்பேத்கரைட் அல்ல, கம்யூனிஸ்ட் / திராவிடன் என்றும் ஒரு தலித் சொல்லக்கூடும். அதன் பொருள் அம்பேத்கரியத்தின் கொள்கைகளில் தலித்களின் சில சிக்கல்களுக்குத் தீர்வு இல்லை என்றோ அம்பேத்கரியக் கட்சிகள் மற்றும் அதன் தலைவர்கள் சில சாதியச் சிக்கல்களைக் கண்டுகொள்வதில்லை என்றோ அர்த்தம். இதையும் மறுதரப்பு ஏற்கத்தான் வேண்டும்.

(செப்டெம்பர் 4, 2022)

★

கோவிலுக்குள் சென்ற தலித் இளைஞரை பொது வெளியில் கெட்ட வார்த்தையில் திட்டும் திமுக ஒன்றியச் செயலாளரின் வீடியோ அதிர்ச்சி அளிக்கவில்லை.

எல்லாக் கட்சிகளிலும் பதவியில் இருப்பது சாதி வெறி பிடித்த சூத்திரர்கள்தாம். பெரியார், அண்ணா, கலைஞர் என்று பேசுவதால் திமுகவில் புனிதர்கள் இருப்பதாக நம்பிக் கொள்வது அவரவர் அப்பாவித்தனம்தான். மிக மிக அரிதாக விதிவிலக்குகள் இருக்கலாம். அதுவும் மேல்மட்டத்தில் மட்டுமே சாத்தியம்.

மற்றபடி, எல்லாக் கட்சிகளும் சாதி வெறி விஷயத்தில் ஒன்றுதான்.

சொந்தக் கட்சியில் இருக்கும் சாதி வெறியை ஒழிக்க முடியாத இவர்கள்தான் ஆட்சி அதிகாரத்தின் மூலம் நாட்டில் மக்கள் மத்தியில் உள்ள சாதியை ஒழிக்கப் போகிறார்களா?

திராவிடக் கட்சிகள் இருக்கையில் தலித்களுக்கு எதற்குத் தனிக் கட்சி என்று கேட்க திமுக உட்பட இங்கே எந்தக் கட்சிக்கும் அருகதை இல்லை.

தலித் கட்சிகள் என்பவை இட ஒதுக்கீடு போல். இங்கே தலித்கள் ஒடுக்கப்படும் வரை, அவர்களுக்கான வாய்ப்பும் இடமும் மரியாதையும் மறுக்கப்படும் வரை அக்கட்சிகளின் தேவை இருக்கத்தான் செய்யும். திராவிட இயக்கங்களோ கம்யூனிஸ்ட் கட்சிகளோ தலித் கட்சிகள் அனாவசியம், நாங்களே இருக்கிறோமே எனக் கருதினால் முதலில் செய்ய வேண்டியது தலித் ஒடுக்குமுறை ஒழித்து அவர்களுக்கான வாய்ப்பை மரியாதையை உறுதி செய்வதுதான். அதை முதலில் தம் கட்சியிலிருந்து தொடங்க வேண்டும்.

(ஜனவரி 30, 2023)

★★★

32. நீட் அராஜகங்கள்

தமிழக அரசு கொண்டு வந்த சமச்சீர் கல்வியை நான் ஆதரிக்காத அதே புள்ளியில் நின்றுதான் நீட் தேர்வில் தமிழகத்துக்கு விலக்கு என்ற கோரிக்கையையும் நான் ஆதரிக்கவில்லை. கிராமங்களில் தரமான கல்வி கற்க முடியவில்லை என்பதைத் தமிழகம் போன்ற முன்னேறிய மாநிலம் பேசுவது அவமானகரமானது. அதன் பொருட்டு பாடத் திட்டத்தை எளிமையாக்குவது கையாலாகாத்தனம். இதன் பொருள் நீட் தேர்வை நான் கண்மூடித்தனமாக ஆதரிக்கிறேன் என்பதல்ல. (மத்திய அரசின் பிடிவாதத்தில் தமிழகம் மீதான எரிச்சல் / அலட்சியம் சார்ந்த உள்நோக்கம் இருக்கலாம்.)

நீட் என்ற வழிமுறையை அமல்படுத்தும் முறையில் மாற்றங்கள் வேண்டும். ஒரே அடியாக நாடு தழுவி எல்லாக் கல்லூரிகளையும் நீட் தேர்வுக்குள் கொண்டு வருவதற்குப் பதில் படிப்படியாக மூன்று முதல் ஐந்து ஆண்டுகளில் செய்யலாம். விலக்கு என்பது கல்லூரி அளவில் அல்லது கல்லூரிகளில் இருக்கும் இடங்களின் சதவிகிதத்தில் பெறலாம். (முன்பு திருச்சி ஆர்ஈசியில் - தற்போது என்ஐடி - 50% இடங்களை மாநில அரசு நிரப்பியது போல்.) பிறகு மெல்ல மெல்ல முழுமையான நீட் நோக்கி நகரலாம்.

அரசு போராடி இருந்தால் இதற்கே போராடியிருக்க வேண்டும்; விலக்குக்கு அல்ல.

இப்போதுதான் கவனிக்கிறேன். NEET தேர்வின் வழி கல்லூரிகளில் 15% இடங்கள் மட்டுமே அகில இந்திய கோட்டாவில் நிரப்பப்படும். மீதி 85% இடங்கள் வழக்கம் போல் மாநில பிரஜைகளுக்கானது. அதே இட ஒதுக்கீடு. முன்பு 12ம் வகுப்புத் தேர்வு மதிப்பெண் கணக்கு, இப்போது NEET மதிப்பெண் என்பது மட்டும்தான் வித்தியாசம். ஆக, அந்த 85% இடங்களுக்குப் போட்டி என்பது

பழையபடி அதே தமிழக மாணவர்களோடுதான்.

இப்போதைக்கு இழப்பு என்று பார்த்தால் அந்த 15% இடங்கள் மட்டும்தான். அதற்கு அகில இந்திய அளவில் போட்டி நிலவும். ஆனால் இன்னொருபுறம் அதைப் பாஸிடிவாகவும் பார்க்கலாம். இந்தியா முழுக்க இருக்கும் புகழ் வாய்ந்த, திறன் வாய்ந்த கல்லூரிகளில் நுழையும் வாய்ப்பு திறமையான தமிழக மாணவர்கட்குக் கிடைக்கிறது. NEETக்கு நம் மாணவர்கள் தயாராகி விட்டால் அதில் நாம் இழப்பதை விட பெறுவதே அதிகம்.

கிராமப்புற மாணவர்கள் எந்தக் கோச்சிங்கும் இல்லாமல் மருத்துவமே படிக்க முடியும் எனும் போது அதற்கான நுழைவுத் தேர்வைச் சந்திக்கத்தான் திறன் போதாது என்கிறார்களா! முயற்சியே செய்யாமல் பக்கத்தில் இருப்பவன் கோச்சிங் போவதைப் பார்த்து நம்மால் முடியாது எனப் பயந்தால் என்ன விதத்தில் நியாயம்?

ஒருவேளை நாளை 100% அகில இந்திய கோட்டா என்று கொண்டு வந்தாலும் இரண்டு, மூன்று ஆண்டுகளில் நம் மாணவர்கள் அதைச் சந்திக்க தயாராகி விடுவார்கள் என்றே நம்புகிறேன். அப்பறம் வடக்கிலும் நம் ஆதிக்கம்தான் இருக்கும். ஏன்டா நீட் கொண்டு வந்தோம் என இந்திக்காரன் அப்போது தலையில் கை வைப்பான்.

(மே 7, 2017)

★

NEET தேர்வுக்கான உடை விதிமுறைகள்.

தெளிவாய் முழுக்கைச் சட்டை கூடாது என இருக்கிறது. மறைமுகமாய் புடவை கூடாது என இருக்கிறது (சல்வார் மட்டுமே அனுமதி). மெல்லிய உடைகள் மட்டுமே என்பதால் ஜீன்ஸ் பேண்ட்களை மறுப்பார்கள். உள்ளாடைகள் பற்றி எந்தக் குறிப்பும் இல்லை என்றாலும் பெரிய பட்டனோ, ஹுக்கோ இருந்தால் நீக்கச் சொல்ல முடியும். இந்த விதிமுறைகள் யாவும் பல பத்திரிக்கைச் செய்திகளிலும், வலைதளங்களிலும் கடந்த ஒரு வார காலத்தில் வெளியாகி விவாதிக்கப்பட்டிருக்கின்றன. அதனால் தேர்வுக்கான விதிமுறைகளைப் பற்றி எந்தக் கவலையும்

இல்லாமல் போன மாணவர்கள் (மற்றும் பெற்றோர்) தரப்பில் பிழை உள்ளது என்பதில் சந்தேகம் இல்லை.

ஆனால் தேர்வுக்கூடம் என்பது சிறைக்கூடம் அல்ல, மாணவர்கள் குற்றவாளிகள் அல்ல என்பதை அரசு உணர வேண்டும். ஒரு மல்டிபிள் சாய்ஸ் தேர்வில் பிட் வைப்பது எப்படி உதவும்? முன்னாபாய் / வசூல்ராஜா பாணியில் அனைவரும் அப்படிச் செயவார்கள் எனக் கற்பனை செய்கிறதா அரசு? அப்படியே இருந்தாலும் இருபதுக்கு ஒருவர் என்ற இன்விஜிலேட்டர் விகிதம் உள்ள போது திறமையாய் அவர்களைக் கண்காணிக்க முடியாதா? குறைந்தது உடைக் கட்டுப்பாட்டை மீறியவர்களை மட்டுமேனும்? ஆனால் அதைச் செய்யவில்லை. இயந்திரம் போல் விதிகளின் பின் நின்று ஆடைகளை வெட்டி எறியவும், உள்ளாடைகளை கழற்றிக் கடாசவும்தான் முனைந்தார்கள். விதிகள் உறுதி செய்யப்பட்டன என்பது உண்மையே. ஆனால் காமன் சென்ஸ் சந்தி சிரிக்கிறது.

குடிமக்களை அரசு செய்யும் மீப்பெரும் அவமதிப்பே இது.

(மே 8, 2017)

★

மெடிக்கல் சீட் கிடைக்கவில்லை எனில் வேறு வாய்ப்புகள் பார்க்கலாம் என்று நகரும் திராணியைக் கூட பிராமணர்களுக்கு மட்டுமே நம் சமூகம் வழங்கியிருக்கிறது. அதை யாவரும் அடையும் வரை நீட் எதிர்ப்பும், இட ஒதுக்கீடும் தொடரும். வேறு வழியில்லை.

வேலூர் சிஎம்சிகாரர்கள் நீட் வழியான அட்மிஷனைப் புறக்கணிக்கக் காரணம் வேறு. அவர்கள் நீட் தேர்வு வெறும் நுழைவுத் தேர்வு மதிப்பெண்ணை மட்டும் ஒட்டிய முறை, சிஎம்சிக்குள் நுழைய அந்த அளவீடு சரிப்படாது என்கிறார்கள். நாம் நீட் சிரமம் என்று சொல்வது போல் அவர்கள் நீட் சப்பை என்கிறார்கள். தவிர, நீட் திணிப்பு அவர்கள் கேஸில் (கிறுத்துவ சிறுபான்மை கல்விக்கூடம்) அரசியல் சாசனத்தின் பிரிவு 30(1) க்கு எதிரானது. அந்தச் சுதந்திரப் பறிப்பையும் எதிர்த்துப் போராடுகிறார்கள்.

இந்திய அரசியல் சாசனத்தின் பிரிவு 19 (1) (b) All citizens shall have the right to assemble peaceably and without arms என்கிறது.

அதாவது அமைதியான முறையில் ஆயுதமின்றி ஒன்றுகூட அனைத்து இந்தியக் குடிமக்களுக்களுக்கான சுதந்திரம் என்பது அடிப்படை உரிமைகளுள் ஒன்று. பிறகு எப்படி உச்ச நீதிமன்றம் நீட் தேர்வுக்கு எதிராகப் போராடக்கூடாது எனத் தடை விதிக்க முடியும்?

முடியும். அதற்கு அடுத்து வரும் பிரிவு *19 (3) Nothing in sub-clause (b) of the said clause shall affect the operation of any existing law in so far as it imposes, or prevent the State from making any law imposing, in the interests of [the sovereignty and integrity of India or] public order, reasonable restrictions on the exercise of the right conferred by the said sub-clause.* அதாவது நாட்டின் இறையாண்மை, ஒருமைப்பாடு, பொது ஒழுங்குச் சீர்குலைவைத் தடுக்கும் பொருட்டு 'நியாயமான' கட்டுப்பாடுகளை மேற்காணும் சுதந்திரத்தில் விதிக்கலாம்.

நியாமான அளவு எது என்பது விவாதத்துக்குரியதே. அந்த ஓட்டையைப் பயன்படுத்தித்தான் உச்சநீதிமன்றம் போராட்டங்களுக்குத் தடை விதித்துள்ளது!

கமல் பிக்பாஸில் சொன்ன கல்வி தொடர்பான அரசியல் சாசன மாற்றம் இந்திரா காந்தியால் *1976*ல் - எமர்ஜென்ஸி காலம் - கொண்டு வரப்பட்டது. *42*வது சட்ட திருத்தம் *(amendment)* அது. எந்தெந்த விஷயங்களில் மாநில, மைய அரசுகள் சட்டம் இயற்றலாம் என பட்டியல்கள் உண்டு. அரசியல் சாசனத்தின் ஏழாம் பட்டியல் இதைப் பேசுகிறது *(Seventh Schedule)*. மத்தியப் பட்டியல் *(Central list)*, மாநிலப் பட்டியல் *(State list)* மற்றும் பொதுப் பட்டியல் *(Concurrent list)*. மாநிலப் பட்டியலில் இருந்த கல்வியை பொதுப் பட்டியலுக்கு மாற்றியதுதான் கமல் சொன்ன சட்ட திருத்தம். பொதுப் பட்டியலில் *25*வது விஷயம் *Education, including technical education, medical education and universities, subject to the provisions of entries 63, 64, 65 and 66 of List I; vocational and technical training of labour.* என்றாகியது. (அதாவது உயர்கல்வி உட்பட கல்வி அனைத்தும் பொதுப்பட்டியலுக்கு மாறியது).

கமல் சொன்ன ஒரு விஷயம் பிழை. பொதுப் பட்டியலில் மத்திய அரசு, மாநில அரசு இரண்டுமே சட்டம் இயற்றலாம், முரண்படும் சட்டத்தை விலக்கிச் சட்டம் போடலாம் அல்லது

நீதிமன்றத்தில் வழக்குத் தொடுக்கலாம். தமிழக அரசு உரிமை இருந்தும் நீட் சட்டத்தை எதிர்க்கத் துணியவில்லை என்பதுதான் பிரச்சனை. ஆக, குறை அரசியல் சட்டத்தில் அல்ல; மாநில அரசின் கையாலாகாத்தனத்தில்தான்.

(மற்றபடி கமல் சொன்னது போல் கல்வியை மாநிலப் பட்டியலுக்குக் கொண்டு வருவது சரியானதாகத் தோன்றவில்லை. உயர்கல்வியில் மத்திய அரசின் உள்ளீடுகள் இருப்பதே நலலது. நீட் போல் அயோக்கியத் தனங்களைச் சட்டத்தால் எதிர்கொள்ள வேண்டும்.)

(செப்டெம்பர் 8, 2017)

★

நீட் தொடர்பான பாண்டேவின் கேள்விகள் புள்ளி விவர அடிப்படையில் சரியாகத் தோன்றுவது போல் கட்டமைக்கப்பட்டவை. அவர் நிரூபிக்க விரும்பியது 5 விஷயங்கள்:

1) நீட் தேர்வு 69% இட ஒதுக்கீட்டைப் பாதிக்கவில்லை.

2) நீட் முறை 85% மாநிலப் பங்கைப் பாதிக்கவில்லை.

3) நீட் முறை வரும் முன்பே கடந்த 10 ஆண்டுகளில் அரசு பள்ளிகளில் படித்து மருத்துவம் போனோர் எண்ணிக்கை 1%க்கும் கீழ்.

4) கடந்த ஆண்டுடன் ஒப்பிட்டால் நீட்டால் பாதிக்கப்பட்டது மதிப்பெண் இயந்திரங்களை உருவாக்கும் நாமக்கல், ஈரோடு மாவட்டங்களே. (அனிதாவின் ஊரான) அரியலூர் உள்ளிட்ட பின்தங்கிய மாவட்டங்களில் 5 மடங்கு அதிக பேர் மருத்துவம் சேர்ந்துள்ளனர்.

5) நீட்டிற்குப் பிறகும் மாநிலப் பாடத்திட்டத்தின் வழியான மாணவர்கள் 62% மருத்துவ இடங்களைப் பெற்றிருக்கிறார்கள்.

இவற்றில் முதல் இரண்டும் உண்மையே. நீட்டை எதிர்ப்பது அதனால் அல்ல. மற்ற விஷயங்களைக் கவனிப்போம்:

1) நீட்டுக்கு முன்பே அரசுப் பள்ளி மாணவர்கள் சேர்க்கை விழுக்காடு குறைவே. ஆனால் அது நீட்டால் விரைவில் பூஜ்யமாகும்.

2) நீட்டால் இந்த ஆண்டு நாமக்கல்லில் அடி விழுந்திருப்பது உண்மையே. ஆனால் அடுத்த ஆண்டே இன்னும் முரட்டுத்தனமாய் மீண்டும் எழுவார்கள். அவர்களின் *factory model* அப்படி!

3) இம்முறை பின்தங்கிய மாவட்டங்களில் அதிகம் பேர் சேர இரண்டு காரணங்கள்: (i) அங்கும் தனியார் நீட் கோச்சிங் நிறுவனங்கள் ஊடுருவி விட்டன. (ii) நாமக்கல் பள்ளிகளில் எப்படியும் நீட் தேர்வுக்குத் தடை வாங்கி விடுவர் என்ற நம்பிக்கையில் 11ம் வகுப்புப் பாடம் படிக்காமல் 12வது மட்டும் கவனம் செலுத்தினர்.

4) தமிழகத்தின் பெரும்பாலான மாணவர்கள், ஆசிரியர்கள், பெற்றோர்கள் நீட் ரத்தாகும் என நம்பினர். இதுதான் முதல் பிரச்சனை. தொடர்ந்து இந்த நம்பிக்கை அளித்த மத்திய / மாநில அயோக்கியர்கள்தாம் முதல் குற்றவாளிகள்.

5) பாண்டே சொல்லும் 62% மருத்துவ இடங்கள் மாநிலப் பாடத்திட்டத்திலிருந்து என்ற புள்ளி விவரம் உண்மையே. ஆனால் அவர் மறைத்தது வேறு இரு புள்ளி விவரங்கள்: (i) சென்ற ஆண்டு இது எத்தனை? கிட்டத்தட்ட 97% (ii) மொத்த எண்ணிக்கையில் மாநிலப் பாடத்திட்டப் பள்ளிகளின் விகிதம் எத்தனை? 90%க்கும் மேல். இந்தப் பாதிப்பால்தான் நீட்டை எதிர்க்க வேண்டி உள்ளது.

6) வரும் ஆண்டுகளில் நீட்டை முன்வைத்து சிபிஎஸ்சி நோக்கி நகர்பவர்களின் எண்ணிக்கை அதிகரிக்கும். அதற்கான பள்ளிகள் மற்றும் கோச்சிங் செண்டர்கள் பெருகும். கட்டணமும். ஆக, ஏழை மாணவர்கள் நிரந்தரமாகவும், கிராமப்புற மாணவர்கள் அடுத்த சிலபல ஆண்டுகளுக்கும் பாதிக்கப்படுவர். ஆக, 69% இட ஒதுக்கீடு மாறவில்லை என்றாலும் அது பணக்கார, நகர்ப்புற மாணவர்களுக்குப் போகவே வாய்ப்பதிகம். மீதி 31% உயர்சாதியினருக்கு மட்டும் போகும் வாய்ப்பதிகம்.

To be clear, மாற்றம் எண்ணில் அல்ல; நான் சொல்வது நடைமுறைச் சிக்கல். உயர்சாதியினருக்குத்தான் கோச்சிங் வகுப்புகளுக்கு *access* மிக மிக மிக அதிகம். அதனால் பெரும்பாலும் அவர்களுக்குப்

போகும் என்கிறேன். அதுதான் சிக்கல்.

(செப்டெம்பர் 10, 2017)

★

எதிர்க்கத்தான் துப்பில்லை. சரி, போய்த் தொலைகிறது.

குறைந்தபட்சம் இங்கிருந்து வெளிமாநிலம் போய் நீட் தேர்வெழுதும் அனைத்து மாணவர்களுக்கும் விமானப் பயணச்சீட்டும், அங்கே தேர்வு மனநிலைக்குத் தொந்தரவற்ற நற்சூழல் கொண்ட தங்குமிடமும் அரசு ஏற்பாடு செய்ய வேண்டும்.

எழுத்தாளர் சுப்ரஜா (ஸ்ரீதரன்) நீட் தேர்வை வெளிமாநிலத்தில் போய் எழுதினால் என்ன செத்தா போய் விடுவார்கள் எனக் கூசாமல் கேட்கிறார். நகர்ப்புற, பணக்கார, மேல்சாதி வட்டத்திலேயே பிறந்து, வளர்ந்து, மரிக்கப் போகும் ஒருவரால்தான் இப்படிப் பேச முடியும். இழவு விழுந்தால்தான் கவனிப்பீர்களா, இறப்பிற்கு முந்தைய வலிகள் எல்லாம் பொருட்டே இல்லையா? ஆண்டாள் குறித்து வைரமுத்து எழுதியதால் சம்மந்தப்பட்டோர் என்ன செத்தா போய் விட்டார்கள்! ஜெயேந்திரர் சிறை சென்றதால் சார்ந்தோர் என்ன செத்தா போய் விட்டார்கள்! - இதையெல்லாம் சுப்ரஜா கேட்டிருக்கலாம். இந்த ஒன்றையணா விஷயங்களுக்கே பொங்கி வெடித்ததை வேடிக்கை பார்த்து விட்டு இன்று எண்ணற்ற மாணவர்களின் வாழ்க்கைப் பிரச்சனையைப் பேசும் போது செத்தா போய் விட்டார்கள் எனக் கேட்பது எவ்வளவு பெரிய உணவற்றதனம்! வெளிமாநிலம் போய் எழுத வக்கற்றவன் ஒழியட்டும், அதற்கு வாய்ப்புள்ளவனுக்கு (அது யாரெனச் சொல்ல வேண்டியதில்லை) வழி கிடைக்கட்டும் என்ற காழ்ப்புதான் இதில் வெளிப்படுகிறது.

வெளிமாநிலம் போவது ஓர் அனுபவம்தானே என்கிறார். ஒரு பெண்ணை ஒருவன் பாலியல் வல்லுறவு செய்து விட்டு அவளுக்குப் புதிய அனுபவம்தானே கொடுத்தேன் என்று ஒருவன் சொல்வது மாதிரி இருக்கிறது. ஒரு ரேப்பிஸ்ட் அப்படி யோசிக்கலாம். ஆனால் ஒரு ரைட்டருக்கு எப்படி அப்படி புத்தி போகும்!

கடைசியாக ஒன்று:

வெளிமாநிலத்தில் அல்ல, இங்கேயே நீட் எழுதச் சொன்னதற்கே செத்துப் போனவள்தான் அனிதா என்பதை மறக்க வேண்டாம்.

(மே 4, 2018)

★

நீட் ஆள் மாறாட்ட விவகாரத்தில் *2019*ல் முதலாமாண்டு மருத்துவம் சேர்ந்த மாணவர்கள் அனைவரையும் நேரில் அழைத்து தகவல்கள், புகைப்படங்கள், சான்றிதழ்கள் சரிபார்க்கப்பட வேண்டும் என சிபிசிஐடி கேட்டிருக்கிறது. இது போதாது.

1) *2019* மட்டுமின்றி இதுவரை நீட் வழி மருத்துவம் சேர்ந்த அனைவரையும் விசாரணைக்கு உட்படுத்த வேண்டும்.

2) தமிழகம் மட்டுமின்றி இந்தியா முழுக்க நீட் வழி மருத்துவம் சேர்ந்த அனைவரையும் விசாரணைக்கு உட்படுத்த வேண்டும்.

3) நீட் வழி மருத்துவம் சேர்ந்தவர்கள் மட்டுமின்றி, நீட் எழுதிய அனைவரையுமே விசாரிக்க வேண்டும். ஏனெனில் எத்தனையோ பேர் கோல்மால் செய்தும் தேர்வில் தேறாமல் போயிருக்க வாய்ப்புண்டு. அவர்களும் குற்றவாளிகளே.

4) நீட்டில் கோல்மால் செய்தவர்கள் மருத்துவக் கல்லூரியில் மட்டும் எப்படி நேர்மையாய்ப் படித்திருப்பார்கள்? அங்கே நடந்த தேர்வுகளையும் ஆராய வேண்டும்.

5) தற்போது நீட் தேர்வுக்குப் படித்துக் கொண்டிருப்போரையும் விசாரிக்க வேண்டும். அடுத்தாண்டு நீட் தேர்வுக்கு ஆறு மாதங்களே இருக்கிறது எனும் போது ஏற்கனவே ஆள் மாறட்டத்துக்குப் பணம் கொடுத்து ஏற்பாடு செய்திருக்க வாய்ப்புண்டு.

(அக்டோபர் 2, 2019)

★★★

33. நீட்டை எதிர்கொள்தல்

நீட் தொடர்பான என் கருத்து இது. நம் முன் இரு வாய்ப்புக்கள் இருக்கின்றன:

1) கல்வியை மாநிலப் பட்டியலுக்குக் கொண்டு வந்து உயர்கல்விச் சேர்க்கையில் மத்திய அரசு தலையீடு கூடாது என்று சொல்லி நீட்டிலிருந்து தமிழகம் விலகுவது. ஆனால் அதற்கு ஆண்மையுள்ள ஒரு மாநில அரசு வேண்டும். காலமும் பிடிக்கும்.

2) நீட்டிற்கு இன்றிலிருந்து ஐந்தாண்டு விலக்குப் பெற்று உடனே பள்ளிப் பாடத் திட்டத்தை மாற்றியமைத்து எட்டாம் வகுப்பு முதலே பள்ளிப் பாடம் மூலமாகவே நீட் உள்ளிட்ட தேர்வுகளுக்குக் குழந்தைகளைத் தயார் செய்வது. 2026 முதல் தமிழ்க் குழந்தைகள் உள்ளே நுழையத் தொடங்கினால் அதற்கடுத்த ஐந்தாண்டுகளில் வடக்கிலும் பெரும்பான்மை மருத்துவ சீட்களை நம் பிள்ளைகளே பெறுவார்கள். நீட் கொண்டு வந்ததற்கு அவர்களே வருந்தும் வாய்ப்பு கூட உண்டாகும். (ஒருவேளை அதனால் நீக்கவும் கூடும்.) தற்காலிக விலக்குக் கோருவதை மிகத் திறமையான, அனுபவம்மிக்க வக்கீல்கள் மூலம் உச்சநீதிமன்றத்தில் வாதாடிப் பெற வேண்டும்.

இந்த இரண்டில் ஒன்று நடக்கும் வரை எந்த நேரடி / மறைமுக நீட் தேர்வுக்கான கோச்சிங் மையங்களுக்கும் தடை விதிக்க வேண்டும்.

பள்ளித் தேர்வில்தான் புரிந்து படிக்க முடியும் என்றும் நீட் தேர்வில்தான் புரிந்து படிக்க முடியும் என்றும் இரு தரப்பு வாதங்கள் பார்க்கிறேன். அதாவது இருவருமே எதிர்தரப்பு மனப்பாடம் செய்து வாந்தி எடுப்பதையே ஊக்குவிக்கும் என்று நிறுவ முயல்கிறார்கள்.

நான் அரசியல் தாண்டி இதை அணுக முயல்கிறேன். நீட் வேண்டும் / வேண்டாம் என்று சொல்வதல்ல; என் மாணவ அனுபவம் மூலமாக சிந்திக்க வைப்பதே என் நோக்கம்.

நான் TNPCEE நுழைவுத் தேர்வு வழியாக பொறியியல் சேர்ந்தவன். நான் பள்ளியில் ஒருபோதும் ட்யூஷன் போனதில்லை. நுழைவுத் தேர்வுப் பயிற்சியும் போனதில்லை. அதற்குப் பொருளாதாரம் காரணமன்று; என் தன்முனைப்புதான் காரணம். என் வகுப்புத் தோழர்கள் கிட்டத்தட்ட அத்தனை பேரும் ட்யூஷன், என்ட்ரன்ஸ் கோச்சிங் போனார்கள். (அப்போது இவ்வளவு கொடூரக் காசு இல்லை. நடுத்தர வர்க்கம் கொடுக்க முடிந்த விலை.) எனக்கு அவை இல்லாமல் படிப்பதே 'கெத்து' என்ற திமிர் இருந்தது.

ஆனால் அந்தப் பயிற்சி வகுப்புகள் கூட தமிழக கிராமப்புற மாணவர்களுக்குச் சாத்தியமில்லை என்பதால்தான் கலைஞர் TNPCEE-ஐ நீக்கினார். அது ஒரு தற்காலிக முடிவாகச் சரியே. ஆனால் அதற்கு மாற்றாக நம் கல்வி முறையை நாம் மாற்றவே இல்லை. அது பெரிய இடைவெளி. இப்போது திரும்பிப் பார்க்கும் போது பள்ளிப் பாடத்தை 80% புரிந்து படித்தேன் எனப் புரிகிறது. ஆனால் அப்போது பள்ளியில் என் வகுப்பில் உடனிருந்தோரில் அப்படி என் போல் இருந்தோர் மிக மிக மிகக் குறைவு.

நான் புரிந்து படித்ததற்கு இரண்டு காரணங்கள் சொல்ல முடியும்: 1) என் தனிப்பட்ட ஆர்வம். அதாவது மதிப்பெண் தாண்டி பாடங்களின் மீதிருந்த இயல்பான ஆர்வம். அது எல்லாவற்றிலும் கேள்வி கேட்க வைத்தது. 2) நான் ஐஐடி நுழைவுத் தேர்வுக்குப் படித்தேன். அதற்கான புத்தகங்ளை வாங்கி நானே சுயமாகப் படித்ததுதான். அதன் வழியேதான் எனக்கு பள்ளிப் பாடத்தில் இயற்பியல், வேதியியல், கணிதத்தில் படித்தவற்றின் ஆழமும் அர்த்தமும் மேலதிகம் விளங்கியது.

மனப்பாடத்தை ஊக்குவிக்காத பள்ளித் தேர்வுகளும் சாத்தியம், நுழைவுத் தேர்வுகளும் சாத்தியம். IIT-JEE நுழைவுத் தேர்வு அப்படியான ஒன்று. ஆனால் TNPCEE அப்படி இல்லை. நம் பள்ளி இறுதித் தேர்வுகளும் அப்படியான ஒன்றில்லை. அவை பெரும்பாலும் எளிய நினைவாற்றல் விளையாட்டுக்கள் மட்டுமே. (NEET பற்றி எனக்குத் தெரியவில்லை.)

NEET ரத்து என்பது ஒருபுறம். ஆனால் அது தாண்டிப் போக வேண்டிய தூரம் நிறைய இருக்கிறது. நம் மாணவர்களில் *99%* பேர் எதுவுமே புரியாமல்தான் படிக்கிறார்கள். சிபிஎஸ்சி பாடத்திட்டத்துக்கும் இது பொருந்தும். அவர்கள் வாங்கும் மதிப்பெண் என்பது மனப்பாடத்தின் வீச்சின் பிரதிபலிப்பே. நாமக்கல் பள்ளிகளின் சூத்திரமாக இருந்தது அதுவே. அவர்களுக்குப் பயிற்றுவித்தது தாண்டி கூடுதலாய் ஒரு சொல் கேட்டால், அல்லது சற்றுப் பிறழ்வாய்க் கேட்டால் பதில் சொல்ல முடியாது. அவர்கள் மருத்துவர் ஆவது, பொறியாளர் ஆவது தாண்டி கல்வியே வெறும் சடங்காக மட்டுமே எஞ்சுகிறது.

அதிலிருந்தும் மீள்வது முக்கியம். அதைச் சரி செய்தால் எந்தத் தேர்வு என நாளை எவன் மாற்றினாலும் அதை எதிர்கொள்ளும் அறிவும் தன்னம்பிக்கையும் நம் மாணவர்களுக்கு இருக்கும். தேர்வு பயம் இராது. அதற்கு முதற்படி நுழைவுத் தேர்வுக்கான அனைத்து கோச்சிங் சென்டர்களையும் தடை செய்வது. (பிறகு பள்ளி ஆசிரியர்கள் எதற்குப் பிடுங்கவா இருக்கிறார்கள்?) அடுத்து புரிந்து படிப்பதற்குகந்த பாடத் திட்டங்களையும், கற்பித்தல் முறைகளையும், தேர்வு முறைகளையும் கொண்டு வருவது.

இது ஒரு பெரிய கல்வி முறை மாற்றம்.

(செப்டெம்பர் 12, 2020)

★

நீட் தொடர்பாய் உடனே ரத்து / தடை செய்யப் பட வேண்டியவை இவை மூன்றும்தாம்:

1) Coaching centers - இது பணம் படைத்தோர், அஃதில்லாதோரிடையே கூரிய ஏற்றத்தாழ்வை உண்டாக்குகிறது. பள்ளிகளில் ஏற்கனவே ஏற்றத்தாழ்வு உண்டுதான் - ஓர் அரசுப் பள்ளி மாணவன் கற்பதற்கும் தனியார் பள்ளி மாணவர் கற்பதற்கும் வித்தியாசம் உண்டு. அதை மேலும் மோசமாக்குகின்றன இந்தப் பயிற்சி மையங்கள். அவர்கள் நேரடியாக / மறைமுகமாக பயிற்சியில் இறங்குவதை முற்றிலும் தடை செய்ய வேண்டும்.

2) Attempt / improvement - இது மாணவர்களின் பெற்றோருக்கு வெட்டிச் செலவையும், மாணவர்களுக்கு நேர விரயத்தையும்

ஏற்படுத்துகிறது. தவிர, எல்லாப் பள்ளிப் பாடங்களோடு மருத்துவ நுழைவுக்கான பாடங்களை படிப்பவரையும், வெறும் மருத்துவ நுழைவுப் பாடங்கள் மட்டும் (அதுவும் இரண்டாம் / மூன்றாம் முறை) படிப்பவரையும் ஒன்றாகப் போட்டியிடச் சொல்வதே *unfair* ஆன விஷயம். நேற்று தற்கொலை புரிந்த மூன்று மாணவர்களும் இரண்டாம் முறையோ மூன்றாம் முறையோ அட்டெம்ட் எழுதியவர்கள். இத்தனை முறை எழுதியும் (அதாவது அதற்கான பணமும் நேரமும் செலவழித்தும்) சீட் கிடைக்காமல் போய் விடுமோ என்ற அச்சமே அதன் விளைவான மன அழுத்தமே அவர்களின் இந்த மோசமான முடிவுக்குக் காரணம் என ஊகிக்கிறேன்.

3) All India quota: மாநில அரசின் கட்டுப்பாட்டில் இயங்கும் அனைத்து மருத்துவக் கல்லூரிகளிலும் அம்மாநிலத்தில் படிப்பவர்களைக் கொண்டே இடங்களை நிரப்ப வேண்டும். அவற்றை 15% இந்திய அளவில், 85% மாநில அளவில் என்ற முறையில் நிரப்புவதை நிறுத்த வேண்டும். (பழையபடி சிறு அளவிலான மற்ற மாநிலத்தவர் கோட்டா இருக்கலாம்.)

(செப்டெம்பர் 13, 2020)

★

முதலில் நீட் திணிப்பு ஒரு மாநில உரிமைப் பிரச்சனை. மாநில அரசின் கட்டுப்பாட்டில் இயங்கும் மருத்துவக் கல்லூரிகளில் மாணவர்களை எப்படிச் சேர்ப்பது என மாநில அரசுதான் சரியாய்த் தீர்மானிக்க முடியும். அந்த மாநில மாணவர்களின் கல்வித் தரம் என்ன, அவர்கள் எந்த மாதிரி தேர்வு முறைக்குப் பழக்கப்பட்டிருக்கிறார்கள், மாற்றம் கொண்டு வர வேண்டுமெனில் எப்போது செய்யலாம் என எல்லாம் மாநில அரசுக்கே தெரியும். இதில் தேசிய அளவில் ஒரு முடிவு என்பதே அபத்தம்.

மத்திய அரசின் கட்டுப்பாட்டில் இயங்கும் மருத்துவக் கல்லூரிகளும், விரும்பும் மாநில அரசுகளும், விரும்பும் தனியார் மருத்துவக் கல்லூரிகளும் நீட்டில் இணைந்து கொள்ளலாம். ஆனால் எனக்கு அது ஒத்து வராது என்று சொல்லும் மாநில அரசுகளையும் பிடிவாதமாய் இணைப்பதே பைத்தியகாரத்தனம்தான்.

மருத்துவச் சேர்க்கையில் பின்வாசல் நுழைவுகளைத் தடுப்பதற்கு எத்தனையோ நடைமுறை வழிகள் இருக்கின்றன. நீட் தேர்வு

மட்டும்தான் அதைத் தடுக்கும் என்று நம்புவதே கிறுக்குத்தனம். இங்கே இருக்கும் / இருந்த முறையிலேயே அரை நூற்றாண்டாய்த் தரமான மருத்துவர்கள் உருவாகி வந்து கொண்டுதான் இருக்கிறார்கள். தமிழகம் சுகாதாரத் துறையில் உயர்வான இடத்திலேயே இருக்கிறது. களை பிடுங்கும் சாக்கில் வயலை மொத்தமாய்க் கொளுத்தும் அறிவீனமே நீட் திணிப்பு.

ஆக, முதற்தேவை நீட் விலக்குதான்.

(செப்டெம்பர் 14, 2020)

★

சூர்யா தன் நீட் எதிர்ப்புக் கடிதத்தில் இரண்டு இடங்களில் பார்ப்பனியத்தை நேரடியாகவே இடித்துரைக்கிறார். ஒன்று புராணப் பார்ப்பனராகிய துரோணரை. மற்றொன்று வரலாற்றுப் பார்ப்பனராகிய சாணக்கியரை.

நீட்டை எதிர்க்க காங்கிரஸ் கட்சிக்கு எந்த அருகதையும் இல்லை. அவர்கள் கட்சியின் முக்கியஸ்தரான (பிரதமர் பதவிக்குக் கூடப் பரிசீலிக்கப்பட்டவரான) ப.சிதம்பரத்தின் மனைவி நீட் தமிழகத்திற்கு வர வேண்டும் என உச்சநீதிமன்றத்தில் வாதாடி வென்றவர்.

அது தொழில் என்று சப்பைக்கட்டு கட்டுவீர்கள் எனில் காசு கொடுத்தால் தன் கணவர் ப.சிதம்பரத்திற்கு எதிராகவும் வாதாடி அவரை உள்ளே தள்ளக் காரணமாவாரா? காசு கொடுத்தால் ஏழு பேர் விடுதலைக்கு வாதாடி அவர்களைக் காப்பாற்றுவாரா?

நளினி அடிப்படையில் மனதார நீட் தேர்வை ஆதரிக்கிறார். அதனால் தமிழக மாணவர்கள் துயருறுவது குறித்த எந்த அக்கறையும் அவருக்கு இல்லை. ப.சிதம்பரத்துக்கும் இல்லை. கார்த்தி சிதம்பரத்துக்கும் இல்லை.

காங்கிரஸ் நீட்டை எதிர்க்க வேண்டுமெனில் முதலில் ப.சிதம்பரத்தைக் கட்சியை விட்டு நீக்க வேண்டும். இல்லையெனில் அது ஒரு மேம்போக்கான அரசியல் பஜனை மட்டுமே.

(செப்டெம்பர் 14, 2020)

★

இன்று நீட் விவாதங்கள், கருத்துக்கள் தொடர்பாய் ஒரு வினோதச் சூழல் இங்கே நிலவுகிறது. உண்மையில் இவை வெறும் புரிதலின்மை மற்றும் பதற்றத்தின் வெளிப்பாடே. இவை மிகக் கடுமையான நட்புமுரண்களை உண்டாக்கவல்லவை.

இங்கே நம் முன் இரண்டு தரப்புகள் இருக்கின்றன. ஒன்று நீட்டை எதிர்க்கும் முற்போக்கு ஆட்கள் (திமுக உள்ளிட்டோர்). மற்றொன்று நீட்டை நேரடியாய் எதிர்கொள்ளும் மாணவர்கள், பெற்றோர். இரண்டு தரப்புமே நீட் ஒழிவதைத்தான் விரும்புகின்றன என்றாலும் இருவரிடமும் நாம் பேசும் கருத்துக்கள் தெளிவாகவே வெவ்வேறானவைதான். நாம் இரண்டாம் தரப்பிடம் பேசிக் கொண்டிருக்கும் போது முதல் தரப்பு மூக்கை நுழைப்பதுதான் குழப்பமூட்டி பிரச்சனை ஆகிறது.

முதல் தரப்பிடம் நாம் பேசுவது நீட் நீக்கம் அல்லது விலக்கு தொடர்பான விஷயங்கள், அதன் பின்னிருக்கும் தர்க்கம், அதை எதிர்ப்பது முதலியன. மாறாக இரண்டாம் தரப்பிடம் நாம் நீட் எதிர்ப்பு பேசினாலும் கள யதார்த்தம் என்பது அது நீக்கப்படும் வரை அல்லது விலக்குப் பெறும் வரை அதை எப்படி மாணவர்களும் பெற்றோர்களும் தன்னம்பிக்கையுடன் எதிர்கொண்டு வெல்வது என்பதே.

அப்படி ஒன்றுதான் நீட் பற்றி சூர்யா வெளியிட்ட சிறுநூல். அப்படியான ஒன்றுதான் தற்கொலை எண்ணம் கொண்ட மாணவர்களிடம் மருத்துவம் இல்லையென்றால் வேறு முயலலாம் என்று சொல்வது. அவர்களிடம் போய் உயிரே போனாலும் நீ மருத்துவத்தை மறக்காதே என்றா சொல்ல முடியும்? அவர்கள் முன் நீட்டை நீக்க வேண்டும், நீ அதைப் படிக்காதே என்றா சொல்ல முடியும்? நீட் ஒழியும் வரையிலான ஆண்டுகளில் தேர்வெழுதும் மாணவர்களும் நமக்கு அதே அளவில் முக்கியமானவர்களே, அவர்களைப் பலிகடா ஆக்கிப் புரட்சி செய்ய முடியாது.

ஆக, அதை எதிர்கொள்ளவும் வெல்லவும் அவர்களுக்குக் கற்றுத் தருவதும் மிக மிக முக்கியமானது (நீட் எதிர்ப்பு அளவுக்கே முக்கியமானது). மாணவர்களுக்கு இது எளிது, பயப்படாதே, உன்னால் முடியும் என்றுதான் பேச வேண்டும். தற்கொலைகள் தடுக்கவும் அவர்களை முனைப்போடு படிக்க வைக்கவும் அதுவே

வழி. அங்கே நீட்டை நீக்க வேண்டும் என்று பேசிக் குழப்ப முடியாது.

அப்படி மாணவர்கள், பெற்றோர்களிடம் பேசும் போது முதற்தரப்பு முற்போக்கு ஆட்கள் அதைப் புரிந்து கொண்டு விலகி இருக்கலாம். மாறாக, நீ நீட் ஆதரவாளனா எனக் கேட்பது முதல் சங்கி என முத்திரையிடுவது வரை போகிறது. சூர்யா வெளியிட்ட நூல் "நீட்டுக்கு ஆதரவான நூல்" ஆகிவிட்டது. சூர்யா இன்று சங்கி என முற்போக்காளர்களால் வசைப்பாடப்படுகிறார்.

சூர்யா அன்றைய சூழலில் என்ன செய்திருக்க வேண்டும் என நினைக்கிறீர்கள்? நீட் தேர்வு எழுத வேண்டாம் என தான் உதவி செய்யும் மாணவர்களைத் தடுத்திருக்க வேண்டுமா? அல்லது நீட் பற்றி அந்த மாணவர்களிடம் ஏதும் பேசாமல் நீ எப்படியோ எழுது எனக் கள்ள மௌனம் சாதித்திருக்க வேண்டுமா?

நீட்டை இங்கே கடுமையாக எதிர்க்கும் முற்போக்காளர்களே இவ்வாண்டு தம் பிள்ளை நீட் தேர்வு எழுத வேண்டி இருந்திருந்தால் அவர்களை கோச்சிங் வகுப்பில் சேர்த்தோ, வீட்டிலேயே கடும் பயிற்சி அளித்தோ, நம்பிக்கையூட்டி தானே அனுப்பி இருப்பீர்கள்? அதைத் தானே சூர்யா தன் அமைப்பின் மூலம் பலருக்குச் செய்தார்? எப்படித் தவறாகும்?

நீட்டை நேரடியாய் எதிர்கொள்வோருக்குத் தைரியம் சொல்வதோ ஆறுதல் சொல்வதோ அவர்களுக்குக் கற்பிப்பதோ எவ்வகையிலும் நீட்டை ஆதரிப்பது ஆகாது. அதை / அவர்களை எதிர்ப்பது ஒரு வறட்டுப் பிடிவாதம் மட்டுமே. அது பகுத்தறிவிலேயே வராது.

(செப்டெம்பர் 15, 2020)

★

பலரும் நீட் தேர்வெழுத வந்த திருமணமான பெண்ணைத் தாலியைக் கழற்ற வைத்தது பற்றி அங்கலாய்த்து அந்தப் பெண்ணின் மனம் என்ன பாடு பட்டிருக்கும் என்றெல்லாம் கண்ணீர் வடிக்கின்றனர். நிஜமாகவே எனக்கு ஆச்சரியமாய் இருக்கிறது. தாலியை அவ்வளவு இணை பிரியாமல் கழுத்தோடேதான் வைத்திருக்கிறார்களா நம் பெண்கள்?

எக்ஸ்ரே எடுக்கையில்? ஸ்கேன் எடுக்கையில்? வேறு மருத்துவப் பரிசோதனைகளில்? அறுவை சிகிச்சையின் போது? சில மாடல் டாப்ஸ் அணிகையில்? கலவி செய்கையில்? அவ்வளவு ஏன், சாதாரணமாய்த் தூங்கும் போது குத்துகிறதென கழற்றி வைப்போர் உண்டு. குளிக்கையில் அகற்றுவோர் உண்டு. ஆனாலும் நாம் தொட்டாற்சிணுங்கிகள்!

நீட் என்றில்லை, எந்தத் தேர்வு என்றாலும் (பள்ளி இறுதித் தேர்வுகள் உட்பட) அதற்குரிய விதிமுறைகள் / கட்டுப்பாடுகள் மிக விரிவாய்த் தெளிவுறுத்தப்பட வேண்டும். வெறும் சொற்களில் அல்லாமல் புகைப்படங்கள், காணொளிகளும் அந்த விதிமுறைகளில் சேர்க்கப்பட வேண்டும். பொதுவாய் நகை என்றால் அதில் தாலியும் அடங்குமா? பூணூல் அணியலாமா கூடாதா? ப்ராவில் ஸ்ட்ராப் இருக்கலாமா? ஜாக்கெட் ஹூக் இருக்கலாமா? சானிடரி பேட் இருக்கலாமா? எல்லாமே தெளிவுபடுத்தப்பட வேண்டும்.

தவிர, கூடுதல் இணைப்பாய் ஏன் இந்த விதிமுறைகள் என்ற தர்க்கமும் சொல்லப்பட வேண்டும். (உதா: முன்பு தோடுகளில் மைரோஃபோன் வைத்தார்கள், ஆரத்தில் கேமெரா வைத்தார்கள். இப்படிக் காரணங்கள்.) இல்லையென்றால் தேர்வுக்கு முன் கடைசி நேரத்தில் தாலியைக் கழற்றுவது, ஷாலை நீக்குவது, முழுக்கைச் சட்டையை வெட்டி எறிவது என மாணவர்களை மன அழுத்தத்தில் தள்ளுவதில்தான் முடியும்.

எல்லாவற்றையும் விட நாம் எதிர்ப்பை முன்கூட்டியே தெரிவித்து விதிகளில் மாற்றம் கோரலாம். விதிகள் பிடிக்காதோர் தேர்வு எழுதுவதைத் தவிர்க்கும் முடிவும் எடுக்கலாம்.

நீட் எதிர்ப்பு என்பது "பாடத்திட்டமும், தேர்வு முறையும் வேறு என்பதால் எங்கள் மாநில மாணவர்கள் பாதிக்கப்படுவர், அதனால் நீட்டிலிருந்து தமிழகத்துக்கு விலக்கு தேவை" என்ற ஒற்றைப் புள்ளியில் இருப்பதே ஆரோக்கியமான போராட்டமாக இருக்கும்.

பதிலாக தேர்வுக் குளறுபடிகள் (ஆள் மாறாட்டம் முதலியன), வினோத விதிமுறைகள் (தாலி கழற்றல், ஷால் நீக்கம், சட்டை வெட்டல் ஆகியன) போன்றவற்றைப் பேசிக் கொண்டிருப்பது கவனச் சிதறலையே ஏற்படுத்தும் (எதிராளிக்கும் சரி,

உடனிருப்போருக்கும் சரி). அது நமக்குள் முரண்களையும் உண்டாக்கும்.

கவனித்தால் அவை யாவும் ஒட்டுமொத்தக் கணக்கில் (பெரும்பாலானோருக்கு) சிறிய பிரச்சனைகள். தவிர அது மக்கள் ஆதரவையும் நமக்கு வென்று தராது ("என்னங்க இதெல்லாம் ஒரு பிரச்சனைனு பேசிட்டு இருக்காங்க, இவுங்க எப்பவும் இப்படித்தான்"). பக்கவிளைவாக மையப் பிரச்சனையும் நீர்த்துப் போகச் செய்யும்.

கொலைகாரன் மீது கொலை வழக்கை எழுதுங்கள் ஐயா. உள்பாவாடை திருடிய வழக்கு எழுதி போராட்டத்தின் வீச்சைத் தணிக்காதீர்கள்.

(செப்டெம்பர் 16, 2020)

★

எனக்குச் சுத்தமாய்ப் புரியவில்லை. அரசு பள்ளி மாணவர்களுக்கு 7.5% உள் ஒதுக்கீடு வழங்கும் சட்டத்தில் கையெழுத்திட ஆளுநருக்கு அழுத்தம் தரப் போராட்டம் அறிவித்திருக்கிறது திமுக. எனில் திமுக இந்தத் தீர்வை ஆதரிக்கிறதா?

இது நீட் விலக்கு என்ற போராட்டத்தை நீர்த்துப் போகத் தானே வழி செய்யும்? அடுத்து நீட்டை எதிர்த்தால் அரசுப்பள்ளி மாணவர்களுக்கு இட ஒதுக்கீடு கொடுத்தாயிற்றே என்பார்களே! நியாயமாய் கவர்னருக்கு முன் திமுகதான் இதை எதிர்க்க வேண்டும்.

அரசுப் பள்ளி மாணவர்களுக்கு உள்ஒதுக்கீடு அறிவிக்கப்பட்ட போது நீட்டை எதிர்த்த நடிகர் சூர்யா அதற்கு நன்றி தெரிவித்துப் பதிவிட்டார். அப்போது நீட் விலக்கே தீர்வு என்று சொல்லி வந்த இணைய திமுக நண்பர்கள் சூர்யாவின் குறைபட்ட சமூக அறிவைக் (அது உண்மைதான்) கடுமையாகக் கேலி செய்தார்கள். இப்போது திமுக தலைவரே அந்த ஒதுக்கீட்டை ஆதரித்துப் போராட்டம் அறிவித்திருக்கிறார்.

1) இப்போது இதில் அந்த திமுக நண்பர்களின் நிலைப்பாடு என்ன?

2) பழைய நிலைப்பாடுதான் என்றால் அதற்கு எதிராக உள்ள கட்சித் தலைமைக்கு அறிவுறுத்த முயன்றார்களா? குறைந்தபட்சம் அதை எதிர்த்து எழுதினார்களா?

3) அல்லது இந்த இட ஒதுக்கீடு சரி என்ற புதிய புரிதல் வந்திருந்தால் அதை விளக்கி, தம் முந்தைய நிலைப்பாடு தவறு எனப் பகிரங்கமாக அறிவித்து, சூர்யாவைக் கேலி செய்தது தவறு என வருத்தம் தெரிவித்திருக்கிறார்களா?

(அக்டோபர் 23, 2020)

★★★

சி. சரவணகார்த்திகேயன்

கோவை சிங்காநல்லூரில் ஆகஸ்ட் 13, 1984 அன்று பிறந்த இவர், ஈரோட்டில் பள்ளிப் படிப்பை முடித்தார். சென்னை கிண்டி பொறியியல் கல்லூரியில் கணிப்பொறியியல் பயின்ற இவர், தற்போது பெங்களூரில் மென்பொருள் துறையில் பணியாற்றுகிறார்.

13 வயதிலிருந்து எழுதி வந்தாலும் முதல் பிரசுரம் 23 வயதில் நடந்தது. இதுவரை 36 நூல்களை வெளியிட்டுள்ளார் - இதில் 1 பெருநாவல், 2 நாவல்கள், 2 குறுநாவல்கள், 35 சிறுகதைகள், 80க்கும் மேலான நுண்கதைகள், 2 கவிதைத் தொகுதிகள் அடக்கம்.

ஆதித்த கரிகாலன் கொலை வழக்கு, ஆப்பிளுக்கு முன், 96: தனிப்பெருங்காதல், இறுதி இரவு, குஜராத் 2002 கலவரம், பரத்தை கூற்று ஆகியன இவரது புகழ் பெற்ற நூல்கள். அதிசுவாரஸ்யமான நடையில் தீவிர இலக்கியம் எழுதுவது இவரது தனித்துவம். இவரது அபுனைவுகள் செறிவான தரவுகள் மீது வலுவான தர்க்கத்தால் கட்டமைக்கப்பட்டவை.

2017ல் உயிர்மை வழங்கும் சுஜாதா விருது (இணையம்), 2019ல் திருப்பூர் இலக்கிய விருது (ஆப்பிளுக்கு முன் நாவலுக்காக), 2009ல் தமிழ் வளர்ச்சித் துறையின் சிறந்த நூல் விருது (முதல் நூலான சந்திரயானுக்காக) பெற்றவர். 2016ல் அகம் - பிரதிலிபி நடத்திய 'ஞயம் பட வரை' கட்டுரைப்போட்டியில் முதல் பரிசும், 2018ல் தினமணி- சிவசங்கரி சிறுகதைப் போட்டியில் ஆறுதல் பரிசும் (பெட்டை) பெற்றார். 2007ல் குங்குமம் இதழில் வைரமுத்து இவரது 'ஒருத்தி நினைக்கையிலே...'வை முத்திரைக் கவிதையாகத் தேர்ந்தெடுத்தார்.

குங்குமம் இதழில் ச்சீய்... பக்கங்கள் (2012), ஆகாயம் கனவு அப்துல் கலாம் (2015), Notion Press / Bynge-ல் ஆதித்த கரிகாலன் கொலை வழக்கு (2021), அம்ருதா இதழில் நொபேல் விருதுகள் (2011), விகடன்.காமில் ஹலோ, ப்ளூடிக் நண்பா! (2019) ஆகிய தொடர்களை எழுதினார். தவிர, உயிர்மை, தீராநதி, விகடன் தடம், அகநாழிகை, ஆனந்த விகடன், குமுதம், தினமணி கதிர், காமதேனு, ஆழம் ஆகிய அச்சிதழ்களிலும், உயிர்மை, தமிழினி, அரூ, தமிழ் பேப்பர், மெட்ராஸ் பேப்பர் ஆகிய மின்னிதழ்களிலும் எழுதியிருக்கிறார்.

'தமிழ்' என்ற மின்னிதழ் நடத்தி அதில் ஜெயமோகன், யுவன் சந்திரசேகர், பெருமாள் முருகனை நீள்நேர்காணல் செய்துள்ளார். திருக்குறள், கம்பராமாயணம் இரண்டுக்கும் கவிதை நடையில் உரையெழுதி இருக்கிறார். இவரது 'மதுமிதா - சில குறிப்புகள்' கதை குறும்படமானது. திரைப்படங்கள், வலைத்தொடர்களுக்கு திரைக்கதை எழுதியுள்ளார். உயிர்மை சுஜாதா விருதுகள், Kindle Pen to Publish போட்டிகளில் நடுவராக இருந்துள்ளார்.

நண்பர்கள், வாசகர்களால் 'ரைட்டர்' என்றும் 'சிஎஸ்கே' என்றும் அழைக்கப்படுகிறார். இலக்கியம், திரைப்படம், இசை தவிர தத்துவத்தில் ஆர்வம் உண்டு. பெற்றோர் இரா. சின்னதுரை - சி. தெய்வாத்தாள். மனைவி ந. பார்வதி யமுனா. மகன்கள் ஞானி - போதி.

மின்னஞ்சல்: c.saravanakarthikeyan@gmail.com

வலைதளம்: http://www.writercsk.com

சமூக வலைதளம்:

Facebook : Saravanakarthikeyan Chinnadurai

X & Instagram : writercsk

புத்தகங்கள்

இலக்கியம்

நாவல்

- ஆதித்த கரிகாலன் கொலை வழக்கு - 2022
- கன்னித்தீவு - 2019
- ஆப்பிளுக்கு முன் - 2017

சிறுகதை

- பெருங்களிறு - 2023
- கிருமி - 2021
- மியாவ் - 2018
- இறுதி இரவு - 2016

பிற புனைவு

- 69 [நுண்கதை] - 2021
- கறுப்பு சிவப்பு வெளுப்பு- 2021 (மின்னூல்)

கவிதை

- தேவதை புராணம் - 2012
- பரத்தை கூற்று - 2010

கவிதை உரை

- மண் மக்கள் மன்னன் [கம்பராமாயணம்] - 2024
- ரதி ரகசியம் [திருக்குறள்] - 2019

கட்டுரை

- ரைட்டர் - 2024
- ஜெயமோகம் - 2024
- ஜோல்னா பை - 2021

நேர்காணல்

- மும்மூர்த்திகள் - 2019

அபுனைவு

அறிவியல்

- ஒரு கோப்பை பிரபஞ்சம் - 2019
- ஃபீனிக்ஸ் கனவுகள் - 2016
- கிட்டதட்ட கடவுள் - 2013
- சந்திரயான் - 2009

வரலாறு

- ச்சீய்... பக்கங்கள் - 2014
- குஜராத் 2002 கலவரம் - 2014

அரசியல்

- திராவிடம் என்றால் என்ன? - 2024
- தளபதி Vs தளபதி - 2024
- மக்களின் அபின்- 2021
- அம்பேத்கர் பெரியார் அயோத்திதாசர்- 2021
- இந்தி தேசிய மொழியா? - 2019
- அநீதிக் கதைகள் - 2019

திரைப்படம்

- ஐ லவ் யூ மிஷ்கின் - 2019
- 96: தனிப்பெருங்காதல் - 2018

ரசனை

- இசை: இளையராஜா - 2024
- கற்பதுவே கேட்பதுவே கருதுவதே- 2021

பெண்

- மீயழகி - 2021

அனுபவம்

- Girls, Goddesses & Gentlewomen - 2020 (E-Book)
- பெண் + கள் + ஊர் - 2019 (மின்னூல்)

(ஸீரோ டிகிரி, கிழக்கு, உயிர்மை, கிண்டில் ஆகியவற்றில் இவரது நூல்கள் கிடைக்கும்.)

www.ingramcontent.com/pod-product-compliance
Lightning Source LLC
LaVergne TN
LVHW090323051026
849518LV00005B/1862